डोनाल्ड ट्रम्प

डोनाल्ड ट्रम्प

जगाला पडलेलं महाभयानक स्वप्न!

अतुल कहाते

MANJUL

मंजुल पब्लिशिंग हाउस

MANJUL

मंजुल पब्लिशिंग हाउस

पुणे संपादकीय कार्यालय

फ्लॅट नं. 1, पहिला मजला, समर्थ अपार्टमेंट्स, 1031,
टिळक रोड, पुणे - 411 002

व्यावसायिक आणि संपादकीय कार्यालय

दुसरा मजला, उषा प्रीत कॉम्प्लेक्स, 42 मालवीय नगर, भोपाळ - 462 003

विक्री आणि विपणन कार्यालय

7/32, तळमजला, अंसारी रोड, दर्यागंज, नवी दिल्ली - 110 002
www.manjulindia.com

वितरण केंद्रे

अहमदाबाद, बेंगलुरू, भोपाळ, कोलकाता, चेन्नई,
हैदराबाद, मुंबई, नवी दिल्ली, पुणे

प्रस्तुत मराठी आवृत्ती 2018 साली प्रथम प्रकाशित

ISBN : 978-93-87383-60-9

लेखक : अतुल कहाते

मुद्रण व बाइंडिंग : मणीपाल टेक्नोलॉजीस लिमिटेड, मणीपाल

अर्पणपत्रिका

प्रिय मित्र महेश कटारे
आणि जया महेश कटारे यांना

अनुक्रमणिका

प्रस्तावना

बऱ्याच वर्षांपूर्वी कामाचा भाग म्हणून एकदा अमेरिकेला गेलेलो असताना रविवारी निवांतपणे टीव्ही बघत असताना 'चॅनेल सर्फिंग' सुरू होतं, तेव्हा एका चॅनेलवर 'द अॅप्रेंटिस' नावाचा कार्यक्रम सुरू होता, तेव्हा 'रिअॅलिटी शो' ही संकल्पना भारतात आलेली नसल्यामुळे हा प्रकार नक्की काय आहे हे माहीत नव्हतं. 'द अॅप्रेंटिस' हा एक 'रिअॅलिटी शो' होता म्हणजेच त्यात सहभागी होणारे लोक काहीतरी भूमिका बजावत असले तरी ही भूमिका इतर नाटक किंवा मालिका यांच्यामधल्या भूमिकांसारखी नव्हती. ही भूमिका त्यांच्या आयुष्यातल्या खऱ्या कामाशी किंवा व्यवसायाशीच निगडित असलेली होती. काही मिनिटं हा कार्यक्रम नक्की काय आहे हे समजून घेण्याचा प्रयत्न करत असताना टीव्हीच्या पडद्यावर सोनेरी केस असलेला उंचापुरा आणि अत्यंत आक्रमक वाटणारा माणूस आला. त्याच्या बोलण्यात विलक्षण मग्रुरी आणि इतरांविषयी तुच्छता असल्याचं जाणवत होतं. प्रथमदर्शनीच एखादा माणूस 'आपल्या डोक्यात जातो' तसा हा माणूस वाटला. आपण या विश्वाचे तारणहार असल्याच्या स्वरात तो या कार्यक्रमात सहभागी झालेल्या लोकांना 'यू आर फायर्ड' असं म्हणून बाहेर घालवून देत होता. त्याचं नाव समजेपर्यंत तो कार्यक्रम पाहत होतो. 'डोनाल्ड ट्रम्प' हे नाव तेव्हा डोक्यात ठसलं.

नंतरच्या काळात इतर काही विषयांच्या अभ्यासादरम्यान डोनाल्ड ट्रम्पचं नाव वाचनात यायचं. बहुतेक वेळा ते वाईट अर्थानंच आढळायचं. काही ठरावीक प्रकारच्या पुस्तकांमध्ये

मात्र 'यशस्वी उद्योगपती' किंवा 'शून्यातून वैभव उभा करणारा माणूस' अशा अर्थाची त्याच्याविषयी तकलादू वर्णनंही वाचायला मिळत, तरीही कुवतीपेक्षा बरंच काही मिळालेला उद्दाम माणूस अशीच त्याची संभावना बहुतेक ठिकाणी असायची आणि त्याच्या एकमेव टीव्ही दर्शनामुळे तीच बरोबर असणार असं वाटतही राहायचं.

'गुलाम' पुस्तक लिहित असताना अमेरिकेचा रोमांचक इतिहास निरनिराळ्या अंगांनी तपासायला मिळाला. यानंतर 'अमेरिकी राष्ट्रपती' हे पुस्तक लिहिताना तर अमेरिका निरनिराळ्या राष्ट्रपतींच्या काळात कशी घडत गेली, हे अगदी बारकाईनं अभ्यासायला मिळालं. यातूनच अमेरिकेच्या राजकारणाविषयी आणि तिथल्या निवडणुकीविषयी विलक्षण कुतूहल वाटायला लागलं. २०१६ सालची अमेरिकी राष्ट्रपतिपदासाठीची निवडणूक अत्यंत बारकाईनं आणि बारीकसारीक तपशिलांसह पहिल्यापासून शेवटपर्यंत अनुभवली. हिलरी क्लिंटनच ही निवडणूक जिंकणार याविषयी अगदी शेवटच्या क्षणापर्यंत खात्री वाटत राहिली. डोनाल्ड ट्रम्प हा इसम आश्चर्यकारकरीत्या रिपब्लिकन पक्षाचा उमेदवार बनू शकला असला तरी डेमोक्रॅटिक पक्षाच्या हिलरी क्लिंटनसमोर तो टिकणार नाही याविषयी अगदी पैज लावायलाही तयार असावं, इतकी मनाची खात्री झाली.

निवडणुकीचा निकाल टीव्हीवर बघता बघता मात्र अक्षरशः सुन्न व्हायला झालं. आपण खरोखरच हे बघतो आहोत की आपल्याला विलक्षण भयंकर दुःस्वप्न पडलेलं आहे हे समजेना. कित्येक तास टीव्हीसमोरून हलावंसंच वाटत नव्हतं. काहीही करण्याची इच्छाच निघून गेली होती. हे काय अघटित घडलं आहे हे समजेनासं झालं होतं. जणू आपल्या जवळचं कुणीतरी गेलं असावं असं वाटत होतं.

डोनाल्ड ट्रम्प अमेरिकेचा नवा राष्ट्रपती झाला होता!

या दुर्घटनेच्या प्रवासाची ही कहाणी आहे. डोनाल्ड ट्रम्पसारखा खोटारडा, स्वार्थी, बेभरवशाचा, स्वप्रेमात बुडालेला सर्वसाधारण कर्तृत्वाचा माणूस जगामधल्या सगळ्यात महत्त्वाच्या आणि ताकदीच्या पदावर कसा जाऊन पोहोचला हे समजून घेण्यासाठी केलेल्या वाचनाचं हे उद्विग्न करणारं सार आहे.

आभार

'मंजुल पब्लिशिंग हाउस' ही प्रसिद्ध संस्था आता मराठी पुस्तकांच्या प्रकाशनाच्या दालनात येत असताना या प्रवासाची सुरुवात प्रस्तुत पुस्तकानं होत असल्याचा खूप आनंद होतो आहे. या पुस्तकावर मनापासून श्रम करणारे मुख्य संपादक चेतन कोळी यांचे मनःपूर्वक आभार. याखेरीज पुस्तकाचं संपादन करणाऱ्या स्नेहा अवसरीकर, शिल्पा कुलथे, मुद्रितशोधन करणाऱ्या संध्या पाटील, अक्षरजुळणी व मुखपृष्ठ बनवणारे अरविंद आरतीविष्णू राजंदेकर, या सगळ्यांचे मनःपूर्वक आभार.

या पुस्तकाच्या कामादरम्यान लागणारी एकाग्रता आणि त्यासाठी आवश्यक असलेला निवांतपणा हे सगळं सातत्यानं पुरवणारे अनिता, जुई आणि हर्षू यांचे औपचारिक आभार. माझे बाबा डॉ. शशिकांत कहाते, भाऊ-वहिनी केदार-गौरी कहाते यांच्या सततच्या प्रोत्साहनासाठी त्यांनाही धन्यवाद, तसंच माझी आई मीना कहाते हिच्या स्मृतीचीही आठवण. शुभदा गुंडेवार यांच्या कौतुकाच्या शब्दांसाठी आणि अविनाश गुंडेवार यांच्या स्मृतीसाठी कृतज्ञता. याखेरीज सगळे मित्र, नातेवाईक आणि सुहृद यांची यादी करत बसत नाही; पण तुम्ही सगळे आहात म्हणून लिहित राहावंसं वाटतं हे नक्कीच नमूद करावंसं वाटतं.

प्रकरण १

डोनाल्ड ट्रम्प : अमेरिकी राष्ट्रपती?

गेल्या काही वर्षांपासून अमेरिकेतल्या राजकारण्यांना सर्वसामान्य नागरिकांच्या आयुष्याची, त्यांना झेलाव्या लागणाऱ्या समस्यांची कसलीच फिकीर नसल्याची भावना सर्वसामान्य जनतेमध्ये वाढीला लागत असल्याचं जाणवत होतं. राजकारणी भ्रष्टाचारी असतात आणि ते धनाढ्य लोकांच्या संगनमतानं सर्वसामान्य नागरिकांना लुबाडतात आणि त्यांच्याकडे साफ दुर्लक्ष करतात असं लोकांना वाटत होतं. जनसामान्यांची फसवणूक करत असतानाच आपण जनसामान्यांच्या समस्यांविषयी कसे जागरूक आहोत, हे दाखवण्यासाठी राजकारणी धडपडताना दिसतात, अशी टीकाही वाढत चालली होती. यामुळे सर्वसामान्य अमेरिकी नागरिकांचा नेते, सरकार, राजकारणी, शासनव्यवस्था यांच्यावरचा विश्वास हळूहळू उडत चालला होता. याच्याच जोडीला माध्यमंही आपल्या बाजूनं उभं राहण्याऐवजी भ्रष्ट राजकारण्यांच्याच भूमिका गोड शब्दांमध्ये मांडण्याचा खोटेपणा करत असल्याची टीकाही माध्यमांवर व्हायला लागली. वर्तमानपत्रं, नियतकालिकं, टीव्ही ही सगळीच माध्यमं साफ खोटारडी असल्याची मतं वाढीला लागली.

राजकारण्यांविषयी वाटणारं वैफल्य आणि प्रस्थापित माध्यमांवरून उडालेला विश्वास अशा दुहेरी भावनांनी ग्रस्त असलेल्या अमेरिकी नागरिकांनी २०१६ सालच्या राष्ट्रपतिपदासाठीच्या निवडणुकीत सगळं जग ढवळून निघेल, असा कौल दिला. अमेरिकी राष्ट्रपतिपदासाठीच्या निवडणुकांपैकी आजवरच्या सगळ्यात गलिच्छ पातळी गाठलेल्या प्रचारानंतर मतदारांनी डोनाल्ड ट्रम्प नावाच्या विदुषकी माणसाला जगातल्या सगळ्यात महत्त्वाच्या पदावर बसवलं. अविश्वसनीय वाटावा असा हा निकाल अजूनही पचनी पडत नसला तरी या निकालाचं कारण शोधणं

अत्यंत गरजेचं आहे. ट्रम्पसारख्या माणसानं या पदापर्यंत पोहोचू नये यासाठी अमेरिकी शासनव्यवस्था आणि अमेरिकी कायदे यांनी आजवर केलेल्या सगळ्या नियमांचा पार पालापाचोळा झाला. राजकारणी लोकांनी गेल्या काही वर्षांमध्ये जनसामान्यांच्या भावनांकडे केलेलं दुर्लक्ष आणि उलट वर या भावनांनाच प्रत्यक्ष-अप्रत्यक्षपणे खोटं ठरवण्यासाठी केलेली कृष्णकृत्यं यांचा जबरी फटका अख्ख्या अमेरिकेलाच नव्हे, तर जगाला सोसावा लागला. लोकांच्या मनात खदखदत असलेला हा अंगार बरोबर समजून घेत त्याला आपल्या हितासाठी वापरण्याचं कौशल्य ट्रम्पमध्ये पुरेपूर आहे. इतकंच नव्हे तर या रागाला आणखी कसं भडकवायचं हेही तो पूर्णपणे जाणून आहे. तरीसुद्धा ट्रम्प ही निवडणूक जिंकेल असं जवळपास कुणालाही वाटत नव्हतं. राजकारण्यांविषयी लोकांच्या मनात प्रचंड राग असूनसुद्धा शेवटी हिलरी क्लिंटनच बाजी मारेल, असं चित्र सगळीकडे दिसत होतं. मतदारांमध्ये तिच्याविषयी संताप आणि अविश्वास ठासून भरलेला असला तरी 'ट्रम्पपेक्षा हिलरी परवडली' असा हिशेब मतदार करतील, अशी सर्वसाधारण समजूत होती. या सगळ्यालाच जबरदस्त हादरा बसला.

सर्वसामान्य लोकांहून नेते किती दूर गेले आहेत याची चुणूक खरं म्हणजे राष्ट्रपतिपदाच्या निवडणुकीसाठीच्या प्रचाराच्याच वेळी दिसायची. लोकांचे खरेखुरे प्रश्न जाणून घेणं, लोकांमध्ये मिसळणं, त्यांना विश्वास देणं हे अभावानंच दिसत होतं. गेल्या अनेक प्रचार मोहिमांमध्ये हे ठळकपणे दिसे. आपण कृष्णवर्णीय लोकांविषयी सहानुभूती बाळगतो, हे दाखवण्यासाठी राष्ट्रपतिपदाचे उमेदवार कृष्णवर्णीय मुलामुलींचं प्राबल्य असलेल्या एखाद्या शाळेत जात आणि तिथली छायाचित्रं टीव्हीवर झळकतील याची व्यवस्था करत. कामगारांच्या प्रश्नांचा आपल्याला कळवळा असल्याचं भासवण्यासाठी उमेदवार विस्कॉन्सिनसारख्या राज्यातल्या एखाद्या कारखान्यात जात आणि तिथल्या कामगारांसारखा कामासाठीचा गॉगल-टोपी असा पेहराव करून फोटो काढून घेत. हे बुडबुडे तेवढ्यापुरते असत. प्रचारांदरम्यान या भेटीगाठींचा उल्लेख उमेदवार करत; पण प्रत्यक्षात मात्र लोकांच्या खऱ्या प्रश्नांशी त्यांचा कसलाच संबंध नसे. कहर म्हणजे उमेदवारांसोबतच प्रचारादरम्यान अनेक पत्रकार प्रवास करत असल्यामुळे त्यांनाही या वरवरच्या बुडबुड्यांमध्येच रमायला आवडे. आपण ज्या उमेदवाराबरोबर प्रवास करत आहोत तोच उमेदवार लोकांचे खरे प्रश्न जाणतो आणि त्यालाच उमेदवार भरभरून पाठिंबा देणार याविषयी या पत्रकारांच्या मनात अजिबात शंका नसे. आपोआपच संबंधित उमेदवार आणि पत्रकार यांचं एकमेकांविषयी एकदम चांगलं मत बनत जाई. सगळ्या माध्यमांमध्ये खऱ्या प्रश्नांना भिडण्याचा प्रश्नच निर्माण होत नसे. पत्रकारही लोकांमध्ये मिसळून त्यांच्याशी बोलणं, त्यांचं खरं मत जाणून घेणं

या गोष्टी करण्याऐवजी व्यावसायिक कंपन्यांनी केलेल्या कलचाचण्यांवर विसंबून राहू लागले. या कलचाचण्यांमध्ये आढळून येणारे निकालच खरे ठरणार याविषयी त्यांना अजिबात शंका वाटत नसे.

अशा वातावरणात अमेरिका निसटत्या बहुमतानं डोनाल्ड यांची राष्ट्राध्यक्षपदासाठी निवड करेल, हा हादरा अजूनही पचवण्यापलीकडचा वाटतो! हा डोनाल्ड ट्रम्प नक्की आहे तरी कोण?

प्रकरण २

पार्श्वभूमी

जून २००८ साल. काही लोक स्कॉटलंडच्या क्षितिजावर वायव्य दिशेकडे बघत होते. कारण एक विमान हवेतून खाली येताना दिसत होतं. ते विमान जवळ आल्यावर 'बोईंग ७२७' असल्याचं स्पष्ट झालं. या भागामध्ये विमानं अधूनमधून यायची; पण ती सगळीच साधारण आणि जुनाट प्रकारची विमानं असत. त्यातही प्रामुख्यानं 'रॉयल मेल' या ब्रिटिश टपालखात्याचीच हवाईमार्गानं पत्रं घेऊन येणारी ही विमानं असत. साहजिकच हे विमान या सगळ्या विमानांपेक्षा एकदम वेगळं आणि भव्यदिव्य वाटत होतं. अमेरिकेतल्या बॉस्टनमधून निघालेलं हे विमान आता अटलांटिक समुद्र पार करून स्कॉटलंडमधल्या 'आइल ऑफ लुईस' नावाच्या छोटेखानी शहरातल्या स्टोर्नोवे इथल्या धावपट्टीवर उतरलं. या शहराची लोकसंख्या जेमतेम ८ हजार एवढीच होती. विमानाच्या मूळ रचनेत अनेक बदल करण्यात आले होते. या बदलांविषयीचे बारीकसारीक तपशील विमानाच्या मालकानं ठरवले होते. अमेरिकेच्या न्यू यॉर्क शहरातल्या सुप्रसिद्ध मॅनहॅटन भागात राहणाऱ्या या विमान मालकाचं नाव डोनाल्ड जे. ट्रम्प. या विमानात चक्क एक आलिशान 'मास्टर बेडरूम' होती. याखेरीज २४ लोक या विमानात आरामात बसून प्रवास करू शकत. एका वेळी ५ जण उंची कटलरीचा वापर करून मेजवानीही झोडू शकत होते. इतकंच नव्हे तर या विमानामधल्या दोन बेसिन्सना सोनेरी वर्खाचा मुलामा चढवण्यात आला होता! विमानाच्या बाहेरच्या बाजूला ठळकपणे TRUMP अशी अक्षरं लिहिण्यात आली होती.

विमान खाली उतरून स्थिर होताच त्यातून ट्रम्पच्या पुस्तकांच्या पिशव्या बाहेर काढण्यात आल्या. या पिशव्यांतून स्थानिक लोकांना ट्रम्पनं लिहिलेली

पुस्तकं भेट देण्यासाठी म्हणून आणण्यात आली होती. TRUMP : HOW TO GET RICH, NEVER GIVE UP अशा ट्रम्पच्या पुस्तकांची नावं त्या पिशव्यांवर होती.

गडद रंगाचा कोट, त्याच्या आत पांढरा सदरा आणि पँटला लावलेल्या पट्ट्याखालीपर्यंत ओघळणारा निळा टाय असा ट्रम्पचा पोशाख होता. विमानातून उतरताना तिथं असलेल्या लोकांकडे बघत ट्रम्पनं आपला हात हलवला. वाऱ्यामुळे त्याचे फिकट सोनेरी केस हवेत उडत होते. विमानातून त्याचे सहकारीही उतरले. काळ्या रंगाची एक पोर्श गाडी आणि दोन बीएमडब्ल्यू या गाड्यांत बसून हे सगळे निघाले. साधारण १२ किलोमीटर्सचा प्रवास त्यांनी केला. प्रवासाचा रस्ता मोहक होता. सगळीकडे हिरवळ आणि छोट्या गावांमध्ये असते तशा प्रकारची शांतता होती. '५ टाँग' म्हणून ओळखल्या जाणाऱ्या एका करड्या रंगाच्या घरासमोर या गाड्या थांबल्या. या खेड्याचंच नाव '५ टाँग' होतं. या घराला तेच नाव देण्यात आलं होतं. आपल्या गाडीतून खाली उतरून ट्रम्पनं या घरात डोकावून बघितलं. घर इतकं छोटं आणि साधं होतं की ट्रम्प तिथं मोजून ९७ सेकंद थांबला! ठरल्याप्रमाणे छायाचित्रकारांनी फटाफट छायाचित्रं काढली. त्यांच्या कॅमेऱ्यांच्या फ्लॅशमधून प्रकाशाचे तरंग वारंवार उमटले. ट्रम्पला अपेक्षित असलेला मथळा जवळपास तयार झालाच होता : 'मेरी ॲन मॅकलिओड या आपल्या आईच्या जन्मस्थळाला ट्रम्पनं दिली भेट.'

तिथं हजर असलेल्या पत्रकारांशी ट्रम्पनं संवाद साधला. आपल्याला इथं खूपच घरच्यासारखं वाटत असल्याची प्रतिक्रिया त्यानं दिली. आपल्या आईचं जन्मठिकाण सगळ्यांनाच आवडतं, असं त्यानं सांगितलं. मी स्कॉटिश असल्यासारखं मला वाटतं, असं म्हणून याचा आणखी खोलात अर्थ मात्र कुणी विचारू नये, असं तो म्हणाला. आपल्या आईकडून आपल्याला खूप काहीतरी विलक्षण मिळालं असल्याचा उल्लेख त्यानं केला. हे सगळं बोलून झाल्यावर खरा ट्रम्प जागा झाला. त्यानं 'मी खूप श्रीमंत आहे' असं उपस्थितांना सांगितलं! यापूर्वी ट्रम्प इथं फक्त एकदाच आला होता; तोही ३ किंवा ४ वर्षांचा असताना. याही खेपेला ट्रम्प इथं अक्षरशः हजेरी लावण्यासाठी आल्यासारखाच होता; तो जेमतेम २-३ तास तिथं थांबला. एका जुन्या किल्ल्याचं रूपांतर ट्रम्प आलिशान हॉटेलमध्ये करणार असल्याविषयीची कुजबूज सुरू होती.

इथून ट्रम्प स्कॉटलंडमधल्या दुसऱ्या ठिकाणी गेला. आपली आई मूळ स्कॉटिश असल्यामुळे आपल्याला स्कॉटलंडमध्ये खास वागणूक मिळेल, अशी आशा तो मनाशी बाळगून होता. अबेदिन प्रांताजवळच्या पर्यावरणाच्या दृष्टीनं नाजूक असलेल्या भागात ट्रम्पला गोल्फ खेळण्यासाठीचं मैदान आणि त्याच्या अवतीभोवती एक आलिशान हॉटेल बांधायचं होतं, तसंच तिथं त्याला एक

गृहनिर्माण प्रकल्पही उभा करायचा होता. यासाठी परवानगी मिळावी म्हणून राजकारण्यांवर दबाव टाकण्यासाठी नेहमीप्रमाणे त्याचे प्रयत्न सुरू होते.

ट्रम्पनं खूप संपत्ती कमावली असली तरी त्याच्या आईच्या आयुष्याच्या सुरुवातीचा काळ बघताना असं काही घडेल, असं अजिबातच वाटलं नव्हतं. उलट एखाद्या अनोळखी प्रदेशात नशीब कमावण्यासाठी आणि आयुष्य घडवण्यासाठी एखादा माणूस जसा आशेपोटी येतो तसं काहीसं घडत गेलं. '५ टाँग'मध्ये एका स्त्रीचं १९३० सालचं कृष्णधवल छायाचित्र आहे. जरा वाकून उभी असलेली ही स्त्री म्हणजे ट्रम्पची आजी असं स्थानिक लोक सांगतात. ती वाकली असल्याचं कारण म्हणजे तिच्या पाठीवर कसल्या तरी कचरावजा सामानाचं ओझं आहे. बहुधा समुद्राच्या काठाशी गोळा झालेला कचरा आणि गाळ यांचं हे पोतं असावं. या स्त्रीच्या मागं छायाचित्रात एक तरुण मुलगी दिसते, तेव्हा १८ वर्षं वय असलेली ही मेरी मॅक्लॉड म्हणजे डोनाल्ड ट्रम्पची आई. स्कॉटलंडमध्ये आपलं आयुष्य गरिबीत आणि अत्यंत सर्वसाधारण परिस्थितीत जाणार याची तिला कल्पना होती म्हणून तरुण असतानाच तिनं अमेरिकेमध्ये स्थलांतरित होऊन आपलं नशीब आजमावायचं असं ठरवलं होतं. मेरीचं लहानपण स्कॉटलंडमधल्या या '५ टाँग' भागातच गेलं. तिचे ज्ञात असलेले सगळे पूर्वज इथंच राहायचे. साहजिकच मेरीची सख्खी आणि आते-चुलत-मामे भावंडंही इथंच असत. मेरीचे वडील मासेमारी करून आपल्या कुटुंबाचा उदरनिर्वाह करत. मेरीच्या घराभोवती एक छोटी शेतवजा जागा होती. मेरीची आई घरातलं काम आटोपल्यावर तिथं वेगवेगळ्या गोष्टी पिकवत असे. मेरीचं घर अत्यंत कुबट, जुनाट आणि गलिच्छ होतं. सगळीकडे धूळ, घाण आणि वास असं उबग आणणारं वातावरण असे. आजूबाजूचा सगळाच परिसर असा होता. बहुतेक घरांची दारं इतकी विचित्र होती की, दारातून आत-बाहेर करण्यासाठी अक्षरशः रांगावं लागे. अन्यथा डोक्याला मोठं टेंगूळ पडण्याची खात्रीच असे! गरिबीमुळे सगळे त्रस्त असत. जेमतेम पोट भरण्याइतकी जमवाजमव सगळे जण कशीबशी करत. शेती अवघड होती; कारण त्या भागातली जमीन रसायनांनी भरलेली होती. साहजिकच पशुपालनही जेमतेमच शक्य असे. जवळच्या खाडीत मासेमारी करणं, लोकांना इंधन म्हणून विकण्यासाठी लाकडं गोळा करणं इतकेच उद्योग शक्य असत. मासेमारीही धोकादायक असे. कित्येक मासेमार आपल्या बोटींसह पाण्यात बुडून जात. उदाहरणार्थ १८६८ साली मेरीचे आजोबा अकालीच गेले, तेव्हा त्यांचं वय फक्त ३४ वर्षांचं होतं. साहजिकच मेरीनं त्यांना कधी बघितलंसुद्धा नाही. डोनाल्ड स्मिथ असं नाव असलेल्या या आजोबांची आठवण म्हणून मेरीनं नंतर आपल्या मुलाचं नाव डोनाल्ड असं ठेवलं. हाच डोनाल्ड ट्रम्प!

मेरीचा जन्म १९१२ साली झाला. तोपर्यंत घरची परिस्थिती जरा सुधारली होती. त्या काळात 'हेरिंग' जातीच्या माशाला युरोपमध्ये अन्न म्हणून खूपच मागणी होती. या माशाच्या शरीरात स्निग्ध पदार्थ जास्त असल्यामुळे तो चविष्ट लागे. तो खाऊन लोकांचं पोटही भरे. हा मासा पकडण्याचा व्यवसाय मेरी राहत असलेल्या भागात तेजीत होता. अनेक जणांना या माशामुळे तयार होणाऱ्या अन्ननिर्मिती साखळीतही काम मिळालं. दुर्दैवानं तेवढ्यात पहिलं महायुद्ध सुरू झालं आणि परिस्थिती एकदम बदलली. या बेटावरचा मासेमारीचा उद्योगही मागणीअभावी पार कोसळला. पुरुषांच्या एकूण संख्येच्या एक दशांश लोक मरण पावले. बहुतेक सगळे जण दुसरीकडे स्थलांतरित होण्यासाठी प्रयत्न करायला लागले. ज्यांना हे जमलं त्यांनी प्रचंड आर्थिक सुबत्ता अनुभवली. उदाहरणार्थ '५ टाँग'वरचा एक माणूस अमेरिकेमध्ये स्थलांतरित होऊन भलताच यशस्वी झाला. आपल्या मायभूमीला भेट देण्यासाठी म्हणून तो अनेक वर्षांनी एकदा आलिशान गाडीतून आला होता.

१९१८ साली त्या काळातला सगळ्यात यशस्वी उद्योजक म्हणून ख्यातनाम असलेल्या लॉर्ड लिव्हरह्यूमनं आपला साबणनिर्मितीचा कौटुंबिक व्यवसाय विकून 'लुईस बेट' १ लाख ४३ हजार पौंडांना विकत घेतलं. या बेटावरच 'टाँग'ही वसलेलं होतं. आपण या बेटावर भरभराट आणणार असल्याचं लिव्हरह्यूमनं जाहीर केलं. यासाठी स्थानिक मासेमारी उद्योगाला चालना देण्याचा निर्धार त्यानं व्यक्त केला. आपल्यावर इथल्या रहिवाश्यांनी विश्वास टाकावा आणि आपल्याला साथ द्यावी, असं आवाहन त्यानं केलं. तेवढ्यात एक दुर्घटना घडली. १९१९ सालच्या नववर्षदिनी ब्रिटिश सैनिकांना घेऊन जाणारं एक जहाज रस्ता चुकलं आणि खडकांना धडकलं. त्यात लुईस बेटावरचे १७४ जण ठार झाले. आधीच इथल्या पुरुषांची संख्या कमी झालेली असताना या नव्या संकटाची त्यात भर पडली. दरम्यान, लिव्हरह्यूमनं दिलेलं आश्वासन पोकळ असल्याची स्थानिकांना जाणीव व्हायला लागली. यातून काहीच निष्पन्न होणार नसल्याच्या भावनेपोटी त्यांनी आंदोलनं सुरू केली. टाँगवरच्या काही लोकांनी लिव्हरह्यूमच्या मालकीच्या एका शेतावर आक्रमण करून त्याचा ताबा घेतला. आपणच आता या शेताचे मालक असल्याचं त्यांनी जाहीर करून टाकलं! अशा घटना घडत राहिल्या.

दरम्यानच्या काळात लिव्हरह्यूमलाही लुईस बेटावर फार काही जमणं शक्य नसल्याचं समजलं होतंच. त्यानं लुईस बेटावरचं आपलं लक्ष कमी केलं आणि शेजारच्या हॅरिस बेटाकडे ते वळवलं. या बेटावर 'हॅरिस ट्वीड' या नावानं ओळखलं जाणारं उत्तम दर्जाचं रेशीम तयार होत असे. या व्यवसायात त्यानं लक्ष घातलं, तरीसुद्धा एकूणच लिव्हरह्यूमनं बघितलेली भव्य स्वप्नं अपुरी राहिली. सगळीकडेच

त्याच्या व्यवसायात अडचणी येत राहिल्या. त्यात १९२३ सालच्या जागतिक मंदीची भर पडली. यानंतर दोन वर्षांनी त्याचं निधन झालं. साहजिकच मेरीसकट लुईस बेटावरचे सगळे लोक आपलं नशीब काढण्यासाठी इतरत्र नजर लावून बसले होते. १९२९ साली महामंदीची झळ आणखी तीव्र झाली. आता शेती करणं आणि मुलं वाढवता वाढवता लाकडं गोळा करणं याखेरीज आपल्या आयुष्यात वेगळं काही घडू शकणार नाही, अशी भीती मेरीला वाटायला लागली. भविष्य अत्यंत अंधकारमय आणि अनिश्चित होतं.

अखेर १७ फेब्रुवारी १९३० या दिवशी मेरी ॲन मॅक्लॉड अमेरिकेला जाण्यासाठी जहाजात बसली. 'एसएस ट्रान्सिल्व्हेनिया' या नावाचं ते जहाज होतं. ५५२ फूट लांबीच्या आणि ७० फूट रुंदीच्या या जहाजात १४३२ प्रवासी होते. आकर्षक दिसणारी निळ्या डोळ्यांची मेरी बहुधा एकट्यानंच प्रवास करत होती. अमेरिकेला पोहोचल्यानंतर सीमासुरक्षा अधिकाऱ्यांना तिनं क्वीन्समध्ये आपली मोठी बहीण राहत असून, तिला आत्ताच झालेलं बाळ बघण्यासाठी आपण अमेरिकेला आलो असल्याची थाप मारली. इतकंच नव्हे, तर आपल्याला इथंच स्थायिक व्हायचं असल्याचंही तिनं धाडसानं सांगितलं. प्रत्यक्षात अमेरिकेमध्ये पोहोचल्यावर न्यू यॉर्कमध्ये घरकाम किंवा अशाच प्रकारचं काम तिला शोधायचं होतं. अमेरिकेमध्ये पूर्वीपासूनच इतर ठिकाणांहून स्थलांतरित होत असलेल्या लोकांचं स्वागत होतं म्हणूनच अमेरिकेचा उल्लेख अनेकदा 'स्थलांतरितांचा देश' असाही केला जातो. अमेरिका या स्थलांतरितांनीच घडवली असल्याचा उल्लेख इतिहासात वारंवार सापडतो. ज्या काळात मेरी अमेरिकेत स्थायिक होण्यासाठी गेली तेव्हा मात्र जरा वेगळी परिस्थिती होती. आर्थिक संकट आल्यावर प्रत्येक देश आपल्यापुरता विचार करायला लागतो हे अनेकदा दिसून आलं आहे. तसंच स्थानिक विरुद्ध परके असा संघर्षही या काळात शिगेला जाऊन पोहोचतो. जागतिक महामंदीमुळे या काळात बाहेरून येणाऱ्या लोकांना अमेरिकेमध्ये स्थान देण्यात येऊ नये, अशी मागणी अनेक लोक करत होते. तसंच 'युजिनिक्स' नावाची वर्णद्वेषी मोहीमही जोरात सुरू होती. या मोहिमेची कल्पना म्हणजे 'श्रेष्ठ' वर्ण असलेल्यांच्या पोटी 'श्रेष्ठ' मुलं जन्माला येतात आणि 'दुय्यम' वर्ण असलेल्यांच्या पोटी 'दुय्यम' मुलं जन्माला येतात म्हणूनच 'दुय्यम' वर्ण असलेल्या लोकांनी पुनरुत्पादनच करू नये, असा कायदा करायचा. कुप्रसिद्ध 'कू क्लस क्लॅन (केकेके)' ही गौरवर्णीयांचं वर्चस्व प्रस्थापित करू पाहणाऱ्यांची संघटना जोरात होती. स्थलांतरितांना अमेरिकेमध्ये प्रवेश देण्यावर निर्बंध घालावेत, अशी मागणी ही संघटना मोठ्या प्रमाणावर करत असे. तसंच अनेक ठिकाणी कृष्णवर्णीय तसंच भिन्नपंथीय लोकांवर हल्ले करण्याचं घृणास्पद कामही

ही संघटना करत असे. कॅथॉलिक पंथाचे गौरवर्णीयही केकेके संघटनेच्या नजरेतून कट्टर शत्रू होते, त्यामुळे १९२८ सालच्या निवडणुकीसाठी डेमोक्रॅटिक पक्षातर्फे राष्ट्रपतिपदासाठीचा उमेदवार असलेल्या अल स्मिथला केकेकेनं प्रचंड विरोध केला. रिपब्लिकन पक्षाच्या हर्बर्ट हूव्हरनं स्मिथचा पराभव करण्यामागच्या अनेक कारणांमध्ये या कारणाचाही समावेश होता. १९२९ साली अमेरिकी संसदेनं अनेक देशांमधून अमेरिकेमध्ये येऊ पाहणाऱ्या लोकांच्या संख्येवर निर्बंध घातले. याखेरीज आधीपासून अमेरिकेत असलेल्या हजारो मेक्सिकी लोकांना सक्तीनं त्यांच्या मायदेशी परत पाठवण्यात आलं. चीन, जपान, आफ्रिका आणि अरब देश इथून येणाऱ्या लोकांना अमेरिकी नागरिकत्व मिळण्याची संधी अत्यंत दुर्मीळ झाली. या सगळ्याला अपवाद ब्रिटिशांचा आणि स्कॉटिश-आयरिश लोकांचा होता. ब्रिटिश लोकांनी अमेरिकेत स्थलांतरित होण्यासाठीच्या परवान्यांच्या संख्येत जवळपास दुपटीनं वाढ करण्यात आली. यामुळे मेरीसमोर त्या मानानं कमी अडचणी होत्या. ती स्कॉटलंडहून अमेरिकेमध्ये कायमस्वरूपी येण्यासाठी दाखल झाली असल्यामुळे तिला प्रवेश मिळण्यात तसा अडसर नव्हता.

मेरीचा अमेरिकेसाठीचा प्रवास खरं तर मध्येच संपुष्टात येण्यासारखी परिस्थिती उद्भवली होती. अटलांटिक महासागरात भयानक वादळाचा सामना तिच्या जहाजाला करावा लागला. कसंबसं हे जहाज यातून वाचलं. अखेर ते न्यू यॉर्कला जेव्हा पोहोचलं तेव्हा न्यू यॉर्कमध्ये आलेल्या चक्रीवादळामुळे तिथली वीज गायब झाली होती. यामुळे मेरीचं स्वागत न्यू यॉर्कनं अंधारातच केलं. दरम्यान, नवा अमेरिकी राष्ट्रपती हर्बर्ट हूव्हर यानं अमेरिकेला भयानक मंदीतून बाहेर काढण्यासाठी आपण कटिबद्ध असल्याचं जाहीर केलं होतं. यासाठीच्या उपाययोजनांना नक्कीच यश लाभेल, असा आशावाद त्यानं प्रकट केला होता. खास करून आपण बांधकाम क्षेत्राला जोरदार चालना देणार असल्याचा त्याचा दावा होता. हूव्हरचा हा आशावाद प्रत्यक्षात उतरू शकला नाही. त्याच्या जागी पुढचा राष्ट्रपती म्हणून न्यू यॉर्क राज्याचा गव्हर्नर फ्रँकलिन डिलॅनो रूझवेल्ट या डेमोक्रॅटिक पक्षाच्या उमेदवाराची निवड झाली. रूझवेल्टच्या जोरदार प्रयत्नांनंतरही पुढची अनेक वर्षं अमेरिकेमधली भीषण मंदी टिकून राहिली, तरीसुद्धा बांधकाम क्षेत्रामध्ये जान आली तर अमेरिका महामंदीतून नक्कीच बाहेर पडेल हा हूव्हरनं जागवलेला आशावाद मनाशी बाळगलेले काही लोक परिस्थितीशी झगडत राहिले. त्यांच्यापैकी एक म्हणजे न्यू यॉर्कमधला फ्रेड ट्रम्प हा होता. त्याचे आई-वडील जर्मनीतून अमेरिकेत स्थलांतरित झाले होते. न्यू यॉर्कच्या परिसरात परवडणारी घरं बांधण्याच्या व्यवसायात त्यानं बऱ्यापैकी प्रगती साधली. मेरी मॅक्लॉड आता त्याच भागात आपलं नशीब आजमावण्यासाठी स्कॉटलंडहून येत होती.

डोनाल्ड ट्रम्पचे आजोबा फ्रेड्रिक ट्रम्प जर्मनीमधल्या कॅलस्टॅड्ट भागात राहायचे. हा भाग वाईननिर्मितीसाठी प्रसिद्ध आहे. इथं आपल्याला फार काही करता येणार नाही, असं फ्रेड्रिक ट्रम्पना वाटे. लहानपणी त्यांच्या घरी ८ जण होते आणि त्यांच्यासाठी २-३ खोल्याच होत्या, तरीही इतर लोकांच्या मानानं त्यांची परिस्थिती बरी होती. ट्रम्प कुटुंबाचं उत्पन्न पुरेसं होतं. द्राक्षाचं पीक घेण्यासाठी त्यांच्या मालकीची सुपीक जमीन होती. तसंच द्राक्षं वाळवून त्यांच्यावर वाईननिर्मितीसाठी आवश्यक असलेली प्रक्रिया करण्यासाठीची यंत्रणाही त्यांच्याकडे होती. त्यांच्या तळघराखाली वाईन साठवून ठेवण्यासाठी उत्तम जागा होती. या भागामध्ये ट्रम्पप्रमाणेच लाखो जर्मन-अमेरिकी कुटुंबांची मुळं आहेत. याच भागात नंतर नाझी राजवटीत 'वाईन नेण्यासाठीचा मार्ग' तयार करण्यात आला. ज्यू धर्मीयांकडचा वाईननिर्मितीचा व्यवसाय हिसकावून घेत नफेखोरीसाठी नाझींनी यावर आपला कब्जा करण्यासाठी भरपूर प्रयत्न केले. उल्लेखनीय गोष्ट म्हणजे या भागात द्राक्षांची शेती तब्बल २,००० वर्षांपासून केली जात असल्याचं मानलं जातं! अर्थात एकोणिसाव्या आणि विसाव्या शतकात राजकीय आणि सामाजिक अशांततेला कंटाळून अनेक कुटुंबांनी इथून आपला मुक्काम हलवला आणि ते इतरत्र स्थलांतरित झाले. याच पार्श्वभूमीवर ट्रम्प कुटुंबीयही नंतर अमेरिकेमध्ये गेलं. जर्मनीत असताना ट्रम्प कुटुंबाचं मूळ आडनाव नक्की काय होतं याविषयी मतांतरं आहेत. या आडनावाचं इंग्रजीमधलं स्पेलिंग Dromb, Drumb, Drumpf, Trum, Tromb, Trumpf, Trumpff यापैकी एक असावं असं मानलं जातं.

फ्रेड्रिक ट्रम्पचा जन्म १८६९ साली झाला. लहानपणी तो खूपच अशक्त असल्यामुळे कष्टाची कामं त्याला अजिबात झेपत नसत. द्राक्षाच्या बागांमध्ये काम करणं तर खूप कष्टदायी असतं. साहजिकच यासाठीचे श्रम करण्याची क्षमता फ्रेड्रिक ट्रम्पमध्ये नव्हती. तो ८ वर्षांचा असताना त्याचे वडील फुप्फुसाच्या आजारामुळे अकाली दगावले. यामुळे १ वर्ष ते १५ वर्ष वयातल्या मुलांनी भरलेलं घर चालवणं आणि शिवाय वाईन तयार करण्याचा उद्योग सांभाळणं अशी दुहेरी जबाबदारी त्याच्या आईवर आली. लवकरच हे काम आवाक्याबाहेरचं असल्याची तिला जाणीव झाली. तिच्या कुटुंबाच्या डोक्यावर कर्जाचा डोंगर साचला. नाइलाजानं १४ वर्षं वयाच्या फ्रेड्रिकला त्याच्या आईनं २ वर्षांची उमेदवारी करण्यासाठी जवळच्या गावातल्या एका न्हाव्याकडे पाठवलं. काही दिवस हे काम केल्यावर यात आपलं आयुष्य वाया घालवण्यात मतलब नसल्याचं फ्रेड्रिक ट्रम्पचं मत झालं. या काळात अनेक जर्मन लोक अमेरिकेमध्ये आपलं नशीब काढण्यासाठी जाण्याची धडपड करत असत. आपणही तोच मार्ग स्वीकारावा असं फ्रेड्रिक ट्रम्पला वाटायला लागलं. अखेर त्यानं मनाचा हिय्या करून वयाच्या १६व्या

वर्षी जलमार्गानं अमेरिकेचा रस्ता धरला. न्यू यॉर्कमध्ये पोहोचल्यावर फ्रेड्रिक तिथं असलेल्या आपल्या विवाहित बहिणीकडे गेला. ही बहीण आणि तिचा नवरा आधी फ्रेड्रिकप्रमाणेच जर्मनीतून अमेरिकेमध्ये गेले होते. १८८५ सालच्या ऑक्टोबर महिन्यात फ्रेड्रिक ट्रम्प अमेरिकेमध्ये दाखल झाला. तेव्हाच्या नोंदींमध्ये फ्रेड्रिक ट्रम्पचा व्यवसाय 'शेती' असा नोंदवल्याचं आढळतं, तसंच त्याच्या नावाचं स्पेलिंग Friedrich Trumpf असं होतं. लवकरच त्याच्या आडनावातलं शेवटचं अक्षर गळालं.

प्रत्येक जर्मन नागरिकानं किमान ३ वर्षं लष्करसेवा करणं आवश्यक होतं. तसंच कमी वय असताना स्थलांतरित होण्यासाठी जर्मन अधिकाऱ्यांकडून परवानगी घेणं आवश्यक असे. या नियमांचा भंग करून फ्रेड्रिक ट्रम्प अमेरिकेमध्ये पोहोचला, त्यामुळे त्यानं 'बेकायदेशीर स्थलांतर' केलं असल्याचं जर्मन अधिकाऱ्यांनी नोंदवलं. फ्रेड्रिक ट्रम्पला याचा काही फरक पडला नाही. कारण अमेरिकेमध्ये त्या काळात जर्मन लोकांना आनंदानं स्वीकारलं जाई. जर्मन लोकांचा वंश उत्तम दर्जाचा असतो असं अमेरिकी लोक मानत. साहजिकच ते अमेरिकेला समृद्ध करण्यासाठी प्रयत्न करतील आणि आपल्या समाजात सहजपणे मिसळतील, असं अमेरिकी लोकांना वाटे. यामुळे अमेरिकेनं फ्रेड्रिक ट्रम्पला परत जर्मनीला पाठवण्याचा प्रश्न उद्भवत नव्हता. साहजिकच जर्मनीच्या आक्षेपाला आणि निषेधाला काही अर्थ उरला नाही. १८८५ साली तब्बल १० लाख जर्मन लोक अमेरिकेमध्ये स्थलांतरित झाले! फ्रेड्रिक ट्रम्प त्यातलाच एक ठरला.

त्या काळात न्यू यॉर्कची लोकसंख्या जेमतेम १२ लाख होती. यापैकी एक तृतीयांश जण इतर देशांमध्ये जन्मलेले आणि अमेरिकेमध्ये स्थलांतरित झालेले लोक होते. फ्रेड्रिक ट्रम्प सुरुवातीला आपल्या बहिणीच्या घरी राहून मॅनहॅटनमध्ये केशकर्तनाचं काम करत असे. लवकरच त्याला या कामाचा कंटाळा आला. आपण काहीतरी वेगळं केलं पाहिजे, असं त्याला वाटायला लागलं. अमेरिकेच्या पूर्व भागात राहण्यापेक्षा पश्चिमेकडे जावं असं त्याला वाटायला लागलं. कारण पश्चिम भागात सोन्याच्या खाणीचे शोध लागल्यामुळे वातावरण आशादायी बनलं होतं. १८९१ सालच्या एका सरकारी कागदपत्रात फ्रेड्रिक ट्रम्प ५ फूट ९ इंच उंचीचा, भव्य कपाळ असलेला, लांब नाकाचा, गव्हाळ वर्णाचा तरुण आपलं नशीब आजमवण्यासाठी सिॲटलला चालला असल्याची नोंद सापडते. जेमतेम ५०,००० लोकांचं हे गाव नवकल्पनांनी आणि उद्योजकांच्या धडपडीनं सळसळत होतं. तिथं आपल्याला लोकांच्या खाण्यापिण्याची आणि राहण्याची व्यवस्था करण्याचं काम करता येईल, अशी कल्पना फ्रेड्रिक ट्रम्पच्या मनात आली. यासाठी त्यानं सिॲटलमधल्या थोड्या खराब आणि म्हणूनच स्वस्त समजल्या जाणाऱ्या भागात

आपल्या उद्योगाचा श्रीगणेशा 'डेअरी रेस्तराँ' या नावानं केला. या भागात वेश्यांचे दलाल आणि जुगारी लोक यांचा सुळसुळाट होता.

१८९२ साली फ्रेड्रिक ट्रम्पला अमेरिकी नागरिकत्व मिळालं. त्यानं जमिनीचे व्यवहार करायला सुरुवात केली. 'माँटे क्रिस्टो' म्हणून ओळखल्या जाणाऱ्या भागाकडे त्याचं लक्ष वळलं. हा प्रदेश खाणींसाठी प्रसिद्ध होता. पर्वतराशींमधून धातू आणि इतर पदार्थ आणण्यासाठी इथं रेल्वे मार्गाची उभारणी करणं गरजेचं होतं. यासाठी प्रसिद्ध अर्थकारणी जॉन डी रॉकफेलर आणि त्याचे सहकारी यांनी अर्थसाहाय्य पुरवलं. शारीरिक कष्टांची अजिबात आवड आणि सवय नसल्यामुळे फ्रेड्रिक ट्रम्पनं त्या सोनं आणि चांदी खणून काढण्याच्या इतर लोकांच्या वेडात अजिबात सहभाग घेतला नाही. याऐवजी त्यानं इथं एक हॉटेल उघडलं आणि काही वादग्रस्त जमिनींचे व्यवहार करून त्याच्या मोबदल्यात इथल्या खाणकामासाठीचे हक्क मिळवले. आपल्या हॉटेलमध्ये फ्रेड्रिक ट्रम्प अवैध उद्योग चालू देत असल्याची बातमी चक्क एका वर्तमानपत्रामध्येही आली होती. या हॉटेलमध्ये खाण्याची आणि राहण्याची सोय उत्तम असली तरी 'प्रतिष्ठित स्त्रियांनी' तिथं जायचं टाळावं असा सल्ला या वर्तमानपत्रानं दिला होता. याचं कारण म्हणजे हे हॉटेल 'एकट्या पुरुषांच्या गरजा' भागवण्यासाठी कुप्रसिद्ध असल्याचा उल्लेख त्यात होता. दारू, वेश्याव्यवसाय आणि जुगार या गोष्टींची अधिकाऱ्यांनी चौकशी सुरू केल्यामुळे फ्रेड्रिक ट्रम्प घाबरला. त्यानं घाईघाईनं हा उद्योग गुंडाळून टाकला.

फ्रेड्रिक ट्रम्पनं अमेरिकेमध्ये नवनवे उद्योग करून बघितले. हळूहळू त्याचा जम बसत गेला. दरम्यान, तो कधीतरी जर्मनीला भेट देई. असंच १९०१ साली फ्रेड्रिक ट्रम्प घरी गेलेला असताना एका कौटुंबिक समारंभात त्याची ओळख २० वर्षीय एलिझाबेथ ख्राईस्टशी झाली. जर्मनीत ट्रम्प आणि ख्राईस्ट कुटुंबं समोरासमोरच राहत होती. पुढच्याच वर्षी फ्रेड्रिक ट्रम्प परत एकदा जर्मनीत परतला आणि त्यानं एलिझाबेथशी लग्न केलं. ते दोघं न्यू यॉर्कमध्ये परतले. १९०४ साली एलिझाबेथच्या पोटी कन्यारत्न जन्मलं. तिचंही नाव एलिझाबेथ असंच ठेवण्यात आलं. न्यू यॉर्कमधल्या ज्या भागात ट्रम्प कुटुंब राहायचं तिथल्या परिसरात बहुसंख्य लोक त्यांच्या मूळ जर्मन भागातून अमेरिकेत स्थलांतरित झालेले होते; पण तरीसुद्धा एलिझाबेथ ट्रम्पला तिथं गुदमरल्यासारखं वाटे, त्यामुळे १९०४ साली फ्रेड्रिक ट्रम्प परत एकदा जर्मनीला गेला. आपण एका वर्षानंतर अमेरिकेला परत येऊ असं त्यानं प्रवासाशी संबंधित असलेल्या सरकारी कागदपत्रांमध्ये नोंदवलं होतं. या खेपेला फ्रेड्रिक ट्रम्प अमेरिकेमधली सगळी बचत सोबत घेऊन सपत्निक गेला होता. २०१७ सालच्या हिशेबानुसार हा आकडा काही लाख अमेरिकी डॉलर्स म्हणजेच तेव्हाचे ८०,००० जर्मन मार्क्स इतका होता. स्थानिक लोकांनी फ्रेड्रिक ट्रम्पचं स्वागत केलं.

त्याच्याकडे चांगली रक्कम शिल्लक असल्यामुळे तो आपल्या मूळ गावात एखादा उद्योग उभा करेल आणि थोडीफार भरभराट आणेल असं त्यांना वाटलं. सरकारी अधिकारी मात्र फ्रेड्रिक ट्रम्पच्या पुनरागमनावर खूश नव्हते. पहिल्यांदा अमेरिकेला जाण्यापूर्वी त्यानं सक्तीची लष्करी सेवा का केली नाही, असा प्रश्न त्यांनी उपस्थित केला. आपल्या जबाबदारीतून पळ काढणारा हा माणूस आपल्या देशात नको असं म्हणून त्यांनी फ्रेड्रिक ट्रम्पला १ मे १९०५च्या अगोदर अमेरिकेमध्ये परत जायला सांगितलं. अगदी ऐन वेळी म्हणजे २९ एप्रिलला आपली मुलगी खूप आजारी असल्यामुळे आपल्याला यातून सूट मिळावी, असा अर्ज फ्रेड्रिक ट्रम्पनं सरकारी अधिकाऱ्याला दिला. सरकारी अधिकाऱ्यानं माणुसकी म्हणून फ्रेड्रिक ट्रम्पला ३ महिन्यांची मुदतवाढ दिली. फ्रेड्रिक ट्रम्पची मुलगी खरोखर आजारी होती का नाही याची कल्पना नाही; पण चालढकल करण्यासाठी त्याचे प्रयत्न सुरू होते हे नक्की. ६ जूनला परत एकदा फ्रेड्रिक ट्रम्पनं मुदतवाढ मागितली. या खेपेला तर त्यानं बाव्हरिया प्रांताच्या राजपुत्राच्या कार्यालयालाच यासाठी पत्र लिहिलं. त्यात त्यानं अमेरिकेला परतण्याच्या कल्पनेनंच आपण आणि आपली पत्नी एलिझाबेथ यांना कशी धडकी भरली आहे याचं भलंमोठं वर्णन केलं. आपल्याला जर आपल्या मायभूमीत कायमस्वरूपी राहण्यासाठीचा परवाना मिळाला तर अमेरिकी नागरिकत्व आणि त्याच्याशी संबंधित असलेले सगळे हक्क कायमचे सोडायला आपण तयार असल्याचंही त्यानं या पत्रात नमूद केलं.

फ्रेड्रिक ट्रम्पच्या या प्रयत्नांचा काहीएक उपयोग झाला नाही. आपली मुलगी एलिझाबेथ आणि दुसऱ्यांदा गर्भधारणा झालेल्या अवस्थेत असलेली पत्नी एलिझाबेथ यांना सोबत घेऊन २८ जून १९०५ या दिवशी फ्रेड्रिक ट्रम्प निमूटपणे अमेरिकेला परतला. न्यू यॉर्कमधल्या 'साऊथ ब्रॉन्क्स' भागातल्या एका छोटेखानी घरात आता ट्रम्प कुटुंबानं आपलं बस्तान बसवलं. ११ ऑक्टोबरला त्यांच्या घरी पुत्ररत्न प्राप्त झालं. त्याचं नाव फ्रेड्रिक ख्राईस्ट ट्रम्प असं ठेवण्यात आलं. डोनाल्ड ट्रम्पचे वडील हेच. दरम्यान, जर्मनीला परतण्याचं खूळ फ्रेड्रिक ट्रम्पच्या डोक्यातून अजूनही जात नव्हतं. २० डिसेंबरला त्यानं यासाठी आणखी एक असफल ठरलेला प्रयत्न करून पाहिला. यानंतर मात्र त्यानं आपल्याला हे काही जमणार नाही असं म्हणून याचा नाद कायमचा सोडला.

आता आपण नेमका कसला उद्योग करावा याचा विचार फ्रेड्रिक ट्रम्प करत असताना त्यानं अमेरिकेच्या शेअरबाजाराची राजधानी म्हणून ओळखल्या जाणाऱ्या न्यू यॉर्कमधल्या 'वॉल स्ट्रीट'मध्ये प्रवेश केला. अर्थात हे गमतीनं म्हणण्यासारखं आहे; कारण तिथं त्यानं शेअरदलाल, गुंतवणूकदार किंवा अर्थकारणामधला एखादा घटक म्हणून भाग घेतला नाही. तो तिथं चक्क न्हावी म्हणून गेला! म्हणजेच

शेअरबाजारामध्ये येणाऱ्या लोकांची हजामत तो करत असे. तसंच 'लोअर मॅनहॅटन' म्हणून ओळखल्या जाणाऱ्या भागातले स्थानिक लोकही त्याच्याकडे केस कापून घेण्यासाठी येत. त्याचा पत्ता '६० वॉल स्ट्रीट' असा होता. एका शतकानंतर नजीकच्याच '४० वॉल स्ट्रीट' या पत्त्यावर आपलं आडनाव भव्यदिव्यपणे झळकवणारी तब्बल ७२ मजली मनोरारूपी इमारत उभी राहणार आहे याची त्यानं तेव्हा कल्पना तरी केली असेल का? हळूहळू प्रगती साधत फ्रेड्रिक ट्रम्पनं एका हॉटेलमध्ये व्यवस्थापकाचं काम मिळवलं. त्या काळात अमेरिकेत आणि खास करून न्यू यॉर्कमध्ये बांधकाम उद्योगामध्ये जोरदार तेजी होती. याचा फायदा फ्रेड्रिक ट्रम्पनं कालांतरानं उठवला.

दरम्यान, १९१४ साली पहिलं महायुद्ध सुरू झालं. यामुळे अचानकपणे फ्रेड्रिक ट्रम्पसकट लाखो मूळ जर्मन वंशाच्या लोकांकडे अमेरिकी सरकारची वक्रदृष्टी वळली. मूळचे जर्मन असलेले हे अमेरिकी नागरिक या मोक्याच्या प्रसंगी आपली निष्ठा कुणासाठी राखून आहेत, असा प्रश्न वर्तमानपत्रंही विचारत होती. साहजिकच संशयाची सुई या जर्मन-अमेरिकी लोकांकडे वळली. ते देशविघातक कृत्यं करतात, जर्मनीला अनुकूल अशा गोष्टी करतात असं मानलं जाई. जर्मन भाषा बोलणाऱ्या लोकांकडेही संशयी नजरेनं बघितलं जायला लागलं. ज्या जर्मन लोकांच्या नावात जर्मनीची झाक दिसे त्यांनी यात बदल करून अमेरिकी नावं धारण केली. खुद्द अमेरिकी राष्ट्रपती वुड्रो विल्सननं जर्मन लष्करानं जाणूनबुजून अमेरिकी समाजात आपले असंख्य हेर पेरले असल्याचं जाहीर भाष्य केलं. यामुळे सर्वसामान्य अमेरिकी नागरिकांची जर्मन वंशाच्या लोकांकडे बघण्याची नजर आणखीनच गढूळ झाली. फ्रेड्रिक ट्रम्पसारख्या लोकांवर या परिस्थितीचा तीव्र परिणाम झाला. आपल्या जर्मन मुळांविषयी ते अजिबात बोलेनासे झाले. इतकंच नव्हे तर आपलं कुटुंब मूळचं स्वीडिश होतं, अशी बतावणी तो अनेकदा करे. त्याच्या मुलानंही नंतर हे असत्य दाटून रेटलं. अर्थात तरीसुद्धा मूळच्या जर्मन नागरिकांविषयी अमेरिकेनं अतिकट्टर भूमिका घ्यायचं टाळलं. त्यांना हाकलून देणं किंवा त्यांच्यावर अत्याचार करणं असे प्रकार घडले नाहीत. हळूहळू वातावरण निवळलं आणि मूळच्या जर्मन अमेरिकी लोकांना पुन्हा हायसं वाटायला लागलं.

१९१७ सालच्या एप्रिल महिन्यात अमेरिका पहिल्या महायुद्धात उतरली. यानंतर काही दिवसांनी फ्रेड्रिक ट्रम्प आपल्या १२ वर्षं वयाच्या फ्रेड या मुलाबरोबर फेरफटका मारण्यासाठी म्हणून 'जमैका ॲव्हेन्यू' येथे गेलेला असताना त्याला आजारी असल्यासारखं वाटायला लागलं. घरी आल्यावर तो झोपून राहिला. त्याची प्रकृती झपाट्यानं खराब होत गेली आणि काही दिवसांमध्येच त्याचं निधन झालं. त्या वेळी तो ४९ वर्षांचा होता. जागतिक पातळीवर पसरलेल्या

'फ्लू'च्या महाभयानक तापाच्या साथीनं फ्रेड्रिक ट्रम्पचा बळी घेतला होता. फ्रेड्रिक ट्रम्पचा मृत्यू हा त्याच्या कुटुंबासाठी अत्यंत धक्कादायक असला तरी त्यानं निदान बऱ्यापैकी संपत्ती आपल्यामागे सोडली होती. एलिझाबेथ या फ्रेड ट्रम्पच्या पत्नीनं स्वतःला सावरत आपल्या नवऱ्याचा बांधकाम क्षेत्रातला व्यवसाय पुढं न्यायचं ठरवलं. फ्रेड या तिच्या मुलांपैकी मोठ्या मुलाला या कामात रस असल्यामुळे त्यानं आपल्या आईला साथ द्यायला सुरुवात केली. अपरिपक्व वयात अशी मोठी जबाबदारी खांद्यावर असूनसुद्धा फ्रेड ट्रम्पनं अगदी मनापासून काम करत खूप यश मिळवण्याचा निर्धार आपल्या मनाशी केला. आपल्या वयाच्या १७ व्या वर्षीच फ्रेड ट्रम्पनं पहिलं घर बांधून विकलं. यातून मिळालेल्या नफ्यातून त्यानं दुसरं घर बांधून तेही विकलं. असं करत करत त्यानं आपल्या व्यवसायाला चांगला आकार दिला. आपल्या आजूबाजूच्या परिसरात गृहबांधणी प्रकल्पांना जोरदार मागणी येण्याची चिन्हं असल्याचं फ्रेड ट्रम्पच्या लक्षात आलं. न्यू यॉर्कमधल्या ज्या 'क्वीन्स' नावाच्या भागात फ्रेड ट्रम्प आपला व्यवसाय चालवत होता त्या ठिकाणची लोकसंख्या १९२० ते १९३० या काळात ४.६९ लाखांवरून तब्बल ११ लाखांवर गेली होती. यांपैकी जवळपास ९९ टक्के लोक गौरवर्णीय होते. या संदर्भात ३० मे १९२७ या दिवशीच्या एका घटनेचा उल्लेख केला पाहिजे. या दिवशीच्या एका जाहीर संचलनाच्या कार्यक्रमात वर्चस्ववादी गौरवर्णीय लोकांनी 'अमेरिकाविरोधी' लोकांचा निषेध करणार असल्याचं जाहीर केलं. कुप्रसिद्ध केकेके यात सहभागी होणार असली तरी केकेकेनं कुठल्याही आक्रमक कृती करू नयेत, असा पोलिसांनी आधीच इशारा दिला. तो साफ धुडकावून केकेके संघटनेनं या मोर्चेदरम्यान समाजविघातक घोषणा दिल्याच. साहजिकच हाणामारी सुरू झाली. पुरता गोंधळ माजला. या गोंधळाला कारणीभूत असलेल्या हल्लेखोरांना पोलिसांनी अटक केली. यात फ्रेड ट्रम्पचाही समावेश होता. प्रत्यक्षात नेमक्या कोणत्या कारणासाठी ट्रम्प या मोर्च्यात सहभागी झाला होता आणि तो केकेकेचा समर्थक होता का हे नक्की सांगता येत नाही.

या प्रकरणातून सुटका झाल्यावर फ्रेड ट्रम्प पुन्हा कामाला लागला. त्यानं 'क्वीन्स' परिसरात झपाट्यानं जमिनी खरेदी केल्या. या काळात अमेरिकेला प्रचंड भीषण महामंदीनं वेढलं असलं तरी फ्रेड ट्रम्पनं आपल्या कामात अजिबात बदल केला नाही. उलट परिस्थिती सुधारेल तेव्हा आपल्याला याचा फायदा होईल, असं तो स्वतःला सांगत राही. या काळात त्यानं एक मोठं दुकानही बांधलं. सगळीकडे निराशेचं वातावरण असताना फ्रेड ट्रम्पनं एका मोठ्या गृहनिर्माण प्रकल्पाची घोषणा करून आशावाद निर्माण केला असल्याचं 'न्यू यॉर्क टाईम्स'नं लिहिलं. याखेरीज कर्ज काढून घर विकत घेतलेल्या आणि आता हे कर्ज फेडू शकत नसल्यामुळे

अडचणीत सापडलेल्या लोकांकडून फ्रेड ट्रम्पनं मूळ किमतीपेक्षा खूप स्वस्त दरात घरं विकत घेतली. अशी घरं कोण विकत आहे यासंबंधीची माहिती काढण्यासाठी फ्रेड ट्रम्प नेहमी प्रयत्न करत असे. बेकारीमुळे सर्वत्र औदासीन्य पसरलेलं असताना फ्रेड ट्रम्पनं आपल्या व्यवसायात प्रचंड यश मिळवलं. अर्थकारण थोडं सुरळीत झाल्यावर फ्रेड ट्रम्पनं 'ब्रुकलिन' भागातही आपल्या व्यवसायाचा विस्तार केला. १९३५ साली फक्त २० दिवसांत त्यानं प्रत्येकी ३,८०० डॉलर्स किमतीची ७८ घरं विकली.

उद्योग क्षेत्रात चांगलं नाव कमावल्यानं फ्रेड ट्रम्प आता पार्ट्यांनाही हजेरी लावत असे. अशाच एका पार्टीत त्याला दोन मुली दिसल्या. ही बहिणींची जोडी होती. त्यामधल्या धाकटीकडे फ्रेड ट्रम्प आकर्षित झाला. तिचं नाव मेरी ॲन मॅकलिओड होतं. स्कॉटलंडमधून अमेरिकेला आल्यापासून आपण नक्की काय करायचं या संभ्रमात ती अजून होती. याच गोंधळामुळे ती आपल्या मायदेशीही ये-जा करत असे. आत्ताही ती परत एकदा स्कॉटलंडला परतण्याच्या मनःस्थितीत असताना तिची मोठी बहीण तिला आपल्याबरोबर या पार्टीला घेऊन आली होती. २४ वर्षीय मेरी मॅकलिओड आणि ३० वर्षीय फ्रेड ट्रम्प एकमेकांशी बोलण्यात गुंतले आणि त्यांचे सूरही तिथंच जुळले. रात्री घरी परतल्यावर आपल्याला मेरीशी लग्न करायचं असल्याचं फ्रेड ट्रम्पनं आपल्या आईला सांगून टाकलं.

११ जानेवारी १९३६ रोजी मेरी आणि फ्रेड यांचं लग्न झालं. मेरीनं पाच मुलांना जन्म दिला. यापैकी चौथा मुलगा डोनाल्ड ट्रम्प. त्याचा जन्म १४ जून १९४६ रोजी झाला.

प्रकरण ३

बालपण आणि शिक्षण

१९५८ साली आपल्या आई-वडिलांची परवानगी न घेताच १२ वर्षं वयाचा डोनाल्ड ट्रम्प आणि त्याचा मित्र पीटर ब्रॅन्ट रेल्वेनं एका शनिवारी दुपारी मॅनहॅटनला गेले. मॅनहॅटन हा न्यू यॉर्कमधला सगळ्यात प्रसिद्ध परिसर आहे. इथं एवढ्या लहान मुलांनी जाण्यासाठीची परवानगी आपल्या घरी मागितली असती तरी ती मिळाली नसती. याचं कारण म्हणजे दोन शाळकरी मुलांनी पुण्याहून मुंबईला जाण्यासारखा हा प्रकार होता. या मित्रद्वयीला मात्र मॅनहॅटनमध्ये जाऊन तिथं नक्की काय आहे हे बघायचं भलतंच 'थ्रिल' वाटत होतं. आपल्या शाळेतल्या मित्रांना घाबरवण्यासाठी, दचकवण्यासाठी आणि चकित करून सोडण्यासाठी काही भन्नाट वस्तू त्यांना खरेदी करायच्या होत्या. यात फोडल्यावर अत्यंत घाण वास सोडणारे फटाके, मोठा आवाज करणारी छोटी घंटा, ओकारीसारखा भासणारा द्रवपदार्थ अशा चित्रविचित्र गोष्टी मिळत.

भीषण जागतिक महामंदी आणि त्यापाठोपाठचं महाभयानक दुसरं महायुद्ध यातून जग आता सावरत चाललं होतं. न्यू यॉर्कमध्ये भरभराटीचं वातावरण होतं. अमेरिकेमधल्या सगळ्यात मोठ्या ५०० कंपन्यांपैकी किमान एक चतुर्थांश कंपन्यांचं मुख्यालय न्यू यॉर्कमध्येच होतं. त्यातही मॅनहॅटन हे या सगळ्याचं मुख्य केंद्र असल्यासारखं होतं. शहरातील अत्यंत दिमाखदार गृहसंकुलं सुबकतेनं रचल्यासारखी दिसत होती. डोनाल्ड ट्रम्पचे वडील फ्रेड ट्रम्प यांनी इथं अनेक इमारती बांधल्या होत्या. युद्धातून परतणारे अनेक लष्करी अधिकारी आणि सैनिक या परिसरात तुलनेनं स्वस्त असलेली घरं विकत घ्यायला उत्सुक होते. हे ओळखून फ्रेड ट्रम्पनं चतुरपणे अशा प्रकारची अनेक घरंही बांधली होती. डोनाल्ड ट्रम्पचा

जन्म झाला तेव्हा त्याचे आई-वडील आपल्या तीन मुलांसह एका दुमजली घरात राहत. डोनाल्ड आणि त्याचा धाकटा भाऊ यांचा जन्म झाल्यावर मात्र फ्रेड ट्रम्पनं न्यू यॉर्कमधल्याच 'मिडलँड पार्क' इथल्या शेजार-शेजारच्या दोन मोठ्या मोकळ्या भूखंडांवर तब्बल २३ खोल्यांचा एक आलिशान बंगला बांधला. या बंगल्याच्या प्रवेशद्वाराजवळ चित्रपटांमध्ये दाखवतात तसा बंगल्यासारखा चढा रस्ता होता. आत दिमाखदार सजावटीची जागा होती. सगळे जण या घराविषयी बोलत. फ्रेड ट्रम्प किती श्रीमंत आहे याची उच्चवर्गीयांमध्ये चर्चा चाले. त्या काळात इतर कुणाकडे नसलेल्या अनेक सुखसोयी ट्रम्प कुटुंबात होत्या. स्वतःचा वाहनचालक, स्वयंपाकी, घरात इंटरकॉम, रंगीत टीव्ही, कॅडिलॅक लिमोझिन अशा गोष्टी त्या काळात दुर्मीळच असत. ट्रम्प कुटुंबाकडे मात्र हे सगळं आणि इतरही बऱ्याच सुविधा होत्या. त्या परिसरातली इतर मुलं साध्या सायकल खेळत असताना डोनाल्ड ट्रम्प मात्र इटालियन बनावटीची अत्याधुनिक स्वयंचलित दुचाकी चालवत असे.

डोनाल्ड ट्रम्प स्वभावतः कोत्या मनाचा होता. हा स्वभाव त्याच्या वडिलांकडून आला होता. त्याचं एक स्पष्ट उदाहरण त्या काळात बघायला मिळालं. घरच्या टीव्हीवरचं प्रक्षेपण म्हणावं तसं स्पष्ट नसल्यामुळे फ्रेड ट्रम्पनं आपल्या बंगल्याजवळच्या एका घराच्या मालकिणीला तिच्या घरावर आपल्या टीव्हीचा अँटेना बसवला तर चालेल का असं विचारलं. त्या शेजारणीनं खुल्या दिलानं याला परवानगी दिली. त्याबरोबर तिच्या घरातल्या टीव्हीसाठी मात्र हाच अँटेना वापरणं आपल्याला चालणार नसल्याचं फ्रेड ट्रम्पनं तिला सांगितलं. यामुळे ती स्त्री भडकली आणि तिनं फ्रेड ट्रम्पला दिलेली परवानगी मागे घेतली. तसेच एकदा शेजारच्या परिसरात खेळणाऱ्या मुलांचा चेंडू ट्रम्प बंगल्यात आलेला असताना डोनाल्ड ट्रम्पनं तो परत तर केला नाहीच; पण उलट आपण हा प्रकार आपल्या वडिलांना सांगणार असल्याचं आणि पोलिसांनाही बोलावणार असल्याचं त्या मुलांना सांगितलं. यात आश्चर्य वाटण्यासारखं काहीच नव्हतं; हे वेगळं सांगायला नको!

डोनाल्ड ट्रम्पचा शेजारी डेनिस बर्नहॅमनं सांगितलेली एक आठवणही नमूद करण्यासारखी आहे. तो खूप लहान असताना त्याची आई त्याला त्यांच्या घराशेजारच्या जागेतल्या एका झोपाळ्यावर बसवून कामासाठी आत गेली. काही क्षणांमध्ये ती बाहेर आली तेव्हा चुकून आपल्या बंगल्याबाहेर आलेला ५-६ वर्षांचा डोनाल्ड ट्रम्प आपल्या मुलाला दगड मारत असल्याचं तिला दिसलं. तिनं तातडीनं हा प्रकार थांबवला.

शाळेत जायचं वय झाल्यावर डोनाल्ड ट्रम्पला महागड्या खाजगी शाळेच्या बालवाडीत टाकण्यात आलं. विमानचालक बनण्याची स्वप्नं रंगवणारा त्याचा मोठा भाऊ 'फ्रेड ज्युनिअर' त्याच शाळेत होता. डोनाल्ड ट्रम्पच्या मेरिॲन आणि

एलिझाबेथ या दोन थोरल्या बहिणीसुद्धा याच शाळेत होत्या. मोठेपणी मेरिॲन यशस्वी वकील आणि नंतर न्यायाधीश झाली. शाळेत मात्र तिला कुणी मित्र-मैत्रिणी नव्हत्या. डोनाल्ड आपला बहुतेक सगळा वेळ रॉबर्ट या आपल्या धाकट्या भावाबरोबर घालवे. रॉबर्ट मृदू स्वभावाचा असल्यामुळे आणि तो आपल्यापेक्षा लहान असल्यामुळे डोनाल्ड ट्रम्पला त्याच्यावर भरपूर दादागिरी करता येई. एकदा डोनाल्डनं रॉबर्टचे खेळण्यातले ठोकळे जबरदस्तीनं हिसकावून घेतले आणि ते डिंकांनी चिकटवून टाकले होते.

शाळेमधले नियम कडक होते. मुलांनी टाय आणि कोट तर मुलींनी स्कर्ट घालणं अपेक्षित असे. वर्गात शिक्षक आपल्याजवळ आल्यावर विद्यार्थ्यांनी आदरापोटी उठून उभं राहिलं पाहिजे असंही सांगण्यात आलं होतं. डोनाल्ड आणि त्याचे खास मित्र मात्र हे नियम तोडण्याचा सातत्यानं प्रयत्न करत. वर्गात अडथळे आणण्यासाठी शक्य ते सगळे उद्योग ते करत. उदाहरणार्थ उलट्यांसारख्या किळसवाण्या द्रवानं भरलेले चेंडू फेकणं, आपले बाक जणू शर्यतीतल्या गाड्या असाव्यात त्याप्रमाणे एकमेकांना जोरजोरात धडकवणे असले प्रकार नियमितपणे चालत. डोनाल्डला सातत्यानं गैरवर्तणुकीसाठी शिक्षा केली जाई. सगळ्याच वर्गमित्रमैत्रिणींना डोनाल्ड ट्रम्पचे उद्योग आवडत असं नाही. एकदा डोनाल्डनं आपल्या वर्गातल्या एका मुलीच्या केसांच्या वेण्या जोरात ओढल्या तेव्हा तिनं आपल्या हातामधला खाण्याचा लोखंडी डबा जोरानं त्याच्या डोक्यावर आदळला. अर्थात यामुळे डोनाल्डच्या वागण्यामध्ये अजिबात फरक पडला नाही. तो हट्टी आणि दंगेखोर होता. कुणाशीही भांडण काढणं, मारामारी करणं, दमदाटी करणं या गोष्टी तो करत राही. नंतर मात्र याचं स्पष्टीकरण देताना आपल्या मनात कुणाबद्दल काहीच वाईट नसायचं; पण काहीतरी उद्योग करून गंमत बघण्यासाठी आपण हे करायचो असं डोनाल्ड ट्रम्पनं म्हटलं. दुसरीत असताना आपल्या संगीताच्या शिक्षकांना संगीतामधलं काहीच कळत नाही या कारणावरून डोनाल्ड ट्रम्पनं त्यांच्या डोळ्यावर ठोसा मारून तो काळानिळा केल्याची बढाई एकदा मारली. त्या काळातल्या त्याच्या एका खास मित्राला या प्रसंगाविषयी विचारण्यात आलं तेव्हा त्यानं असं काही घडल्याचं आपल्याला अजिबात आठवत नसल्याचं सांगितलं. म्हणून संबंधित पत्रकारानं परत एकदा डोनाल्ड ट्रम्पला यासंबंधी विचारलं असता नेहमीप्रमाणे त्यानं सारवासारव करत प्रकरण गुंडाळून टाकलं! या शिक्षकानांही नंतर याविषयी विचारण्यात आलं तेव्हा त्यानं असं काही घडलं नसल्याचं सांगितलं. त्याच वेळी 'काही हाताबाहेर चाललेल्या मुलांकडे नेहमी लक्ष द्यावं लागतं त्यापैकी एक डोनाल्ड ट्रम्प होता,' असं मात्र आवर्जून म्हटलं. नंतर डोनाल्ड ट्रम्प अमेरिकेच्या राष्ट्रपतिपदाच्या

शर्यतीत असल्याचं समजताच परत एकदा या शिक्षकाला त्याची प्रतिक्रिया विचारण्यात आली. त्या वेळी या शिक्षकानं ''When that kid was ten, even then he was a little shit'' अशी कुठलाही आडपडदा न ठेवणारी प्रतिक्रिया दिली!

शाळेत डोनाल्ड ट्रम्पची शैक्षणिक कामगिरी यथातथाच होती. सततच्या शिक्षा तर ठरलेल्याच असत. त्या मानानं खेळांमध्ये मात्र त्यानं चांगलं प्रावीण्य मिळवलं होतं. 'डॉजबॉल' खेळताना इतर सगळे बाद झाले तरी डोनाल्ड अगदी शेवटपर्यंत प्रतिस्पर्ध्यांना चकवा देत राही. याखेरीज आपल्याकडे 'बक्कामबुक्की' म्हणून ओळखला जाणारा पंचबॉल, बास्केटबॉल, फुटबॉल असे खेळही डोनाल्ड ट्रम्प आवडीनं खेळे. त्याचा सगळ्यात आवडता खेळ मात्र बेसबॉलचा होता. अत्यंत आक्रमकपणे आणि निर्भयपणे तो बेसबॉल खेळे. त्यानं ताकदीनं मारलेला फटका अडवण्याची भल्याभल्यांची हिंमत होत नसे. आपला फटका नुसताच दूर जावा अशी डोनाल्डची इच्छा नसे; तो अडवण्याचा प्रयत्न करणाऱ्या खेळाडूला जोरात लागून मग तो दूर जावा, असं त्याला वाटे, असं त्याच्या एका मित्रानं म्हटलं आहे. अपयश डोनाल्डला अजिबात रुचत नसे. एका मित्राची आवडती बॅट घेऊन डोनाल्ड एकदा खेळायला गेला आणि साफ अपयशी ठरला. त्याबरोबर त्यानं ती बॅट एका दगडावर जोरात आपटून तोडून टाकली.

आपल्या मुलांनी आपल्या श्रीमंतीमुळे बिघडू नये यासाठी फ्रेड ट्रम्प मात्र नेहमी प्रयत्नशील असे. रिकाम्या बाटल्या गोळा करणं, परिसरात वर्तमानपत्र टाकणं अशी कामं करून त्यांनी पैसे कमवावेत यासाठी तो आग्रही राही. कहर म्हणजे पाऊस असताना फ्रेड ट्रम्प आपल्या मुलांना आपल्या आलिशान कॅडिलॅक गाडीतून वर्तमानपत्रं टाकण्याच्या कामावर नेत असे! फ्रेड ट्रम्प अधूनमधून डोनाल्डला आपल्या कामाच मुख्य कार्यालय, सुरू असलेल्या बांधकामांच्या जागा अशा आपल्या कामाच्या ठिकाणी घेऊन जाई. यातून आपले वडील वायफळ खर्च कमी करण्यासाठी किती धडपडतात ही गोष्ट डोनाल्डच्या मनावर चांगलीच ठसली. कित्येकदा बांधकाम सुरू असलेल्या ठिकाणी जमिनीवर पडलेले खिळे उचलून फ्रेड ते सुतारांना देई आणि त्यांचा वापर करायला सांगे. फरश्या धुण्यासाठी तयार महाग उत्पादन विकत घेण्याऐवजी फ्रेड त्यामधले स्वस्त घटक विकत घेऊन त्यांचं मिश्रण करून ते वापरायला आपल्या कर्मचाऱ्यांना सांगे.

शिस्तीच्या बाबतीत फ्रेड अत्यंत काटेकोर असे. घरीसुद्धा तो टाय आणि सूट घाले! त्याला पार्ट्यांमध्ये मोकळेपणानं वावरताना अवघडल्यासारखं वाटे. याउलट डोनाल्डची आई मेरी मात्र एकदम मोकळीढाकळी होती. गप्पाटप्पा, मौजमजा या गोष्टी तिला आवडत. मात्र तिची तब्येत तिला साथ देत नसे. आपण आजारी

न पडण्यासाठी ती नेहमी काळजी घेत असे. याचा परिणाम डोनाल्डवर झाला. आपल्याला इतरांकडून कुठला ना कुठला तरी संसर्ग होईल या भीतीपोटी त्यानं आयुष्यभर इतरांशी हस्तांदोलन करायचं टाळलं. फ्रेड आणि मेरी यांनी आपल्या मुलांना वाढवताना मात्र कडक शिस्त लावली. मुलींना लिपस्टिक लावण्यावर बंदी, मुलांना एकमेकांना टोपणनावांनी हाका मारण्यावर बंदी, रात्री लवकर झोपण्याची सक्ती अशा गोष्टी आग्रहानं पाळल्या जात. रोज रात्री आपल्या मुलांनी गृहपाठ केला आहे का याविषयी ते विचारणा करत. शाळेप्रमाणेच घरीसुद्धा डोनाल्ड ट्रम्पला या शिस्तीचा तिटकारा असे. आपल्या वडिलांशी तो याविषयी वादही घाले. डोनाल्ड हा 'राजा' असून त्यानं 'अत्यंत कठोरपणे सर्वोच्च यश मिळवलं पाहिजे' यासाठी आपण हे करत असल्याचं फ्रेड त्याला सांगे.

आपल्या मनात शिस्तीविषयी साठून राहिलेला उद्रेक बाहेर काढण्यासाठी डोनाल्ड ट्रम्प आणि त्याचा मित्र शनिवारी सकाळी रेल्वेनं मॅनहॅटनला जात असत. आपण राहतो त्या 'क्वीन्स' परिसरापेक्षा मॅनहॅटनचं जग अद्‌भुत असल्याचं त्यांचं अगदी पक्कं मत झालं. त्या काळात 'वेस्ट साईड स्टोरी' नावाचं एक नाटक 'ब्रॉडवे' या नाटकगृहात खूप गाजत होतं. त्यामधली पात्रं गुंडगिरी करणारी होती. त्यांच्या हातात सुरे असत. यातून 'स्फूर्ती' घेऊन मॅनहॅटनला जाणारा डोनाल्ड आणि त्याचा मित्र पीटर यांनी सुरुवातीला ६ इंची पात्यांचे आणि कालांतरानं ११ इंची पात्यांचे सुरे विकत घेतले. या काळात ते दोघं सातवीत होते. त्यांचा हा लपवलेला खजिना त्यांच्या वडिलांच्या हाती लागला आणि त्यांच्या 'मॅनहॅटन प्रॉजेक्ट'ची भांडेफोड झाली. यामुळे हादरलेल्या फ्रेडनं आठवीसाठी डोनाल्डला न्यू यॉर्कमधल्या लष्करी शिस्तीच्या शाळेत भर्ती करायचं ठरवलं. १३ वर्षं वयाचा डोनाल्ड ट्रम्प १९५९ साली तिथं दाखल झाला. कडक शिस्त आणि अत्यंत साधं वातावरण याची डोनाल्ड ट्रम्पला अजिबात सवय नव्हती. तसंच आपल्या आलिशान घरातल्या सगळ्या सुखसोयींना आता डोनाल्ड ट्रम्पला मुकावं लागलं. या शाळेत मुलांवर देखरेख करणारा माणूस दुसऱ्या महायुद्धात लढलेला होता. त्यानं इटलीचा हुकूमशहा बेनिटो मुसोलिनीचा मृतदेह जाहीरपणे लटकवलेला असताना बघितला होता. फुटबॉलचं प्रशिक्षण देत असताना तो चुका करणाऱ्या विद्यार्थ्यांना जागीच हातानं जोरात फटकारत असे. आठवड्यात दोन वेळा तो अभ्यासात 'ढ' असलेले विद्यार्थी आणि बेशिस्तपणे वागणारे विद्यार्थी यांच्यामध्ये मुष्टियुद्धाची स्पर्धा ठेवत असे. अशा वातावरणात टिकून राहणं हे प्रचंड मोठं आव्हान होतं. या प्रशिक्षकाकडे रोखून बघणं किंवा त्याच्याविषयी अगदी गमतीनंही काही बोलणं म्हणजे स्वतःवर संकट ओढवून घेणं असे. महत्त्वाची गोष्ट म्हणजे या ठिकाणचे विद्यार्थी अब्जाधीशांच्या घरचे आहेत का स्वतःचं घर नसलेल्या अत्यंत गरीब कुटुंबातले आहेत याच्याशी

त्याला काही देणंघेणं नसे. सगळ्यांना तो समानपणे वागवे. या शाळेत सुमारे ४५० विद्यार्थी होते. त्यामधले जेमतेम २५ जण दक्षिण अमेरिकी वंशातले होते. बाकी सगळे गौरवर्णीय अमेरिकी विद्यार्थी असत. कृष्णवर्णीयांना इथं बऱ्याच वर्षांपर्यंत प्रवेश नव्हता. मुली तर १९६९ सालापर्यंत तिथं येऊच शकत नव्हत्या.

मुलांना शिस्त लावण्यासंबंधीचे नियम इथले अत्यंत कडक असत. शाळेत प्रवेश घेतल्याबरोबर मुलांना नियमावलीची माहिती देणारं एक पुस्तक दिलं जाई. त्यात बुटांना पॉलिश न करणं, गबाळं राहणं, केस वाढवणं, आवराआवर न करणं, नीटपणे न चालणं, नग्न राहणं अशा अनेक प्रकारच्या गोष्टींसाठी शिक्षा देण्यासंबंधीच्या सूचना असत. परवानगी न घेता फिरायला जाणं, चोरी करणं, दारू पिणं, जुगार खेळणं, अश्लील चित्रं किंवा चित्रफिती बाळगणं या गुन्ह्यांसाठी तर तत्काळ निलंबन केलं जाई. दररोज सगळ्या विद्यार्थ्यांची आणि त्यांच्या राहण्याच्या ठिकाणाची कडक तपासणी केली जाई. त्यांच्या कपाटांमध्ये धुळीचा बारीकसा कणही सापडला तरी शिक्षा होई. परीक्षेत अपेक्षित ठिकाणी विरामचिन्ह न वापरणं किंवा चुकीचं स्पेलिंग लिहिणं यासाठीही गुण कापले जात. करमणुकीच्या सोयी फार मोजक्या होत्या. मुलांचं लक्ष विचलित होऊ नये यासाठी खूप प्रयत्न केले जात. अधूनमधून जुने चित्रपट दाखवले जात. पडद्यावर मुली दिसताच मुलं शिट्ट्या वाजवून आरडाओरडा करत. त्यासरशी त्यांना शिक्षा म्हणून पळायला पाठवलं जाई.

डोनाल्ड ट्रम्पचा मूळ स्वभावच स्पर्धात्मक असल्यामुळे हळूहळू त्यानं या वातावरणामध्ये इतरांहून वरचढ ठरण्यासाठी प्रयत्न सुरू केले. 'सगळ्यात स्वच्छ खोली', 'सगळ्यात जास्त चमकणारे बूट', 'सगळ्यात नीटनेटका बिछाना' अशा गोष्टींसाठी बक्षीस दिलं जाई. ते जिंकण्यासाठी डोनाल्ड ट्रम्प आटोकाट प्रयत्न करायला लागला. त्यात त्याला यशही मिळे. याखेरीज प्रथमच तो अभ्यासाकडेही लक्ष द्यायला लागला. खेळातल्या कौशल्यामुळे आपल्या प्रशिक्षकांची मर्जी संपादित करण्यातही त्याला यश आलं. मित्रत्वानं वागत असलेला डोनाल्ड ट्रम्प इतरांना स्वतःत रमणाराही वाटे. आपण मोठेपणी खूप प्रसिद्ध होणार असल्याचं तो अनेकदा म्हणे. इथं सरावल्यानंतर वरच्या वयोगटातल्या मुलांना जरा मोकळीक दिली जाई. याचा फायदा उठवून डोनाल्ड आपल्या काही 'सुंदर मैत्रिणींना' आपण सध्या शिकतो तो परिसर दाखवायला आणे. कुठल्याही मुलीबद्दल आपल्याला काय वाटतं हे कोणतीच भीडभाड न ठेवता डोनाल्ड सांगत असे.

अर्थात डोनाल्ड ट्रम्पमधली अधिकार गाजवण्याची वृत्ती अधूनमधून उफाळून येई. एकदा आपल्याहून कमी वयाच्या एका मुलानं शिस्त मोडल्यामुळे डोनाल्डनं त्याला भर मैदानात ढुंगणावर झाडूनं फटकारे दिले होते. दुसऱ्या एका प्रसंगात

एका मुलाशी बाचाबाची झाल्यावर डोनाल्डनं त्या मुलाला दुसऱ्या मजल्यावरच्या खिडकीतून खाली फेकून देण्याची तयारी केली होती. इतरांनी मध्ये पडून वातावरण शांत केलं. एकूणच आपल्या इच्छेसमोर न झुकणाऱ्याला ताकदीचा वापर करून नमवण्याची त्याची वृत्ती अगदी उठून दिसे.

खेळात डोनाल्ड ट्रम्प चमक दाखवे. खास करून बेसबॉलमध्ये त्याची चपळाई आणि ताकद या दोन्ही गोष्टी प्रभावशाली वाटत. फुटबॉलमध्ये मात्र डोनाल्ड ट्रम्प फार चमक दाखवू शकला नाही. पण सगळीकडे आपण पहिलं किंवा सर्वश्रेष्ठ असावं यासाठी त्याची विलक्षण धडपड सुरू असे. आपल्याला कुणी मागं टाकणं किंवा हरवणं त्याला अजिबात सहन होत नसे. त्यातच त्याच्या कडक प्रशिक्षकानं 'जिंकणं म्हणजे सगळं काही असतं असं नाही; तर जिंकणं सोडून इतर कशालाच महत्त्व नसतं,' असं सतत सांगितल्यामुळे डोनाल्डचा जिंकण्यासाठीचा अट्टाहास आणखी पक्का होत गेला. सतत वरचष्मा गाजवण्याखेरीज दुसऱ्या कशाचाच विचार त्याच्या डोक्यात नसे.

१९६४ साली या अकादमीमधलं डोनाल्ड ट्रम्पचं प्रशिक्षण संपलं. आता तो १८ वर्षांचा झाला होता. लष्करी प्रशिक्षण घेतलेलं असूनसुद्धा त्याची युद्धभूमीवर जाण्याची अजिबात इच्छा नव्हती. त्याला आपल्या वडिलांच्या बांधकाम व्यवसायात शिरायचं होतं. नियमांनुसार त्यानं लष्करभरतीसाठी आपलं नाव नोंदवलं खरं; पण पदवी मिळवण्यासाठीचं शिक्षण घेण्यासाठीचा अर्जही त्यानं दाखल केल्यामुळे त्याला यातून सूट देण्यात आली. काही काळ चित्रपटनिर्मिती किंवा अभिनय या क्षेत्रांशी संबंधित असलेल्या अभ्यासक्रमांचा त्यानं विचार केला खरा; पण नंतर हा विचार बदलला. त्यानं न्यू यॉर्कपासून जवळच असलेल्या फोर्डहॅम विद्यापीठात प्रवेश घेतला. दीर्घ सुट्टी असेल तेव्हा डोनाल्ड आपल्या वडिलांच्या कामात मदत करण्यासाठी म्हणून न्यू यॉर्कला जात असे. फोर्डहॅममधले इतर विद्यार्थी मध्यमवर्गीय कुटुंबांमधले होते. त्यांच्या तुलनेत डोनाल्ड ट्रम्प अत्यंत श्रीमंत घरातला असल्याचं अगदी स्पष्टपणे उठून दिसे.

तो काळ अमेरिकेमध्ये एक प्रकारे उठाव करण्याचा होता. तरुण मंडळी बंडखोर बनायच्या पावित्र्यात होती. अमली पदार्थ घेणं, केस न कापणं, जॅझ-रॉक संगीत ऐकणं अशा गोष्टींची लाट आली होती. या पार्श्वभूमीवर 'थ्री पीस सूट' घालून आणि हातात अत्यंत महागडी ब्रीफकेस घेऊन फिरणारा डोनाल्ड ट्रम्प सगळ्यांहून भिन्न वाटत असे. वर्गात असताना फावल्या वेळात डोनाल्ड गगनाला भिडणाऱ्या इमारतींची रेखाटनं करत असे. या काळात डोनाल्ड स्क्वॅश खेळायला लागला. त्यात त्याची फारशी प्रगती झाली नाही; पण इथंही त्याची प्रतिस्पर्ध्याला ठेचण्याची तीव्र इच्छा दिसून येई. प्रतिस्पर्ध्याला दमवणाऱ्या दीर्घ

'रॅली' करण्यापेक्षा त्याच्या अगदी जवळून तुफान वेगानं जाणारे जोरदार फटके मारण्याचा डोनाल्ड प्रयत्न करे. हे फटके चुकले तरी आपण त्याला घाबरवलं याचं डोनाल्डला समाधान वाटत असे. अर्थात आगाऊपणा करणं, मुद्दाम नखरे करणं, उशीर करणं असले प्रकार तो करत नसल्याचं त्याचे तेव्हाचे मित्र सांगतात. असं असूनही फोर्डहॅममध्ये असताना डोनाल्डमध्ये एक प्रकारची अस्वस्थता जाणवे. बहुधा हे सगळं 'आपल्या वरच्या दर्जाला शोभणारं नाही' असं त्याला वाटत असावं. या ठिकाणी खूपच जास्त आयरिश आणि इटालियन विद्यार्थी असल्याची तक्रारही तो आपल्या मित्रांपाशी करे. आपण अत्यंत उच्च दर्जाच्या महाविद्यालयात शिकण्याच्या योग्यतेचे असून नाइलाजानं इथं आलो असल्याचं त्याच्या बोलण्या-वागण्यातून कधीकधी ठळकपणे दिसे.

१९६६ साली 'युनिव्हर्सिटी ऑफ पेनसिल्व्हेनिया'च्या 'व्हार्टन स्कूल'मध्ये डोनाल्ड ट्रम्प दाखल झाला. इथं 'रिअल इस्टेट' विभागामध्ये पुढचं प्रशिक्षण घ्यायला तो आला असला तरी या प्रशिक्षणाची आपल्याला अजिबात गरज नसल्यासारखा तो वागत-बोलत असे. आपण मोठमोठ्या बांधकाम उद्योजकांच्या किती तरी जास्त पट यश मिळवणार असल्याच्या फुशारक्या तो मारे. इथूनही तो अधूनमधून आपल्या वडिलांच्या उद्योगात मदत करायला म्हणून घरी जात असे. व्हार्टनच्या पदवीला मान आहे; पण इथं येणारे विद्यार्थी काही फार महान नसतात याची आपल्याला जाणीव झाल्याचं ट्रम्प म्हणतो म्हणजेच इथं आपण आलो नसतो तर कदाचित व्हार्टनमधून शिकलेल्यांविषयी आपल्या मनात विनाकारण आदराची भावना निर्माण झाली असती असं त्याला म्हणायचं असावं. गंमत म्हणजे एकीकडे असं म्हणत असताना 'मी व्हार्टनमध्ये शिकलो' असं ट्रम्प नंतर अनेकदा सांगत असे. समोरच्यावर आपला प्रभाव टाकण्यासाठी तो असं करत असणार यात शंका नाही. या काळात व्हिएतनाम युद्धावरून अमेरिकेमध्ये वातावरण तापलं होतं. पेनसिल्व्हेनियामध्येही विद्यार्थी या युद्धाच्या विरोधात निदर्शनं करत असत. ट्रम्पला मात्र याच्याशी काही देणंघेणं नव्हतं. त्याला आपल्या वैयक्तिक यशाची काळजी होती.

या काळात अनेक सुंदर मुलींबरोबर आपलं सूत जुळवण्याच्या प्रयत्नात ट्रम्प असे. याविषयी तो अनेक बढायाही मारत असे. उदाहरणार्थ अभिनेत्री आणि मॉडेल म्हणून नंतर नाव कमावणारी कँडिस बर्गन पेनसिल्व्हेनिया विद्यापीठात ट्रम्पच्या वरच्या वर्गात होती. ट्रम्पनं तिचा पिच्छा पुरवल्यावर एकदा एका संध्याकाळी तिनं त्याच्याबरोबर गप्पा मारल्या. तिची आठवण एवढीच आहे. ट्रम्पनं मात्र आपण भरपूर वेळ तिच्याबरोबर घालवला वगैरे बढाया मारल्या. व्हार्टनमधल्या अनेक विद्यार्थ्यांनी नंतर खूप यश मिळवलं आणि ज्या महाविद्यालयानं आपल्याला घडवलं

त्याची आठवण म्हणून खूप देणग्या दिल्या. ट्रम्पनं मात्र फक्त १०,००० डॉलर्सची देणगी दिली असल्याचं व्हार्टन सांगायचं. शेवटी खूप पिच्छा पुरवल्यावर आणि ट्रम्पचं नाव एका व्हार्टनशी संबंधित असलेल्या एका क्लबच्या संस्थापकांपैकी एक म्हणून नोंदवायचं मान्य केल्यावर ट्रम्पनं सुमारे दीड लाख डॉलर्सची देणगी १९९४ साली दिली. ट्रम्पचं व्हार्टनमधलं शिक्षण १९६८ साली पूर्ण झालं होतं.

डोनाल्ड ट्रम्पची जडणघडण झाली ती अशी!

प्रकरण ४

वडिलांबरोबर कामातला सहभाग

डोनाल्ड ट्रम्पचं शिक्षण पूर्ण झाल्यामुळे त्याचे वडील फ्रेड ट्रम्प यांनी त्याला कामासाठी आपल्याबरोबर व्यवसायात पूर्ण वेळ सहभागी करून घेतलं. न्यू यॉर्कच्या ब्रुकलिनमध्ये फ्रेड ट्रम्पचं छोटं कार्यालय होतं. इथून जवळच असलेल्या 'कोनी आयलंड' म्हणून ओळखल्या जाणाऱ्या भागात फ्रेड ट्रम्प एक मोठी वसाहतच उभी करत होता. या वसाहतीचं नाव 'ट्रम्प व्हिलेज' असं होतं. समुद्रकिनाऱ्यानजीकचा हा भाग पूर्वी खूप लोकप्रिय होता. हळूहळू तो जुनाट होत गेल्यामुळे त्याची रया गेली. साहजिकच त्याला पुनरुज्जीवित करण्यासाठी संबंधित अधिकारी उत्सुक होते, तेव्हा असलेल्या इमारती पाडून नव्यानं त्यांची उभारणी करण्याचं काम हाती घेण्याची परवानगी त्यांनी फ्रेड ट्रम्पला दिली. फ्रेड ट्रम्पनं प्रत्येकी २३ मजले असलेले गृहसंकुलांचे ७ मनोरे उभं करण्याचं काम हाती घेतलं. यात एकूण तब्बल ३८०० घरं होती! मुख्य न्यू यॉर्कमध्ये महागाईमुळे राहणं शक्य नसलेले मध्यमवर्गीय लोक इथं घरं घेतील, असा फ्रेड ट्रम्पचा अंदाज होता. साहजिकच त्यानं या घरांच्या बांधकामासाठीचा खर्च शक्य तितका कमी येईल, अशी व्यवस्था केली. बांधकाम साहित्य शक्य तितक्या कमी दर्जाचं वापरायचं आणि सगळ्या कामांमध्ये कमीतकमी पैसे वापरायचे असं त्याचं धोरण होतं. ही घरं बांधून झाल्यावर भाड्यानं देण्यात आली. त्याचं व्यवस्थापन ट्रम्प कंपनीकडेच होतं. साहजिकच या काळात भाडं गोळा करण्यासारखी कामंही डोनाल्ड ट्रम्पला करावी लागत. फ्रेडला अशा कामांची सवय होती; पण डोनाल्ड ट्रम्पला मात्र अशा प्रकारची कामं म्हणजे एकप्रकारे धक्काच होता. अत्यंत काटकसरीनं आपला व्यवसाय करायचा, प्रचंड मेहनत करायची, आपल्या यशानं हुरळून न जाता उलट

आणखी यश मिळवण्यासाठी धडपडत राहायचं अशा गुणांना फ्रेड प्रचंड महत्त्व देत असे. यामुळेच आपण जागतिक महामंदीच्या भीतिदायक काळात आपल्या कुटुंबाला स्थैर्य देऊ शकलो याची त्याला खात्री वाटत असे. व्यवसायात यशस्वी होण्यासाठी मुळात आपल्याला जे काम आवडतं त्यातच आपण पडावं आणि एकदा त्यात पडल्यानंतर त्यात यश मिळवण्यासाठी जीवापाड प्रयत्न करावेत असं तो म्हणत असे.

काटकसर आणि खूप काळजीपूर्वकरीत्या आपला व्यवसाय सांभाळणं या दुहेरी मार्गांचा वापर करून फ्रेड ट्रम्प लक्षाधीश झाला; पण त्याला या कामात सरकारकडून खूपच मदत मिळत असे. याचा काही जणांना संशय यायला लागला. १९५४ साली फ्रेड ट्रम्पनं सरकारी विमाकवच असलेल्या एका कर्ज योजनेचा गैरफायदा अवैधरीत्या उठवला असल्याप्रकरणी त्याची चौकशी करण्यात आली. सरकारी जमिनीवरच्या एका प्रकल्पाची निर्मिती करण्यासाठी फ्रेड ट्रम्पला गरज असलेल्या कर्जाच्या रकमेपेक्षा त्यानं ३५ लाख डॉलर्स जास्त कर्ज घेतले असल्याचे आरोप झाले. रागारागानं फ्रेड ट्रम्पनं याचा साफ इन्कार केला. आपण घेतलेल्या कर्जापेक्षा कमी रक्कम वापरण्याचं कारण म्हणजे आपण काटकसरीनं या कर्जाच्या रकमेचा केलेला वापर असल्याचं त्यानं सांगितलं. त्याच्यावर कोणतेही आरोप ठेवण्यात आले नाहीत. नंतर १९६६ साली 'ट्रम्प व्हिलेज' प्रकल्पात फ्रेड ट्रम्पनं पुन्हा १८ लाख डॉलर्स लाटले असल्याचं प्रकरण बाहेर आलं. परत एकदा फ्रेड ट्रम्पनं अत्यंत आक्रमकपणे आपल्यावरचे आरोप फेटाळले. प्रकरण तिथंच मिटलं.

फ्रेड ट्रम्पनं बांधलेल्या मध्यमवर्गीय घरांमध्ये आता हजारो कुटुंबं राहत होती. याचा फ्रेड ट्रम्पला खूप अभिमान वाटत असे. यामधला एक निंद्य मुद्दा वर्णभेदाचा होता. या गृहसंकुलामध्ये गौरवर्णीय, कृष्णवर्णीय, मेक्सिकन वगैरे लोक गट करून राहिल्यासारखे होते. या समूहांसाठीचे प्रकल्पही जवळपास वेगळे असल्यासारखी परिस्थिती होती. याला काही प्रमाणात सरकारी धोरणंही कारणीभूत असली तरी फ्रेड ट्रम्पला यात काही वावगं वाटत नसे. ट्रम्पच्या कंपनीनं आपल्या बाबतीत वर्णभेद केल्याविषयीच्या तक्रारी अनेक वेळा सरकारी अधिकाऱ्यांकडे केल्या जात. अशा वेळी ट्रम्प कंपनी आपली चूक दुरुस्त करून संबंधित माणसाला घर भाड्यानं देत असे. १९६८ सालच्या नव्या कायद्यानुसार वर्णानुसार कुणालाही कुठंही राहण्याचा अधिकार नाकारता कामा नये, अशी तरतूद होती. याच वर्षी मार्टिन ल्यूथर किंगची हत्या झाल्यामुळे हा मुद्दा अत्यंत नाजूक आणि स्फोटक बनला. फ्रेड आणि डोनाल्ड ट्रम्प कायद्याला झुगारून वर्णभेद करतात, अशा तक्रारी आल्यावर त्यांचा गुप्त तपास करण्यात आला.

ट्रम्पविरोधातल्या आरोपांमध्ये तथ्य असल्याचं यात आढळून आलं. १९७२ साली तर एक नवंच प्रकरण उद्भवलं.

१८ मार्च १९७२ रोजी ब्रुकलिनमधल्या वेस्टमिन्स्टर रोड इथल्या एका गृहसंकुलामध्ये एक घर रिकामं असल्याचं आलेड हॉईट नावाच्या कृष्णवर्णीय माणसाला समजलं. हे घर त्याला भाड्यानं हवं होतं. त्यानं या प्रकरणी चौकशी केल्यावर या प्रकल्पाचं व्यवस्थापन करणाऱ्या माणसानं तिथं एकही '२ बीएचके' उपलब्ध नसल्याचं त्याला सांगितलं. गंमत म्हणजे याच्या पुढच्याच दिवशी शीला हॉईट या आलेड हॉईटच्या गौरवर्णीय पत्नीला मात्र याच माणसानं असं एक घर भाड्यानं मिळू शकतं असं सांगितलं. कहर म्हणजे न्यू यॉर्कमध्ये घर भाड्यानं देण्याच्या संदर्भात वर्णभेद करून मानवी हक्कांचं उल्लंघन करण्यासंबंधीची प्रकरणं उघडकीला आणणाऱ्या लोकांमध्ये शीला हॉईटचा समावेश होता. दोन दिवसांनी ती आपल्या घराच्या भाड्यासंबंधीच्या करारावर सही करायला आली. येताना ती आपल्या नवऱ्याला आणि एका सरकारी अधिकाऱ्याला सोबत घेऊन आली असल्याचं प्रकल्प व्यवस्थापकाला माहीत नव्हतं. हे दोघं बाहेरच उभे होते. प्रकल्प व्यवस्थापकानं कराराचा मसुदा शीलाच्या पुढ्यात ठेवताच हे दोघं आत आले. हे घर आलेड हॉईटला का मिळू शकलं नव्हतं, असा प्रश्न सरकारी अधिकाऱ्यानं प्रकल्प व्यवस्थापकाला विचारला. यावर त्या प्रकल्प व्यवस्थापकानं सरळ आपले हात वर करत 'माझ्या साहेबानं मला जे करायला सांगितलं ते मी केलं... कृष्णवर्णीयांना घरं भाड्यानं द्यायची नाहीत, असे आदेश मला मिळाले आहेत...' असं त्या सरकारी अधिकाऱ्याला सांगितलं. हे ऐकून सरकारी अधिकाऱ्यानं त्या इमारतीबाहेर मानवी हक्क आयोगाच्या आदेशांनुसार या इमारतीमधली घरं आता भाड्यानं देता येणार नसल्याची सूचना चिकटवली. यानंतर हॉईट कुटुंबाची डोनाल्ड ट्रम्पशी भेट घालून देण्यात आली. हॉईट कुटुंबाला या इमारतीत घर मिळू शकणार नाही, असं डोनाल्ड ट्रम्पनं त्यांना सांगितलं. डोनाल्ड ट्रम्पच्या कारकिर्दीच्या सुरुवातीच्या काळात या घटनेचे मोठे पडसाद उमटले. ट्रम्पच्या इतरही अनेक प्रकल्पांची वर्णभेद चाचणी घेण्यासाठी मानवी हक्क आयोगाचे लोक गुप्तपणे यायला लागले. अनेकदा कृष्णवर्णीयांच्या बाबतीत दुजाभाव केला जात असल्याच्या अनेक घटना उघडकीस आल्या. गौरवर्णीयांना सातत्यानं चांगल्या ठिकाणच्या जागा भाड्यानं मिळू शकत; तर कृष्णवर्णीयांना त्यातल्या त्यात खराब किंवा जिथे आधीपासूनच अल्पसंख्याक राहतात, अशा ठिकाणी जागा असल्याचं सांगितलं जाई. याचे तपशील वॉशिंग्टनमधल्या संबंधित सरकारी विभागाकडे सादर करण्यात आले.

इलिस गोल्डवेबर नावाच्या धडाडीच्या महिला वकिलाकडे ट्रम्पच्या वर्णद्वेषी धोरणांसंबंधीचं प्रकरण आलं. गोल्डवेबर लहानपणी दक्षिण व्हर्जिनिया प्रांतातल्या

आपल्या आजी-आजोबांना भेटायला गेलेली असताना तिथल्या जलावासाच्या आरंभाच्या ठिकाणी 'गौरवर्णीयांसाठी' आणि 'कृष्णवर्णीयांसाठी' अशा दोन पाट्या बघून ती चकितच झाली होती. हा प्रसंग तिच्या मनावर कायमस्वरूपी कोरला गेला. तिच्या आई-वडिलांनाही हे आवडलं नाही. अमेरिकेमध्ये निरनिराळ्या ठिकाणी कृष्णवर्णीयांना वर्णद्वेषी वागणूक देण्यासंबंधी मतांतरं असल्यामुळे त्यांच्यासाठी हा नवा प्रकारच होता. आपल्याकडे तुलनेनं हे कमी प्रमाणात घडतं हे त्यांना जाणवलं. इथून पुढं आपण कधीच असा भेदभाव करणाऱ्यांबरोबर कसलेच संबंध ठेवायचे नाहीत असं त्यांनी ठरवलं. इलिस गोल्डवेबरनं आयुष्यभर कृष्णवर्णीयांच्या हक्कांसाठी लढा देण्याचा निर्धार केला. ट्रम्पच्या वर्णद्वेषी धोरणाचं प्रकरण गोल्डवेबरकडे आल्यावर तिनं न्यू यॉर्कमध्ये जाऊन या प्रकरणी समक्ष पाहणी केली. ट्रम्पच्या गृहसंकुलामध्ये भाड्यानं असलेल्या लोकांपैकी जेमतेम चार टक्के अल्पसंख्याक असल्याचं तिच्या लक्षात आलं. एकूण स्थानिक लोकसंख्येपैकी अल्पसंख्याकाच्या प्रमाणाच्या मानानं हा आकडा खूप कमी असल्याचं तिच्या तपासणीत आढळलं. तिनं लगेचच सरकारच्या वतीनं ट्रम्पच्या कंपनीच्या विरोधात खटला भरण्यासाठीचे आदेश दिले. ट्रम्पच्या वर्णभेदाची चौकशी करण्यात आली. अनेक साक्षीदारांनी आणि ट्रम्पच्या कंपनीसाठी थेट किंवा अप्रत्यक्षरीत्या काम करणाऱ्या अनेक जणांनीही फ्रेड आणि डोनाल्ड ट्रम्प यांच्या आदेशांनुसारच वर्णभेद केला जात असल्याचं सांगितलं. १५ ऑक्टोबर १९७३ या दिवशी सरकारी न्यायदान विभागाच्या अधिकाऱ्यानं डोनाल्ड ट्रम्पला फोन केला. डोनाल्ड ट्रम्प आणि त्याचे वडील यांच्या विरोधात सरकारच्या वतीनं खटला दाखल केला जात असल्याचं त्या अधिकाऱ्यानं सांगितलं. या संदर्भात माध्यमांना माहितीही पुरवण्यात आली. ही बातमी आपण रेडिओवरच प्रथम ऐकल्याचं डोनाल्ड ट्रम्प म्हणाला. कुठल्याही सरकारी अधिकाऱ्यानं आपल्याला फोन करून त्याविषयी सांगितलं नसल्याचं त्याचं म्हणणं होतं. दुसऱ्या दिवशी अनेक वर्तमानपत्रांच्या पहिल्या पानावर डोनाल्ड आणि फ्रेड ट्रम्प यांची छायाचित्रं झळकली. 'न्यू यॉर्क टाईम्स'नं तर 'मोठ्या जमीनदारावर वर्णद्वेषाचे आरोप' असा ठळक मथळाही दिला. यामुळे डोनाल्ड ट्रम्प प्रचंड भडकला. आपण अशा प्रकारे कधीच वर्णद्वेष/वर्णभेद केला नसल्याचं आणि म्हणूनच आपल्या विरोधात छापून आलेल्या बातम्या अत्यंत चुकीच्या असल्याचं त्यानं सांगितलं. डोनाल्ड या वेळी केवळ २७ वर्षांचा होता.

खरं म्हणजे या काळात डोनाल्ड ट्रम्प आपल्या वडिलांवर पुरता वैतागला होता. आपण विनाकारण गरीब आणि मध्यमवर्गीय लोकांना भाड्यानं घेता यावीत, अशी घरं बांधण्याच्या फंदात पडतो असं त्याचं मत होतं. यातले काही जण आपल्या घराच्या खिडकीतून बाहेर कचरा फेकतात हे बघून तो भयंकर संतापत

असे. इतकंच नव्हे तर जर डोनाल्ड ट्रम्पनं घरभाडं न देणाऱ्या लोकांवर जास्त दबाव टाकायचा प्रयत्न केला तर त्याचा खून होऊ शकतो, असं त्याच्या कर्मचाऱ्यांनी बजावलं होतं. याखेरीज आपल्या वडिलांनी बांधलेल्या इमारती डौलदार नसतात आणि यातून आपल्या हाती लागणारा नफाही तुटपुंजा असतो असं त्याचं मत होतं. ६८ वर्षं वयाच्या फ्रेड ट्रम्पला मात्र याचं काहीएक सोयरसुतक नव्हतं. त्याचा दिनक्रमही अगदी ठरलेला होता. कार्यालयातून आठवड्यातले ठरावीक दिवस तो एका इटालियन रेस्तराँमध्ये चालत जेवायला जाई. तिथंही कुठले पदार्थ खायला मागवायचे हे ठरलेलं असे. या काळात अर्थव्यवस्था जरा मंदावली होती. साहजिकच गुन्हेगारी वाढली. गौरवर्णीय लोकांनी घाबरून मोठ्या प्रमाणावर स्थलांतर केलं. अनेक उद्योगधंदे बुडाले. 'कोनी आयलंड' हा फ्रेड ट्रम्पनं नव्यानं वसवलेला भाग आणखीनच उदास दिसायला लागला. आपण या उद्योगातून बाहेर पडून मॅनहॅटनकडे आपली नजर वळवावी, असं डोनाल्ड ट्रम्पला वाटत होतं. १९७३ सालच्या एप्रिल महिन्यात 'वर्ल्ड ट्रेड सेंटर'च्या दोन महाकाय मनोऱ्यांचं काम पूर्णत्वाला गेलं. २००१ साली याच दोन इमारती ९/११च्या हल्ल्यात 'अल कायदा'नं उद्ध्वस्त केल्या. मॅनहॅटनमध्ये वैभव होतं. तिथं उंची मेजवान्या झडत. चैन आणि सुंदर स्त्रिया यांची अजिबात कमतरता नसे. गरिबी, मूलभूत समस्या या जगापासून खूप लांब जाता येई. आपल्या वडिलांनी कष्टानं उभ्या केलेल्या विश्वात डोनाल्ड ट्रम्प फार रमत नसे. त्याला 'ग्लॅमर'चं आकर्षण होतं. कोट्यवधी लोक आपलं आयुष्य हालअपेष्टांमध्ये किंवा फार फार तर जेमतेम महिन्याचा खर्च कसाबसा भागवायचा अशा बेतात घालवत असताना डोनाल्ड ट्रम्पला मात्र त्याची फिकीर करावीशी वाटत नसे.

याच्या काही काळ आधी म्हणजे १९७१ साली डोनाल्ड ट्रम्प मॅनहॅटनमध्ये राहायला गेला होता. तिथं त्यानं एक घर भाड्यानं घेतलं. त्यात उंची सजावट करून घेतली. एक आयरिश स्त्री त्याच्याकडे घरकाम करत असे. दररोज बरंच अंतर पार करून डोनाल्ड आपल्या कॅडिलॅक गाडीनं कामाच्या ठिकाणी जात असे. अशा ठिकाणी राहणं कमी खर्चीक नव्हतं. तसंच घराचं भाडंही जास्त होतं. तरीही ट्रम्पला अनुकूल असलेला एक मुद्दा म्हणजे घरभाडी वाढवण्यावर तेव्हा कायद्याचा अंकुश होता. यामुळे ट्रम्पनं सुरुवातीला जास्त भाडं दिलं असलं तरी नंतर हे भाडं फार वाढू शकणार नसल्याची त्याला कल्पना होती. यामुळे तो खूश होता. नंतर काही वर्षांनी आपल्या स्वतःच्या जागा भाड्यानं द्यायची वेळ आल्यावर मात्र भाड्याची रक्कम फार वाढू द्यायला सरकार परवानगी देत नाही याविषयी तो तक्रार करायला लागला! मॅनहॅटनमध्ये २ वर्षं काढल्यानंतर ट्रम्प याच भागात आपला व्यवसाय विस्तारण्याची स्वप्नं पाहू लागला. नेमकं त्याच वेळी आधी उल्लेख

केल्याप्रमाणे अमेरिकी सरकारनं वर्णभेद केल्याच्या आरोपांवरून ट्रम्प पिता-पुत्रावर खटला भरला. ट्रम्पनं आर्थिक दंड भरावा किंवा त्यांना तुरुंगवास व्हावा अशा प्रकारची कोणतीच अपेक्षा सरकारची नव्हती. सरळ माफी मागून ट्रम्पनं आपण यापुढे वर्णभेद करणार नाही, असं सांगून मोकळं होणं हा सगळ्यात सोपा मार्ग होता. आपल्या वडिलांसह डोनाल्ड ट्रम्पनं वकिलांचा सल्ला घेतला. सुज्ञपणे वकिलांनी हेच सांगितलं. डोनाल्ड ट्रम्पला आपण नक्की काय करावं हे समजत नव्हतं. त्याच संध्याकाळी मॅनहॅटनमधल्या एका डिस्कोमध्ये त्याची भेट रॉय कोहन नावाच्या खटपट्या माणसाशी झाली. महत्त्वाच्या लोकांशी लागेबांधे असलेला आणि कुठलं काम कसं करून घ्यायचं याची जाण असलेला कोहन प्रभावशाली वर्तुळात वावरत असे.

या भेटीचे परिणाम दूरगामी असणार होते!

प्रकरण ५

यश आणि यशाची धुंदी

ज्या क्लबवजा ठिकाणी ट्रम्प आणि कोहन एकमेकांना भेटले त्या ठिकाणी प्रवेश मिळणंही ट्रम्पसाठी मुश्कील होतं. 'खास निमंत्रितांसाठी' असलेली ही जागा धनाढ्य लोकांसाठीच होती. तिथं अति श्रीमंत लोक आणि सुंदर मुली-स्त्रिया यांची गर्दी असे. डोनाल्ड ट्रम्पच्या दृष्टीनं या दोन्ही गोष्टी महत्त्वाच्या होत्या. मॅनहॅटनमधल्या प्रथितयश वर्तुळात आपण वावरलं पाहिजे आणि आपला व्यवसाय वाढवण्याच्या दृष्टीनं योग्य लोकांशी संबंध जोपासले पाहिजेत याची त्याला कल्पना होती. साहजिकच त्यानं अक्षरशः विनवण्या करून या ठिकाणी प्रवेश मिळवण्यात यश मिळवलं. इथंच त्याला उठावदार चेहऱ्याचा, केस विरळ होत चाललेला रॉय कोहन भेटला.

रॉय कोहनचं कुटुंब प्रभावशाली मानलं जाई. कोहनचे वडील डेमोक्रॅटिक पक्षाच्या उच्चवर्तुळात वावरत असत. नंतर ते न्यू यॉर्कमधल्या सर्वोच्च न्यायालयामध्ये न्यायाधीश झाले. महाविद्यालयांमध्ये शिक्षण घेतल्यानंतर आपल्या वडिलांच्या ओळखीमुळे रॉय कोहनला न्यू यॉर्क सरकारी न्याय विभागात वकील म्हणून घुसता आलं. काही सनसनाटी प्रकरणांचा तपास त्यानं केला. सोव्हिएत युनियनला अमेरिकी अणुबॉम्बविषयीची गुप्त माहिती पुरवणारे लोक, अमेरिकेच्या विरोधात हेरगिरी करणारे लोक, साम्यवादाचा छुपा प्रचार करणारे लोक अशा लोकांच्या विरोधातल्या खटल्यांचा यामध्ये समावेश होता. त्या काळात कोहन शक्यतो श्रीमंत किंवा गुन्हेगारी पार्श्वभूमी असलेल्या लोकांची वकिली करे. आपण आयकर चुकवत असल्याचं तो अभिमानानं सांगे. यासाठी त्याची चौकशीही झाली होती.

१५ ऑक्टोबर १९७३ या दिवशी वर्णभेद प्रकरणी ट्रम्पवर खटला भरला जाणार असल्याचं सरकारच्या वतीनं जाहीर करण्यात आलं. त्याच दिवशी 'न्यू यॉर्क टाइम्स'मध्ये कोहनचा एक लेख छापून आला. अमेरिकी उपराष्ट्रपती स्पिरो ॲग्न्यू यानं करचुकवेगिरी केल्याप्रकरणी झालेल्या तपासानंतर ॲग्न्यूनं आपल्या पदाचा राजीनामा दिला होता. यामुळे कोहन विलक्षण व्यथित झाला होता. अमेरिकेमधल्या दुसऱ्या क्रमांकाच्या सगळ्यात शक्तिशाली पदावरच्या माणसानं करचुकवेगिरीच्या आरोपांवरून पद सोडावं हे त्याला पटलं नव्हतं. आपण या प्रकरणातून ॲग्न्यूला सोडवलं असतं, असं कोहननं लिहिलं. त्याच संध्याकाळी आपल्यावरच्या आरोपांवरून संभ्रमावस्थेत असलेला ट्रम्प त्याला भेटला. आपल्याला 'वकील' ही जमात अजिबात आवडत नसल्याचं ट्रम्पनं कोहनला सांगितलं. वकील आपल्या बाजूनं लढण्याऐवजी उलट आपल्यालाच सरळ माफी मागून मोकळं व्हायला सांगतात, अशी ट्रम्पची तक्रार होती. एकदा का आपण माफी मागून प्रकरण मिटवलं की, आपली प्रतिमा डागाळते हे ट्रम्पला पसंत नव्हतं. यावर कोहननं सहमती दर्शवण्यासाठी मान हलवली. आपल्यासारख्या माणसाचं म्हणणं कोहन ऐकून घेत असल्याचं ट्रम्पला जरा नवल वाटलं; अर्थातच तो प्रचंड खूश झाला. आपण वकील सांगतात त्याप्रमाणे सरकारची माफी मागावी का याविषयी त्यानं कोहनला सल्ला मागितला. अपेक्षेप्रमाणेच कोहननं याला साफ नकार दिला. उलट, ट्रम्पनं सरकारचं म्हणणं साफ धुडकारून लावावं आणि न्यायालयामध्ये याविषयी लढावं असा कोहनचा सल्ला होता. ट्रम्पनं वर्णभेद केला हे सिद्ध करायची सरकारची जबाबदारी असून आपण बांधलेलं घर कुणाला भाड्यानं द्यायचं यासंबंधीचा अधिकार ट्रम्पचाच आहे असं कोहनचं म्हणणं होतं.

कोहनच्या या सल्ल्यानं ट्रम्पच्या आयुष्याला कलाटणी मिळाली. आधीपासूनच फार कुणाचं ऐकून घ्यायला त्याला आवडत नसे. आता तर केवळ या प्रकरणीच नव्हे, तर आयुष्यभर आपण कुणाला फार महत्त्व देण्याची गरज नसल्याचं त्यानं स्वतःला बजावलं. तसंच आपल्या विरोधात कुणी आक्रमक झालं, तर त्यामुळे घाबरून न जाता किंवा माघार न घेता उलट आक्रमकपणे त्यावर तुटून पडायचं असा निश्चयही त्यानं स्वतःच्या मनाशी केला. कोहनशी झालेल्या या चर्चेनंतर आपल्या विरोधात सरकारनं दाखल केलेल्या खटल्याच प्रकरण कोहनकडे सोपवण्याचा निर्णय ट्रम्पनं घेतला. ठरल्याप्रमाणे १२ डिसेंबर १९७३ रोजी न्यू यॉर्कच्या हिल्टन हॉटेलबाहेर जमलेल्या पत्रकारांसमोर आणि छायाचित्रकारांसमोर ट्रम्प आला. आपल्या वतीनं कोहननं अमेरिकी सरकारच्या विरोधात खटला दाखल केल्याचं त्यानं जाहीर केलं. आपल्यावर वर्णभेदाचे खोटे आरोप केल्याप्रकरणी आपल्याला १० कोटी डॉलर्सची नुकसानभरपाई हवी असल्याचं ट्रम्पनं सांगितलं.

सरकारी मदतीवर जगणाऱ्या लोकांना आपण भाड्यानं घरं द्यावीत यासाठी सरकार आपल्यावर दबाव टाकत असून, यामुळे आपलं प्रचंड नुकसान होणार असल्याचा दावाही त्यानं केला. यात वर्णभेदाचा प्रश्नच उद्भवत नसल्याचं सांगून आपण किंवा आपल्या कुठल्याही कर्मचाऱ्यानं कधीच वर्णभेद केला नसल्याचं त्यानं सांगितलं.

या घटनेनंतर पाच आठवड्यांनी या प्रकरणाची सुनावणी सुरू झाली. अत्यंत कुटिल असलेल्या कोहन या ट्रम्पच्या वकिलाच्या विरोधात २६ वर्षीय आदर्शवादी वकील इलिस गोल्डवेबर सरकारच्यावतीनं उभी राहिली. या खटल्यामधला प्रमुख मुद्दा ट्रम्पच्या वतीनं कोहननं अमेरिकी सरकारवर भरलेला खटला रास्त आहे की तो बेदखल करायचा हे ठरवण्याचा होता. ट्रम्पनं बांधलेल्या इमारतींमध्ये अनेक कृष्णवर्णीय आणि इतर अल्पसंख्याक लोक राहत असल्याचं कोहननं सांगितलं. गोल्डवेबरनं मात्र यात जाणीवपूर्वकरीत्या भेदभाव केला जात असल्याचं आणि कृष्णवर्णीयांना ठरावीक ठिकाणीच जागा उपलब्ध असल्याचं सांगितलं जात असल्याचं नमूद केलं. न्यायाधीशानं आपल्याला गोल्डवेबरचं मत पटलं असल्याचं सांगून ट्रम्पच्या वतीनं भरण्यात आलेला १० कोटी डॉलर्सचा दावा निकालात काढला. गोल्डवेबरनं या प्रकरणी ट्रम्पची साक्ष आवश्यक असल्याचं सांगितलं. त्यासाठी पुढच्या आठवड्यात पुन्हा सुनावणी ठेवण्याचे आदेश देण्यात आले.

आपल्या सुनावणीपूर्व लिखित जबानीत ट्रम्पनं आपण निर्दोष असल्याचा दावा केला. आपल्याला वर्णभेदाविषयीचा संबंधित कायदा माहीतच नसल्याचा अजब युक्तिवाद त्यानं केला. गोल्डवेबरनं ट्रम्पच्या एका कर्मचाऱ्याची साक्ष नोंदवली होती. त्यानं आपल्याला वर्णभेद करायला सांगितलं जातं, असं स्पष्टपणे म्हटलं होतं. आता मात्र हा साक्षीदार उलटला. दरम्यान, सरकारच्या वतीनं गोल्डवेबरऐवजी डॉना गोल्डस्टाइन नावाची वकील हे प्रकरण हाताळायला लागली. कोहनप्रमाणेच तीही ज्यू धर्मीय होती. याचा गैरफायदा घेत कोहननं न्यायालयात अत्यंत अतर्क्य दावे केले. हिटलरच्या नाझी पक्षानं जसं ज्यू धर्मीयांना पार चिरडून टाकलं होतं तसं गोल्डस्टाइन आणि तिचे साथीदार ट्रम्पला पार उद्ध्वस्त करायचा प्रयत्न करत असल्याचं तो म्हणाला. याचा न्यायाधीशावर कसलाच परिणाम झाला नाही आणि उलट त्यानं कोहनला तारतम्य बाळगून बोलायला सांगितलं. ट्रम्प आणि कोहन यांच्या आक्रस्ताळेपणाचा काहीच परिणाम झाला नाही. उलट, न्यायाधीशाचं ट्रम्पविषयीचं मत प्रतिकूल होत गेलं. अखेर आपल्या शाब्दिक बुडबुड्यांनी काहीच साध्य होणार नाही, हे लक्षात आल्यावर कोहननं तडजोड करून प्रकरण मिटवण्याचा सल्ला ट्रम्पला दिला. जे अगदी सुरुवातीला आणि कोणतीच मानहानी न होता साध्य झालं असतं ते दोन वर्षं वाया घालवून आणि अनेक जणांवर अनेक बेछूट आरोप करून ट्रम्पनं

१९७५ साली साध्य केलं. आपण सरकारशी चर्चा करून यावर तोडगा काढू असं त्यानं न्यायालयाला सांगितलं.

अर्थातच कुणाचं ऐकून घेण्याचा स्वभाव नसल्यामुळे ट्रम्प सहजासहजी हार मानणं शक्य नव्हतं. ट्रम्पच्या वतीनं वर्तमानपत्रांमध्ये जाहिराती देण्याची मागणी सरकारनं केली. यामध्ये आपली घरं रास्त भाडं देऊन कुणीही घेऊ शकतं असा मजकूर ट्रम्पनं टाकावा, अशी सरकारची अपेक्षा होती. ट्रम्पनं मात्र याला आक्षेप घेतला. हे आपल्या दृष्टीनं खूप खर्चिक असल्याचं त्याचं म्हणणं होतं. सरकारी अधिकाऱ्यानं याला दाद न देता आपला मुद्दा ठामपणे मांडल्यावर ट्रम्पनं 'याचा खर्च सरकार देईल का?' असं विचारलं! यावर त्या अधिकाऱ्यानं हा खर्च ट्रम्पनं करणं अपेक्षित असल्याचं शांतपणे सांगितलं. शेवटी १० जून १९७५ या दिवशी ट्रम्पनं आपण घरं भाड्यानं देताना वर्णभेद करणार नाही आणि यासंबंधीच्या कायद्याची नीटपणे ओळख करून घेऊ अशा प्रकारच्या मसुद्यावर सही केली, तसंच सरकारला अपेक्षित असलेल्या जाहिराती स्वखर्चानं छापण्याचंही त्यानं मान्य केलं. अर्थात आपली चूक आणि आपली मानहानी सरळपणे मान्य करेल तो ट्रम्प कसला. यानंतर अनेक दशकांनी जेव्हा या प्रकरणाचा उल्लेख वारंवार व्हायला लागला तेव्हा 'हा खटला आमच्या विरोधात नव्हता ... इतर अनेक जागा मालकांवर हा खटला भरण्यात आला होता ...' अशी पोकळ सारवासारव त्यानं केली. हे साफ खोटं आहे. हा खटला फ्रेड ट्रम्प आणि डोनाल्ड ट्रम्प यांच्या विरोधातच भरण्यात आला होता. इतर स्वतंत्र खटले इतरांवर भरवण्यात आले होते. त्या खटल्यांचं ट्रम्पवर भरण्यात आलेल्या खटल्यांशी फक्त साधर्म्य वगळता काहीच संबंध नव्हता.

हे प्रकरण मार्गी लागल्यावर १५ महिन्यांनी म्हणजे १९७६ सालच्या सप्टेंबर महिन्यात फ्रेड ट्रम्पनं मेरिलँडला भेट दिली. 'अमेरिकेची राजधानी' म्हणून ओळखल्या जाणाऱ्या वॉशिंग्टन डीसीजवळचा हा भाग आहे. या ठिकाणचं एक गृहसंकुल फ्रेड ट्रम्पनं बांधलं होता. तिथंही लोक घरं भाड्यानं घेऊन राहत. या गृहप्रकल्पाची देखभाल फ्रेड ट्रम्प नीटपणे करत नसल्याच्या तक्रारी सरकारच्या वतीनं अनेकदा करण्यात आल्या होत्या. आता फ्रेड ट्रम्प तिथं दाखल झालेला असताना त्याच्या अटकेसाठीचा परवाना घेऊन काही सरकारी अधिकारी तिथं आल्याचं कळताच फ्रेड ट्रम्प अवाकच झाला! घरांच्या खिडक्यांची तावदानं फुटलेली असणं, गटारींमधून पाणी वाहून जाण्यासाठीची व्यवस्था योग्य नसणं, आग लागली तर ती विझवण्यासाठीची यंत्रणा नसणं अशा अनेक त्रुटी या प्रकल्पामध्ये असल्याची कारणं यामागं होती. फ्रेड ट्रम्पला १००० डॉलर्स भरून जामीन घेणं शक्य होतं. खरं म्हणजे तो विलक्षण संतापला होता; पण त्यानं नाइलाजानं घाईघाईनं ही रक्कम

उभी करून स्वतःला वाचवलं. तसंच नंतर ३६४० डॉलर्सचा दंडही त्याला भरावा लागला.

या प्रकरणातून आपली सुटका करून घेतलेला फ्रेड ट्रम्प न्यू यॉर्कला परतला खरा; पण तिथं दुसरं संकट त्याची वाटत बघत होतं. आपण वर्णभेद करणार नाही आणि आपल्या गृहसंकुलामधल्या जागा सगळ्यांना समानतेनं भाड्यानं देऊ असं ट्रम्पनं दिलेलं वचन मोडीत काढल्याचा आरोप त्याच्यावर करण्यात आला म्हणजेच इतकं सगळं होऊनही पुन्हा एकदा फ्रेड आणि डोनाल्ड ट्रम्प वर्णभेद करत असल्याचं सरकारचं म्हणणं होतं. पुढची तीन वर्षं परत एकदा कोहन या प्रकरणी ट्रम्पची बाजू लढवत राहिला. हळूहळू ट्रम्प आणि कोहन यांच्यामधलं नातं फक्त अशील आणि वकील एवढ्यापुरतंच मर्यादित न राहता दोघांमध्ये मैत्री झाली. ट्रम्पला व्यवसायात वाढ करण्याच्या कामातही कोहन मदत करायला लागला. महत्त्वाच्या लोकांशी ट्रम्पच्या ओळखी करून देणं, त्याला व्यवहारांमध्ये येत असलेल्या अडचणी दूर करण्यासाठी योग्य त्या ठिकाणी आपलं वजन वापरणं असे प्रकार कोहन सहजपणे करत असे. दरम्यान, आपल्या विरोधात वर्णभेदासंबंधी सुरू असलेल्या प्रकरणाला बाजूला सारून ट्रम्पनं आपली प्रतिमा बनवण्यावर भर दिला. तांबुस रंगाचे केस, तरुण आणि धडाडीचं व्यक्तिमत्त्व, आकर्षक महिलांसोबत वावरणं, २० कोटी डॉलर्सहून जास्त संपत्तीचा धनी अशा अनेक गोष्टी माध्यमांमधून छापून आणण्यासाठी ट्रम्प धडपडत असे. आपली २० कोटी डॉलर्स संपत्ती कशाच्या जोरावर आहे याचा खुलासा मात्र तो करत नसे. कदाचित फ्रेड ट्रम्पची तेवढी संपत्ती असावी किंवा ज्या जमिनी आणि त्यांच्यावर उभ्या करण्यात आलेल्या इमारती फ्रेड ट्रम्पनं आपल्या नावावर कष्टानं केल्या होत्या त्यांची एकूण किंमत तेवढी असावी. याचं कारण म्हणजे १९७६ सालच्या आयकरासंबंधीच्या कागदपत्रांनुसार डोनाल्ड ट्रम्पचं वार्षिक उत्पन्न २४,५९४ डॉलर्स एवढंच होतं आणि शिवाय त्यानं १०,८३२ डॉलर्स कररूपानं देणं अपेक्षित होतं. अशा गोष्टींची डोनाल्ड ट्रम्प कधीच फिकीर करत नसे. उच्चभ्रू वर्तुळात वावरणारा यशस्वी आणि धाडसी उद्योजक अशी प्रतिमा त्याला जोपासायची होती.

डोनाल्ड ट्रम्प सुरुवातीच्या काळात तसा कमनशिबी ठरला. तो मॅनहॅटनला आला तेव्हा अर्थव्यवस्था अडचणीत सापडली होती. न्यू यॉर्कमध्ये हॉटेलमध्ये उतरणाऱ्यांचं प्रमाण दर १०० खोल्यांमागे फक्त ६२ जण इतक्यावर आलं होतं. नव्या इमारतींच्या बांधणीचं काम जवळपास ठप्प झालं होतं. त्यातच सरकारनं आपला खर्च कमी करण्यासाठी स्वस्तातल्या घरांची योजना काही काळासाठी बंद करून टाकली. ट्रम्पचा अशा इमारती बांधून त्यामधली घरं भाड्यानं देणं हाच मुख्य उद्योग असल्यामुळे त्याच्या दृष्टीनं हे संकटच होतं. अर्थात त्याला

अशा प्रकल्पांमध्ये गुंतून राहण्यात रस नव्हताच. मॅनहॅटनमध्ये महागडी घरं उभी करण्याचं त्याचं स्वप्न होतं. आपलं आयुष्य अत्यंत काटेकोरपणे आणि साधेपणानं घालवलेल्या फ्रेड ट्रम्पला मॅनहॅटनमध्ये असे प्रकल्प हाती घेणं धोकादायक वाटत होतं. हा खर्चीक प्रकार आपल्याला महागात पडू शकतो असं त्याचं मत होतं. तेवढ्यात डोनाल्ड ट्रम्पसमोर एक सुवर्णसंधी चालून आली आणि यामुळे त्याचं आयुष्यच बदलून गेलं.

न्यू यॉर्कमध्ये पूर्वी अत्यंत मानाची समजली जाणारी 'पेन सेंट्रल' नावाची रेल्वे कंपनी अडचणीत सापडली होती. कर्ज खूप वाढल्यामुळे ते फेडून कंपनी बंद करण्यावाचून दुसरा पर्याय शिल्लक नव्हता. आपली मालमत्ता विकून कंपनी कर्जफेड करण्यासाठी धडपडत असतानाच या कंपनीच्या मालकीची चार हॉटेल्स असल्याचं डोनाल्ड ट्रम्पला समजलं. एके काळी याच चार हॉटेल्सचा खूप नावलौकिक होता; पण आता ती अडगळीत गेल्यासारखी होती. यामधल्या तीन हॉटेल्सची खरेदी करण्यात काही जणांनी औत्सुक्य दाखवलं; पण 'कोमोडोर' नावाच्या हॉटेलची आता पार लया गेल्यामुळे या हॉटेलसाठी एकही बोली आली नाही. डोनाल्ड ट्रम्पनं मात्र हे हॉटेल आणि 'पेन सेंट्रल' कंपनीच्या मालकीच्या आणखी दोन वेगळ्या जागा विकत घेण्यामध्ये रस दाखवला. यासाठी आपण १० कोटी डॉलर्सची बोली लावत असल्याचं त्यानं सांगितलं. न्यू यॉर्कचा तेव्हाचा महापौर ॲबी बीम पूर्वीपासूनच फ्रेड ट्रम्पचा मित्र होता. याचा फायदा उठवून ट्रम्प पितापुत्रांनी त्याची भेट घेतली आणि त्यानं या पितापुत्रांच्या गळ्यात गळे घातलेलं छायाचित्र डोनाल्ड ट्रम्पनं छापून आणलं. ट्रम्प पितापुत्राला जे हवं ते आपण नक्कीच मिळवून देणार असं जाहीर आश्वासन बीमनं दिलं! सुरुवातीला कोमोडोर हॉटेल डोनाल्ड ट्रम्पला विकायला 'पेन सेंट्रल' कंपनी फारशी अनुकूल नव्हती. या कंपनीच्या वकिलानं तसं म्हटलंसुद्धा. ऐन वेळी मात्र या वकिलानं आपला शब्द फिरवला आणि हे हॉटेल ट्रम्पलाच विकलं जावं यासाठी त्यानं प्रयत्न केले. काही वर्षांनंतर ट्रम्पला हे हॉटेल विकलं जाण्याच्या मोबदल्यात या वकिलानं ट्रम्पकडून एका न्यायालयीन प्रकरणात मदत घेतली असल्याची चौकशी करण्यात आली. कालांतरानं ती थांबली; पण बहुधा यात तथ्य असावं असं म्हटलं जातं.

अनेक राजकीय हितसंबंध वापरून डोनाल्ड ट्रम्पनं 'पेन सेंट्रल' कंपनीकडून विकत घेतलेल्या जागांपैकी एके ठिकाणी मोठं सभागृह बांधायला घेतलं. यासाठी ट्रम्पनं न्यू यॉर्कच्या गव्हर्नरच्या निवडणुकीच्या प्रचारासाठी निधी गोळा करणाऱ्या समितीची प्रमुख असलेल्या लुईस सनशाईन या स्त्रीला आपल्या प्रकल्पात सहभागी करून घेतलं. शिवाय त्यानं या गव्हर्नरच्या निवडणुकीसाठी स्वतः तेव्हाचे १ लाख ३५ हजार डॉलर्स म्हणजे आताचे सुमारे ३ लाख ९० हजार डॉलर्स खर्च केले.

आता सनशाईनच्या नावावर ट्रम्प जिथं तिथं मिरवे आणि बाता मारे. हा प्रकार त्याच्या कधीकधी अंगलटही येई. उदाहरणार्थ 'वर्ल्ड ट्रेड सेंटर'च्या भव्य इमारती विकत घेण्यासाठी ट्रम्पनं प्रयत्न सुरू केले. यासाठीचे अधिकार ज्या माणसाकडे होते त्याची ट्रम्पनं भेट घेतली. ट्रम्पसारखे अनेक जण त्याला भेटत. त्या माणसानं ट्रम्पला खरोखर यात रस आहे का आणि हा व्यवहार पूर्णत्वाला नेण्याइतकी त्याची आर्थिक कुवत आहे का हे जोखण्याचा प्रयत्न केला. तसंच ट्रम्पला त्यानं फार महत्त्व दिलं नाही. यामुळे ट्रम्पचा ईगो नेहमीप्रमाणेच दुखावला. त्यानं लगेचच त्या माणसाला 'जर मी हे गव्हर्नरला सांगितलं तर तुझी नोकरी जाईल' असं सांगितलं. त्यापाठोपाठ त्यानं सनशाईनचं नाव घेतलं. हे ऐकताच तो माणूस प्रचंड संतापला. तो स्वतः मोठा अधिकारी होता. ट्रम्प मनाला येईल ते बोलतो आणि कुणाचीही नावं घेतो हे त्याला सहन झालं नाही. ट्रम्पचा अंदाज वेगळाच होता. आपण ही मोठी नावं घेतली की, तो अधिकारी चळाचळा कापेल आणि आपण म्हणू तशा व्यवहाराला मान्यता देईल असं त्याला वाटत होतं. प्रत्यक्षात त्या अधिकाऱ्यानं 'मला तुझ्याशी बोलायचं नाही' असं म्हणून ट्रम्पचीच फजिती केली. नेहमीप्रमाणेच असं काहीच घडलं नसल्याचं नंतर ट्रम्प म्हणाला.

ज्या ठिकाणी ट्रम्पला मोठं सभागृह बांधायचं होतं त्या ठिकाणी ते बांधण्याची परवानगी मात्र ट्रम्पला १९७८ साली मिळाली. ही मूळ जागा आपण 'पेन सेंट्रल' कंपनीकडून विकत घेतली असल्यामुळे आपल्याला या कामातून ४० लाख डॉलर्सची दलाली मिळाली पाहिजे, अशी मागणी ट्रम्पनं न्यू यॉर्कच्या अधिकाऱ्यांकडे केली. तसंच जर या इमारतीला आपल्या वडिलांचं नाव दिलं तर आपण ही दलाली माफ करून टाकू असा उदार आविर्भावही त्यानं निर्माण केला. याविषयी संबंधित अधिकाऱ्यांनी विचार सुरू केला आणि त्याचाच एक भाग म्हणून ट्रम्प आणि 'पेन सेंट्रल' कंपनी यांच्यामधला मूळ करार परत एकदा तपासला. त्यातून ट्रम्पला ४० लाख डॉलर्स नव्हे तर फार फार तर ४ लाख डॉलर्स इतका मोबदला मिळणं शक्य असल्याचं स्पष्ट झालं. अखेर वाटाघाटी होऊन न्यू यॉर्क राज्याच्या वतीनं ट्रम्पला ८ लाख ३३ हजार डॉलर्स देण्यात आले. किमान ही घटना तरी घडली होती हे ट्रम्पनं नंतर मान्य केलं हे विशेष!

कोमोडोर हॉटेलची दुरुस्ती आणि त्याचं नूतनीकरण या गोष्टी खूप कठीण होत्या. या हॉटेलमध्ये गाड्या लावण्यासाठी जागा नव्हती. हॉटेलचं तळघर अरुंद होतं. हॉटेलच्या खोल्यांचं रूपांतर छोट्या घरांमध्ये करावं म्हटलं तर त्याही खूप कोंदट होत्या. खोल्या उबदार ठेवण्यासाठीची यंत्रणा जुनाट होती. वीजजोडण्याही खूपच पुरातन काळासारख्या होत्या. या हॉटेलमध्ये खूपच कमी लोक राहायला येत. तसंच हॉटेलच्या समोरच्या भागात छुपा वेश्याव्यवसाय चाले. एका तज्ज्ञाच्या

मते या हॉटेलची जमीन आणि इमारत यांची एकूण किंमत जमिनीच्या मूल्याइतकी होती म्हणजेच हॉटेलची इमारत पूर्णपणे पाडून टाकली असती तरी ट्रम्पचं काहीच नुकसान झालं नसतं! फ्रेड ट्रम्पला आपल्या मुलाच्या या हॉटेलसंबंधीच्या निर्णयाविषयी फार खात्री वाटत नव्हती. डोनाल्ड ट्रम्पनं या फंदात पडायला नको असल्याचं त्याचं मत होतं. जगातल्या सगळ्यात महाग जागांपैकी एक असलेल्या मॅनहॅटनमध्ये बांधकाम करतानाही असंख्य प्रकारच्या अडचणींचा सामना करावा लागे. विनाकारण ही डोकेदुखी कशाला पदरात घ्यायची असा त्याचा सवाल होता. डोनाल्ड ट्रम्पला मात्र आपला निर्णय योग्यच आहे, असं वाटत होतं. मॅनहॅटन हा अत्यंत लोकप्रिय भाग तर आहेच; पण भविष्यात त्याचं महत्त्व आणखी वाढेल असं त्याचं मत होतं. जगातली राहण्यासाठीची सर्वोत्तम जागा म्हणजे मॅनहॅटनच आहे याविषयी त्याच्या मनात अजिबात शंका नव्हती. पितापुत्रांमध्ये असे मतभेद असूनही फ्रेड ट्रम्पनं ते बाजूला ठेवले आणि डोनाल्ड ट्रम्पला मदत करायचं ठरवलं. आपल्या मुलाचा निर्णय चुकीचा ठरला तरी आपण त्याच्या पाठीशी उभं राहायचं असं त्याचं तत्त्व होतं. इतकंच नव्हे तर डोनाल्ड ट्रम्पनं कामकाज वाढवण्यासाठी घेतलेल्या कर्जांना तो जामीनदार राहिला म्हणजेच जर डोनाल्ड ट्रम्प ही कर्जं फेडू शकला नाही तर आपण ती फेडण्याची वैयक्तिक पातळीवर हमी देणार असल्याचं आश्वासन त्यानं वित्तसंस्थांना दिलं. दरम्यान, कोमोडोर हॉटेल नव्यानं उभं करून त्याचं व्यवस्थापन करण्यासाठी त्यानं 'हयात' हॉटेलच्या मालकाशी बोलणं केलं. हयात हॉटेलची साखळी इतरत्र खूप लोकप्रिय झालेली असली तरी न्यू यॉर्कमध्ये हयातचं एकही हॉटेल नव्हतं. या संधीचा लाभ उठवून ट्रम्पनं हयातच्या मालकाची जवळपास मनधरणीच केली.

'पेन सेंट्रल' कंपनीनं ट्रम्पला कोमोडोर हॉटेल विकण्यासंबंधीचा निर्णय अजून राखून ठेवला होता. या हॉटेलच्या जागेचं ट्रम्प नक्की काय करणार हे नक्की होईपर्यंत आपण काहीच ठरवायचं नाही असं कंपनीनं ठरवलं होतं. आता हयातबरोबरच्या चर्चेचा फायदा उठवून ट्रम्पनं कोमोडोरच्या जागी हयात नवं हॉटेल उभं करणार असल्याची थाप मारली. खरं म्हणजे हयातबरोबरचं ट्रम्पचं संभाषण एकदम प्राथमिक अवस्थेतलं होतं. ट्रम्पच्या बोलण्यावर विश्वास ठेवून 'पेन सेंट्रल' कंपनीच्या व्यवस्थापनानं १ कोटी डॉलर्स किमतीची जागा त्याला विकायचं ठरवलं. यासाठी सुरुवातीला अडीच लाख डॉलर्स भरणं आवश्यक होतं; पण एवढी रक्कमसुद्धा डोनाल्ड ट्रम्पपाशी नव्हती, तरीही १९७५ सालच्या मे महिन्यात ट्रम्पनं एक पत्रकार परिषद भरवली. हयात हॉटेलचा सहसंस्थापक जे प्रिट्झकरही ट्रम्पच्या बरोबर हजर होता. कोमोडोरच्या जागी हयातचं व्यवस्थापन शांतपणे नवं दिमाखदार हॉटेल कशा पद्धतीनं उभं करणार आहे याविषयीची

विस्तृत माहिती ट्रम्पनं सादर केली. नव्या हॉटेलमध्ये १४०० खोल्या, भरपूर दुकानं, दिमाखदार सजावट हे सगळं असेल असं ट्रम्प म्हणाला. आपण कोमोडोर हॉटेल खरेदी करण्यासंबंधीचा करार 'पेन सेंट्रल' कंपनीशी केला असल्याचं त्यानं सांगितलं. प्रत्यक्षात या करारावर फक्त ट्रम्पचीच सही होती. 'पेन सेंट्रल'च्या वतीनं या करारावर कुणी सहीच केलेली नव्हती. एका सरकारी अधिकाऱ्यानं 'पेन सेंट्रल'नं हा व्यवहार करायचं नक्की कशावरून केलं आहे, अशी विचारणा केल्यावर ट्रम्पनं एक वेगळंच कागदपत्र दाखवल्यासारखं केलं. याच्या आधारे ट्रम्पनं या व्यवहारासाठी आवश्यक असलेला सरकारी परवाना मिळवला. तो वापरून त्यानं हयातबरोबरचा करार पक्का करून टाकला.

हा व्यवहार करण्यासाठी ट्रम्पकडे आवश्यक रक्कम नव्हती. त्यानं बँकांकडे कर्जं मागितली; पण ती कशी फेडणार यासंबंधीचा कसलाच आराखडा ट्रम्पकडे नसल्यामुळे बँका सहजपणे कर्ज द्यायला तयार नव्हत्या. वैतागून ट्रम्पनं या प्रकारातून आपलं अंग काढून घ्यायचं ठरवलं आणि तेवढ्यात एक चमत्कार घडला! १९६८ साली स्थापन करण्यात आलेल्या एका सरकारी विभागाला विशेष अधिकार देण्यात आले होते. त्यानुसार जमिनी आणि इतर मालमत्ता यांना सरसकट कर्जमाफी देणं शक्य होतं. यानुसार या विभागाला कोमोडोर हॉटेल फक्त १ डॉलर अशा नावापुरत्या रकमेच्या मोबदल्यात खरेदी करायची परवानगी होती. त्यानंतर हे हॉटेल ९९ वर्षांच्या मुदतीसाठी ट्रम्प आणि हयात यांना भाड्यानं देण्याचे अधिकारही या विभागाकडे होते. या अकस्मात घडामोडींमुळे पुढच्या ४० वर्षांच्या काळात ट्रम्पचे जवळपास ४० कोटी डॉलर्स वाचले! सनशाईननं ट्रम्पची भेट या विभागाच्या अधिकाऱ्याशी घडवून आणल्याचा पुरेपूर फायदा ट्रम्पनं उठवला. खरं म्हणजे या सरकारी विभागाच्या अधिकाऱ्यांचं मत सुरुवातीला ट्रम्पला या व्यवहारामध्ये सवलत देण्याच्या विरोधात होतं. हयात हॉटेल जर कोमोडोरच्या जागी उभं केलं तर ते आपोआपच नफा कमवेल आणि म्हणूनच यासाठी खास करसवलत देण्याची गरज नसल्याचं त्याचं मत होतं. इतर हॉटेलमालकांचाही ट्रम्पला खास सवलत देण्याला साफ विरोध होता. आपण सगळे मिळून वर्षाकाठी ५ कोटी डॉलर्स एवढा मालमत्ता कर भरतो असंही या हॉटेलमालकांच्या संघटनेनं सरकारला सांगितलं. आजवर एकही हॉटेल न बांधलेल्या एका अननुभवी तरुणावर सरकार कशासाठी मेहरबानी करत आहे, असा हॉटेलमालकांचा रास्त सवाल होता. ही चर्चा जोर धरायला लागल्यावर जर आपल्याला ही करसवलत मिळाली नाही, तर आपण या प्रकल्पाला हातच घालणार नाही आणि कोमोडोर हॉटेलची दुरवस्था अजूनच वाढत जाईल असं ट्रम्प म्हणाला. आपल्याविना कोमोडर हॉटेल किती खराब असेल याविषयी नाट्य भरण्यासाठी ट्रम्पनं कोमोडोर हॉटेल झाकणारी स्वच्छ

आच्छादनं काढून त्याठिकाणी मळक्या-तुटक्या वस्तू आणि लाकडं ठेवायला आपल्या कर्मचाऱ्यांना सांगितलं होतं.

दरम्यान, इतर काही गुंतवणूकदारांनी कोमोडोर हॉटेल विकत घेण्यात रस दाखवला. आपल्याला यासाठी फार करसवलती अपेक्षित नसल्याचं आणि या व्यवहारातून आपल्याला होणाऱ्या नफ्याचा हिस्सा आपण सरकारबरोबर विभागून घ्यायला तयार असल्याचं ते म्हणत होते, तरीही कौल ट्रम्पच्या बाजूनं गेला. याचं कारण म्हणजे फक्त ट्रम्पची सही असलेला आणि 'पेन सेंट्रल'च्या वतीनं कुणीच सही न केलेला फसवा करार हे होतं. जोपर्यंत ट्रम्प कोमोडोरच्या जागी उभ्या केलेल्या नव्या हॉटेलचा उच्च दर्जा राखेल तोपर्यंत त्याला मालमत्ता करातून पूर्ण सूट मिळेल, असं सरकारच्या वतीनं जाहीर करण्यात आलं. ट्रम्पनं आपला 'विजय' साजरा करत 'न्यू यॉर्क टाइम्स'ला दिलेल्या मुलाखतीत आपला मार्ग आपल्या वडिलांहून वेगळा असल्याचंही बोलून दाखवलं. आपली मालमत्ता २० कोटी डॉलर्सची असल्याची बढाई त्यानं परत एकदा मारली. याच्या आदल्याच वर्षी 'पेन सेंट्रल'नं ट्रम्पची मालमत्ता याच्या जवळपास एक दशांश म्हणजे अडीच कोटी डॉलर्स असल्याचा अंदाज व्यक्त केला होता. कहर म्हणजे यामधली जवळपास सगळी मालमत्ता फ्रेड ट्रम्पचीच होती! ट्रम्पनं 'न्यू यॉर्क टाइम्स'ला मारलेल्या बढायांनंतर एक महिना झाल्यावर म्हणजे १९७६ सालच्या डिसेंबर महिन्यात फ्रेड ट्रम्पनं आपली मुलं आणि नातवंडं यांच्या मध्ये आपली मालमत्ता प्रत्येकासाठी १० लाख डॉलर्स अशी वाटून टाकली. पुढच्या ५ वर्षांमध्ये डोनाल्ड ट्रम्पनं याच माध्यमातून तब्बल ४ लाख ४० हजार डॉलर्सची घसघशीत कमाई केली. दरम्यान, कोमोडोरचा लढा जिंकूनही डोनाल्ड ट्रम्पच्या मनातला आपल्या विरोधकांविषयीचा राग गेला नव्हता. त्यानं आपल्या विरोधात पावलं उचलणाऱ्या सरकारी अधिकाऱ्यांना पदच्युत करण्यासाठी त्यांच्या वरिष्ठांवर कोहनकरवी दबाव टाकून बघितला; पण याचा काही उपयोग झाला नाही.

१९७७ साली आपल्या महत्त्वाकांक्षी प्रकल्पासाठी कर्ज गोळा करण्याच्या प्रयत्नात ट्रम्प असला तरी न्यू यॉर्कची परिस्थिती अजूनच खालावली होती. अर्थकारण अडचणीत होतं आणि गुन्हेगारी वाढली होती. 'सन ऑफ सॅम' अशा नावानं ओळखल्या जाणाऱ्या खुन्यानं खुनांची मालिकाच घडवून आणली होती. साहजिकच सगळीकडे घबराट पसरली होती. त्यातच जुलै महिन्यात उष्णता कमालीची वाढली. याचा परिणाम न्यू यॉर्कमध्ये वीज गायब होण्यात झाला आणि काही ठिकाणी वणवेही पेटले. अंधाराचा फायदा उठवून चोरांनी दुकानं लुटली. ट्रम्पसमोरचा पेच मात्र वेगळाच होता. पूर्वीपासून फ्रेड आणि डोनाल्ड ट्रम्प यांची तळी उचलून धरणाऱ्या मि. बीम या न्यू यॉर्कच्या महापौराचा फेरनिवडणुकीत पराभव

झाला. त्याच्या जागी महापौर झालेल्या कॉखला उच्च पातळीवरच्या भ्रष्टाचाराचा तिटकारा होता. ट्रम्पला कोमोडोर हॉटेलच्या संदर्भात मिळालेली करसवलत आता अडचणीत येण्याची दाट शक्यता होती. तेवढ्यात आता बीमबरोबरच पदमुक्त होत असलेला उपमहापौर स्टॅन्ली फ्रीडमन अनपेक्षितपणे ट्रम्पचा तारणहार ठरला. आपली उपमहापौरपदाची मुदत संपण्याच्या आधी ट्रम्पला कोमोडोरच्या व्यवहारात मिळालेली सूट कायम राहावी यासाठी फ्रीडमननं आटोकाट प्रयत्न केले. ते यशस्वी ठरल्यामुळे ट्रम्पला सरकारच्या वतीनं मिळणाऱ्या सवलती दीर्घकाळ कायम राहतील हे स्पष्ट झालं. उपमहापौरपदावरून दूर झाल्यावर फ्रीडमननं कोहनच्या वकिलीसाठीच्या कार्यालयामध्ये पद स्वीकारलं यात आश्चर्य वाटण्यासारखं काहीच नव्हतं!

डोनाल्ड ट्रम्पचा उद्देश मॅनहॅटनमध्ये फक्त आपला उद्योग विस्तारण्याचाच नव्हता. त्याला स्वतःला तिथं भव्यदिव्य आयुष्य जगायचं होतं. त्यानं आता कोमोडोर हॉटेलपासून साधारण १.५ किलोमीटर अंतरावर दूर असलेल्या ठिकाणी एक मोठं घर भाड्यानं घेतलं. ते त्यानं महागड्या वस्तूंनी सजवलंसुद्धा. त्याच्या मनात मॅनहॅटनमध्ये अभूतपूर्व यश मिळवून दाखवण्याची इच्छा होती. आपल्या नव्या घरात ट्रम्पनं आपल्या नव्या गर्लफ्रेंडचाही फोटो झळकवला. इवाना झेल्निकोवा विंकलमेयर असं तिचं नाव होतं. १९७६ साली कॅनडाच्या मॉंट्रिअॅल शहरात भरवलेल्या उन्हाळी ऑलिम्पिक स्पर्धांदरम्यान आपण इवानाला प्रथम भेटल्याचं नंतर ट्रम्पनं सांगितलं. इवानानं १९७२ सालच्या जपानमधल्या सपोरो इथल्या ऑलिम्पिक स्पर्धांमध्ये झेकोस्लोवाकियातर्फे स्कीइंगच्या संघाचं प्रतिनिधित्व केल्याचं सांगितलं जातं. नंतर ट्रम्पनं एकदा इवाना या स्पर्धांमध्ये मुख्य संघात नसून राखीव खेळाडू असल्याचं सांगितलं. झेक ऑलिम्पिक स्पर्धांसाठीच्या संघटकानं मात्र 'स्पाय' नियतकालिकाला दिलेल्या एका मुलाखतीत या नावाची कुठलीच खेळाडू आपल्या संघाच्या वतीनं खेळली नसल्याचं स्पष्ट केलं म्हणूनच इवाना आणि डोनाल्ड ट्रम्प यांची भेट नक्की कशी झाली याविषयी दुसरीही एक कथा सांगितली जाते. इवाना आगामी ऑलिम्पिक स्पर्धांच्या प्रसिद्धीसाठी अमेरिकेला आली होती. न्यू यॉर्कमधल्या एका 'सिंगल्स बार'च्या बाहेरच्या रांगेत ती उभी होती. तिथं हजर असलेल्या डोनाल्ड ट्रम्पनं इवानाच्या खांद्यावर आपल्या हातानं हलकेच हात लावला. इवानानं त्याच्याकडे बघताच आपण या बारच्या मालकाला ओळखतो आणि या ओळखीचा वापर करून आपण इवानाला आत प्रवेश मिळवून देऊ शकतो, असं ट्रम्प म्हणाला. इवानानं याला अनुकूलता दाखवल्यावर ट्रम्प आणि ती बारच्या आत गेले. तिथलं बिल ट्रम्पनंच दिलं आणि दुसऱ्या दिवशी इवानाला खूश करण्यासाठी तब्बल ३६ गुलाबांची फुलं पाठवली.

झेकोस्लोवाकियामध्ये साम्यवाद फोफावलेला असताना इवाना आपल्या कुटुंबातलं एकमेव मूल म्हणून वाढली. नंतर ती कॅनडाला स्थलांतरित झाली आणि आता ती अमेरिकेत दाखल झाली होती. ती मॉडेलिंग करायची. डोनाल्ड ट्रम्प आणि इवाना एकमेकांकडे आकृष्ट झाले. नेहमीप्रमाणेच ट्रम्पनं इवानाच्या बाबतीतसुद्धा अतिशयोक्ती करायला सुरुवात केली. इवाना 'कॅनडामधली सगळ्यात लोकप्रिय आणि यशस्वी मॉडेल' असल्याचं त्यानं सांगितलं. प्रत्यक्षात मॉंट्रिअॅलमधल्या काही स्टोअर्ससाठी ती मॉडेलिंग करत असे. याखेरीज थंडीपासून बचाव करण्यासाठीच्या जाडजूड कोटांची मॉडेल म्हणूनही ती काम करे. इतकंच नव्हे तर ऑस्ट्रियातर्फे स्कीइंगच्या स्पर्धांमध्ये सहभागी झालेल्या आलेड विंकलमेयरशी तिचं अल्पकाळ टिकणारं लग्नही झालं होतं. कहर म्हणजे १९९५ साली इवानानं लिहिलेल्या आत्मचरित्रात या लग्नाचा उल्लेखसुद्धा नाही! खरं म्हणजे विंकलमेयरनंच इवानाला पाश्चिमात्य जगामध्ये स्थलांतरित व्हायला मदत केली होती. त्यानंतर लगेचच त्यांचं लग्न मोडलं.

आता ३० वर्षं वय असलेला डोनाल्ड ट्रम्प विवाहबद्ध होण्याच्या मनःस्थितीत होता. त्याच्यासमोर आपल्या आई-वडिलांचा आदर्श नजरेसमोर ठेवण्याचा त्याचा विचार होता. आपल्या आईनं नेहमीच आपल्या वडिलांना समर्थपणे साथ दिल्यामुळे आपले वडील उद्योगक्षेत्रात इतकं यश मिळवू शकले, असं डोनाल्ड ट्रम्पला वाटे. आपल्या आईप्रमाणेच बाहेरून अमेरिकेमध्ये स्थलांतरित झालेली इवाना आपल्याला स्थैर्य मिळवून देईल, अशी त्याची खात्री होती. एका स्त्रीमध्ये बुद्धी आणि सौंदर्य या दोन्ही गोष्टींचा संगम असूच शकत नाही, असं इतर बहुतेक पुरुषांप्रमाणेच आपल्याला वाटत असलं तरी इवानाकडे बघून आपली चूक आपल्या लक्षात आली असल्याचं ट्रम्प म्हणाला. १९७६ सालच्या नववर्षदिनी ट्रम्पनं इवानाला लग्नाविषयी विचारलं. इवानानं ट्रम्पचा प्रस्ताव स्वीकारला खरा; पण आपलं लग्न होण्याआधी आपल्याशी एक करार करावा लागेल, असं ट्रम्पनं इवानाला सांगितलं. ट्रम्पनं इवानाशी लग्न करण्यापूर्वी सगळ्या आर्थिक बाबी एका करारात नोंदवल्या पाहिजेत, असा सल्ला रॉय कोहननं दिला होता. त्यानुसार ट्रम्पनं इवानाशी करार केला. या करारामधल्या काही गोष्टी अत्यंत अजब होत्या. उदाहरणार्थ समजा भविष्यात हे लग्न तुटलं आणि ट्रम्प-इवाना यांचा घटस्फोट झाला, तर तोपर्यंत ट्रम्पनं इवानाला भेट म्हणून दिलेल्या सगळ्या वस्तू इवानानं ट्रम्पला परत करणं अपेक्षित होतं! यामुळे इवाना संतापली. तिला शांत करण्यासाठी या कराराच्या मसुद्याची भाषा बदलून हे कलम काढून टाकण्यात आलं. हे अडथळे दूर झाल्यावर ट्रम्प आणि इवाना यांचं लग्न पार पडलं. इवानाच्या कुटुंबाच्या वतीनं फक्त तिचे वडीलच विवाहसोहळ्याला हजर राहिले.

ट्रम्प आणि इवाना यांना ३१ डिसेंबर १९७७ रोजी डोनाल्ड जॉन ट्रम्प ज्युनिअर हा पहिला मुलगा झाला. यानंतर या दांपत्याच्या घरी आणखी दोन अपत्यं जन्मली. यापैकी इवान्काचा जन्म १९८१ साली तर एरिकचा जन्म १९८४ साली झाला. आता ट्रम्प कुटुंब आठ खोल्यांच्या आलिशान घरात राहायला आलं. नेहमीप्रमाणे इथंही भपका होताच. ट्रम्प नेहमी कामात मग्न असे. आपली मुलं लहान असताना त्यांच्याशी नक्की कसं वागावं, हे त्याला कळत नसे. तो त्यांना आपल्या हातात घेई, त्यांचे पापे घेई आणि त्यानंतर गोंधळून जाई. साहजिकच तो त्यांना खाली ठेवे किंवा इवानाकडे देत असे. त्याच्याकडे आपल्या मुलांसाठी फार वेळ नसल्यामुळे मुलंच त्याच्या कार्यालयात जाऊन आपलं आपण खेळत बसत. मुलांना कुठं नेणं किंवा त्यांच्याबरोबर मौजमजा करणं अशा गोष्टी ट्रम्प करत नसे.

ट्रम्पनं इवानाला आपल्या कामातही सहभागी करून घेतलं. तिला 'कार्यकारी उपाध्यक्ष' असं पद देत त्यानं कोमोडोरच्या नूतनीकरणाच्या कामावर देखरेख ठेवण्याची जबाबदारी तिच्यावर सोपवली. खरं म्हणजे उद्योग क्षेत्रात असं फारसं घडत नसे. बहुतेक सगळे धनाढ्य लोक किंवा उद्योगपती आपल्या पत्नीवर घर सांभाळण्याची जबाबदारी सोपवत असत. आपल्या कामापासून मात्र ते तिला दूर ठेवत. इवाना मात्र ट्रम्पसारखीच असल्याचं बहुतेक जण म्हणत. ट्रम्पला काहीही करून यश कमावण्याची जशी धुंदी होती तसंच इवानाच्या बाबतीतही दिसून येत असल्याचं अनेकांचं मत होतं. कोमोडोरच्या नूतनीकरणाच्या वेळी तिथं काम करत असलेल्या लोकांशी इवानाचे अनेकदा वाद होत. यामुळे कामात उशीर होई. याला इवाना जबाबदार असली तरी ट्रम्प कधीच तिच्यावर ही जबाबदारी ढकलत नसे. उलट तिथं असलेले कर्मचारी किंवा या कामाच्या नियोजनाची जबाबदारी असलेला व्यवस्थापक यांना तो धारेवर धरे. एकूणच कोमोडोरच्या नूतनीकरणाचं काम खूप अवघड होतं. १९७८ सालच्या मे महिन्यात कोमोडोरची अस्तित्वात असलेली इमारत उद्ध्वस्त करण्यासाठी संबंधित लोक आल्यावर त्यांना हे कामसुद्धा खूप कठीण असल्याचं जाणवलं. इमारतीचा पाया खचल्यासारखा गंजून गेला होता. इमारतीच्या तळघरात घुशी आणि उंदीर यांचा नुसता सुळसुळाट होता. त्यांना मारण्यासाठी कामगारांनी तिथं मांजरी सोडल्या. कहर म्हणजे या मांजरी मेल्या आणि घुशी तसेच उंदीर मात्र बऱ्यापैकी तरले! लवकरच या २६ मजली इमारतीच्या नूतनीकरणाच्या कामाचा खर्च हाताबाहेर गेला. कंत्राटदार, पुरवठादार यांची बिलं थकल्यामुळे ते वैतागून गेले. स्वतः ट्रम्प या कामात खूप ढवळाढवळ करत असे. त्याचे अनेक निर्णय अनाकलनीय असत. आपल्याला सगळ्यातलं सगळं कळतं आणि आपल्याहून जास्त हुशार कुणीच नाही या त्याच्या नेहमीच्या गैरसमजांच्या मिश्रणामुळे खरे तज्ज्ञ लोक वैतागत. ट्रम्प म्हणतो त्यासमोर निमूटपणे मान

डोलावण्याशिवाय त्यांच्यापाशी दुसरा पर्याय नसे. नको तिथं आपल्या वडिलांची कॉपी करण्याचा प्रयत्नही तो करे. कोमोडोरची इमारत उद्ध्वस्त करत असताना तिथले पाइप आणि पोलादी सामान राखून ठेवा, असं त्यानं कामगारांना सांगितलं. याचा आपल्याला पुनर्वापर करता येईल, असं त्याचं म्हणणं होतं. प्रत्यक्षात मात्र हे बऱ्यापैकी कुजलेलं आणि खराब झालं होतं. तसंच कुठला माल चांगला आहे आणि कुठला खराब झालेला आहे याच्या नोंदी ठेवण्याच्या नादात मुख्य कामात आणखी दिरंगाई होत गेली.

अखेर कोमोडोरच्या जागी नव्यानं उभं केलेलं हयात हॉटेल २५ सप्टेंबर १९८० रोजी वापरासाठी खुलं करण्यात आलं. १४०० खोल्या असलेल्या या हॉटेलचा मूळ उद्देश फार खर्चीक ठिकाणी राहण्याची इच्छा नसलेल्या प्रवाशांसाठी राहण्याची सोय करण्याचा होता. त्या काळी या हॉटेलमध्ये राहण्यासाठी एका रात्रीचा खर्च ११५ डॉलर्स म्हणजे आजच्या हिशेबानं सुमारे ३३० डॉलर्स इतका होता. या हॉटेलमुळे मॅनहॅटनमध्ये नवा जोश आल्याचं नंतर ट्रम्प म्हणाला. आपल्या आयुष्याची दिशाही या हॉटेलच्या पुनर्बांधणीमुळे ठरली असं तो मानतो. खरं म्हणजे या कामात ट्रम्पला सरकारकडून प्रमाणाबाहेर मदत आणि सवलती मिळाल्या, तरीसुद्धा हे ऋण न मानता उलट सरकारलाच आपल्याकडून कमीत कमी प्रमाणात कर जावा यासाठी ट्रम्पनं प्रयत्न केले. १९८७ साली त्यानं आपल्या आर्थिक विभाग सांभाळणाऱ्या लोकांना आपली हिशेब ठेवण्याची आणि सादर करण्याची पद्धत यासाठी बदलायला सांगितली. यामुळे ट्रम्पनं सरकारला देणं असलेले कोट्यवधी डॉलर्स चुकवले असल्याचं सरकारी तपासात निष्पन्न झालं. याविषयी काही वर्षांनंतर ट्रम्पला विचारण्यात आलं तेव्हा त्याचं उत्तर अपेक्षेप्रमाणेच 'मला असं काही स्मरत नाही' असं होतं. इतकंच नव्हे तर ज्या हयात हॉटेलच्या संस्थापकांची मनधरणी करून ट्रम्पनं कोमोडोर हॉटेलच्या ठिकाणी हयात हॉटेल उभं केलं होतं त्या हयातच्या संस्थापकांशी त्यानं नंतर भांडणं काढली. अनेक प्रकारांनी त्यांना अडचणीत आणायचा त्याचा प्रयत्न बघून शेवटी १९९५ साली हयातच्या वतीनं हॉटेलच्या नूतनीकरणासाठी अडीच कोटी डॉलर्स देण्याचं मान्य करण्यात आलं. पुढच्या वर्षी ट्रम्पनं आपल्या आवाक्याबाहेर मारलेल्या उड्यांमुळे त्याच्यावर मोठं कर्ज साठलं. अखेर त्यानं हयातमधला आपला अर्धा हिस्सा परत हयातच्या मूळ मालकांना विकून टाकला. यातून ट्रम्पच्या हाती लागलेल्या १४ कोटी २० लाख डॉलर्सचा प्रमुख हिस्सा त्यानं आपल्या डोक्यावरची कर्जं फेडण्यासाठी करून शिल्लक उरलेली अडीच कोटी डॉलर्सची रक्कम स्वतःपाशी ठेवली.

एकदा ट्रम्प आणि सनशाईन आपल्या लिमोझिनच्या मागच्या सीटवर बसून न्यू यॉर्कच्या निरनिराळ्या भागांमध्ये फेरफटका मारत होते. ट्रम्पला सतत कुठली

इमारत विकत घेण्यासाठी उपलब्ध आहे याचा शोध घ्यायचा असे. अशा इमारती पाडून त्या ठिकाणी नव्या इमारती बांधण्याचं त्याचं स्वप्न असे. असंच एकदा 'फिफ्थ अॅव्हेन्यू' भागातून जात असताना उच्चभ्रू महिलांसाठीचं आता अडचणीत सापडलेलं एक भलंमोठं दुकान ट्रम्पला दिसलं. त्याबरोबर ही इमारत पाडून आपल्याला त्या ठिकाणी 'ट्रम्प टॉवर' उभा करायचा असल्याचं त्यानं सनशाईनला सांगितलं. ज्या कंपनीनं आपल्या मालकीची जागा या दुकानासाठी भाड्यानं दिली होती त्या कंपनीच्या एका मोठ्या शेअरधारकाची लगेच ओळख काढून सनशाईननं ट्रम्पची भेट त्या माणसाशी घडवून आणली. यातून ही जागा विकायला कंपनी तयार असल्याचं ट्रम्पला समजलं. १९७८ सालच्या नोव्हेंबर महिन्यात आपण अडीच कोटी डॉलर्सना ही जागा विकत घेऊ इच्छित असल्याचं ट्रम्पनं सांगितलं. प्रत्यक्षात एकही पैसा न देता ट्रम्पनं या किमतीला ही जागा विकत घेण्यासंबंधीचं एक संमतीपत्र तयार केलं आणि त्यावर संबंधित कंपनीकडून आपण ही जागा ट्रम्पलाच विकणार असल्याचं लिहून घेतलं. हे कळताच इतर लोकांनी जास्त रकमेला ही जागा विकत घेण्याची तयारी दाखवली; पण ट्रम्पनं या कंपनीला आपल्याबरोबरचा 'करार' मोडला तर आपण कायदेशीर कारवाई करू असा इशारा दिला. फिफ्थ अॅव्हेन्यू या ठिकाणाला ट्रम्प 'जगातलं सर्वोत्तम ठिकाण' म्हणत असे.

ही जागा विकत घेतल्यावर आधी तिथली सध्याची इमारत पाडणं गरजेचं होतं. तांत्रिकदृष्ट्या हे काम करण्यासाठी स्फोटकांचा वापर करणं अशक्य असल्याचं लक्षात आलं. साहजिकच चक्क हातोडा घालत ही इमारत पाडण्याशिवाय पर्याय राहिला नाही. ट्रम्पनं या कामासाठी निविदा मागवल्या. त्यापैकी 'कॅस्झिकी अँड सन्स' कंपनीनं सगळ्यात कमी दरात हे काम करण्याचा प्रस्ताव दिल्यामुळे या कंपनीला ट्रम्पनं संबंधित कंत्राट बहाल केलं. १९८० साली आठवड्याचे सातही दिवस दिवसाचे १२-१८ तास हातानं तोडफोड करून कामगारांनी आपल्या जिवाची शर्थ केली. या कामासाठी कॅस्किझी कंपनीनं मोठ्या प्रमाणावर पोलिश कामगारांचा वापर केला. हे पोलिश लोक अमेरिकेमध्ये अनधिकृतरीत्या राहायचे. या लोकांना प्रतितास पाच डॉलर्सहून कमी वेतन दिलं जाई. कधीकधी तर वेतनाऐवजी त्यांना चक्क दारूच दिली जाई. कित्येकांना पैसे किंवा दारू हेसुद्धा मिळालं नाही. त्यांनी जर या संदर्भात कुणाकडे तक्रार केली तर त्यांना अमेरिकेमधून घालवून दिलं जाईल, अशा धमक्या देण्यात आल्या. साहजिकच १९८३ साली जेव्हा सध्याची इमारत पाडून त्या ठिकाणी 'ट्रम्प टॉवर'च्या इमारती उभ्या राहिल्या, तेव्हा कामगार संघटनांनी ट्रम्पला धारेवर धरलं. ट्रम्पनं जाणूनबुजून आपल्या कामासाठी अनधिकृत पोलिश कामगारांचा अत्यल्प दरात वापर करून त्यांची पुरती पिळवणूक केली असल्याचं कामगार संघटनांचं म्हणणं होतं. यानंतर कामगारांचं प्रतिनिधित्व

करणाऱ्या वकिलाला ट्रम्पसाठी काम करणाऱ्या एका माणसानं हे प्रकरण दाबून टाकण्यासंबंधी धमकावणारा फोन आला असल्याचं बोललं जातं. १९९० साली हे कामगार अनधिकृत होते हेच आपल्याला माहीत नसल्याचं सांगून ट्रम्पनं याचा सगळा दोष कॅस्झिकी कंपनीवर ढकलून दिला. न्यायालयात प्रकरण अजून सुरू होतं. न्यायाधीशानं मात्र ट्रम्पचा दावा खोडून काढला. फक्त कॅस्झिकी कंपनी याला जबाबदार नसून, ट्रम्पसुद्धा त्याला कारणीभूत असल्याचं न्यायाधीश म्हणाला. आधीची इमारत तोडण्याच्या कामात ट्रम्पचा अत्यंत विश्वासातला माणूस पूर्णपणे सहभागी असल्याचं न्यायाधीशानं ट्रम्पच्या लक्षात आणून दिलं. या न्यायाधीशानं ट्रम्पच्या विरोधात दिलेल्या निकालाला ट्रम्पनं आव्हान दिलं आणि मूळ निकालात काही बदल करून घेण्यात यश मिळवलं, तरीसुद्धा ट्रम्प या प्रकरणातली आपली जबाबदारी झटकू शकत नसल्याचा न्यायालयानं निकाल दिला. १९९९ साली ट्रम्पवरचे आरोप सिद्ध होत असल्याचं जाहीर करण्यात आलं. गंमत म्हणजे २०१६ सालच्या राष्ट्रपतिपदाच्या निवडणुकीत हाच ट्रम्प अवैधपणे अमेरिकेत राहणारे लोक म्हणजे 'अमेरिकी करदात्यांवरचं अनाठायी ओझं' असल्याचं सातत्यानं बोलत राहिला!

'ट्रम्प टॉवर'मध्ये तळाच्या पाच मजल्यांवर उंची वस्तूंची दुकानं असणार असं ठरलं. याच्यावर ११ मजले कार्यालयांसाठी होते. त्याच्यावर ३८ मजले अत्यंत श्रीमंती थाटाच्या घरांसाठी असणार होते. याखेरीज या इमारतीमधील काही मजले देखभालीच्या सोयींसाठी बांधण्यात आले. या इमारतीच्या बांधकामासाठीचं काँक्रीट 'एस अँड ए काँक्रीट' कंपनीनं पुरवलं. या कंपनीची मालकी न्यू यॉर्कमधल्या दोन कुख्यात गुंडांकडे होती. नेहमीप्रमाणेच त्यांची वकिली रॉय कोहन करत असे. अखेर ही इमारत पूर्णत्वाला गेली.

एकीकडे डोनाल्ड ट्रम्प धडाडी, आत्मविश्वास, फसवणूक, दमदाटी करणं अशा अनेक गोष्टींचं मिश्रण करून यश मिळवत असताना त्याच्या भावंडांचं नक्की काय सुरू होतं? फ्रेडी ट्रम्प हा डोनाल्ड ट्रम्पचा मोठा भाऊ होता. आपले वडील फ्रेड ट्रम्प यांच्या बांधकाम व्यवसायात तो उतरेल, असा सगळ्यांचा समज होता. फ्रेड ट्रम्पला आपल्या मुलांकडून खूप अपेक्षा होत्या. फ्रेडी ट्रम्प हे फ्रेड ट्रम्पच्या घरातलं तसं दुसरं अपत्य होतं. त्याच्या आधी एक वर्ष मेरीॲन जन्मली होती. शालेय वयात फ्रेडी ट्रम्पला विमानचालक व्हावंसं वाटे. १९६० साली पदवीचं शिक्षण झाल्यावर मात्र त्यानं न्यू यॉर्कला परतून आपल्या वडिलांच्या व्यवसायात मदत करायला सुरुवात केली. फ्रेडी ट्रम्पचा स्वभाव डोनाल्ड या आपल्या धाकट्या भावासारखा आक्रमक नव्हता. यामुळे आपल्या वडिलांच्या कठोर वागण्यापुढं आणि टोकाच्या अपेक्षांपुढं तो पार गांगरून गेला. एका इमारतीच्या नूतनीकरणाचं

काम सुरू असताना फ्रेडीनं या इमारतीत नव्या खिडक्या बसवल्या. हे कळताच त्याचे वडील फ्रेड प्रचंड संतापले. फ्रेडनं आपला मोठा मुलगा पैसे वाया घालवतो आहे, असं म्हणून त्याची चांगली खरडपट्टी काढली. आपले वडील आपल्याला अजिबात किंमत देत नाहीत ते आपल्याशी तुसड्यासारखे वागतात अशी तक्रार खिन्न मनानं फ्रेडी आपल्या मित्रांपाशी करे. खरं म्हणजे डोनाल्डला आपल्या मोठ्या भावाविषयी आदर होता. डोनाल्ड लहान असताना फ्रेडी त्याची काळजी घेई आणि त्याला मासेमारी किंवा तत्सम कारणांसाठी बाहेर नेत असे. फ्रेडी आणि डोनाल्ड हे दोघंही लहान असताना आपल्याला आपल्या वडिलांनी आपल्या भावाइतकंच प्रेम द्यावं यासाठी डोनाल्ड धडपड करत असे. हळूहळू आपल्या वडिलांच्या अपेक्षा पूर्ण करण्यात आपला मोठा भाऊ कमी पडत असल्याचं डोनाल्डच्या लक्षात येत गेलं. यामध्ये आपल्या वडिलांची काही चूक नसून आपला भाऊच कणखर मनोवृत्तीचा नसल्यामुळे असं घडत असल्याचं डोनाल्डचं मत झालं.

फ्रेडी ट्रम्प कसाबसा आपल्या वडिलांचा राग सहन करून त्यांना कामात मदत करत राहिला. कोनी आयलंडमधल्या एका प्रकल्पाचं काम तो बघत असताना हा प्रकल्पच रद्द झाला. यामुळे आपल्या वडिलांचा व्यवसाय सोडून फ्रेडी 'ट्रान्स वर्ल्ड एअरलाइन्स' कंपनीसाठी वैमानिक म्हणून काम करायला लागला. तिथंच तो २३ वर्षांच्या एका हवाईसुंदरीच्या प्रेमात पडला आणि त्यानं तिच्याशी लग्न केलं. त्यांना फ्रेड आणि मेरी अशी दोन मुलं झाली. आपल्या नव्या आयुष्यात फ्रेडी मजेत असल्यासारखा वाटे. आपल्या वडिलांच्या सततच्या रागवण्यापासून आणि टीकेपासून सुटका झाल्याचा त्याला खूप आनंद होई. डोनाल्ड ट्रम्पला मात्र आपल्या मोठ्या भावाचं हे वागणं अजिबात पसंत नसे. आपल्या भावाला काहीच खास करून दाखवावंसं वाटत नाही आणि सर्वसामान्य आयुष्य जगायला आवडतं याची त्याला खंत होती. फ्रेडी जे काम करतो आणि एखादा बसचालक करतो त्यात काय फरक आहे असा सवाल तो फ्रेडीला करे. आधीपासूनच फ्रेडी धूम्रपान करे आणि दारूही पीत असे. त्याच्या वयाच्या विशीच्या मध्यावर हे प्रकार आणखी वाढले. यामुळे डोनाल्ड ट्रम्प हादरला आणि त्यानं स्वतः आयुष्यभर या गोष्टींपासून दूर राहण्याचा निर्धार केला. लवकरच फ्रेडीनं आपली नोकरी सोडली आणि आपल्या पत्नीपासून घटस्फोट घेतला. १९७०चं दशक संपायच्या सुमाराला तो परत आपल्या आई-वडिलांसोबत राहायला आला. आपल्या वडिलांच्या ब्रुकलिन इथल्या एका प्रकल्पामध्ये काम करणाऱ्या लोकांवर देखरेख करण्याचं काम तो करत असे. त्याचं दारूचं व्यसन मात्र सुटत नव्हतं; उलट ते वाढत चाललं होतं. २६ सप्टेंबर १९८१ या दिवशी ४३ वर्षं वयाचा फ्रेडी हृदयविकाराच्या झटक्यानं मरण पावला! डोनाल्ड ट्रम्पनं याचं वर्णन 'आपल्या आयुष्यातल्या अत्यंत दुःखद

प्रसंगांपैकी एक' अशा शब्दांमध्ये केलं. आपल्या भावाच्या मृत्यूनं आपल्याला प्रचंड हादरवलं आणि आपण आणखी सावध राहिलं पाहिजे याविषयी जागरूक केलं असं तो म्हणाला, तसंच सर्व प्राणीमात्रांमध्ये मनुष्य प्राणी हा सगळ्यात खुनशी आहे आणि आपलं आयुष्य म्हणजे विजय-पराजय यांची एक मालिकाच असते, असं त्याचं मत झालं. फ्रेडीच्या मृत्यूला दोन महिने झाल्यावर आपल्याला कुणी आपल्यासोबत फरफटत नेत नाही ना याची काळजी आपणच घेतली पाहिजे, असं ट्रम्प यांनी म्हटलं.

दरम्यान, 'ट्रम्प टॉवर' ही इमारत अत्यंत लोकप्रिय ठरली. १९८२ सालच्या अखेरीला या इमारतीमधल्या घरांची विक्री सुरू झाली. तिथल्या 'वन बीएचके'ची किंमत ५ लाख डॉलर्स होती. निरनिराळ्या आकारांची तिथं एकूण २६६ घरं होती. या सगळ्या घरांच्या विक्रीतून ट्रम्पला २७ कोटी ७० लाख डॉलर्सची घसघशीत कमाई झाली. स्टीव्हन स्पीलबर्ग, मायकेल जॅक्सन यांच्यासारख्या जगप्रसिद्ध लोकांनी या इमारतीत घरं विकत घेतल्यामुळे ट्रम्पला प्रचंड प्रसिद्धी मिळाली. याच्या जोडीला जोरदार अफवा पसरवण्याचं ट्रम्पचं कसब इथंसुद्धा कामी आलं. ब्रिटिश राजघराण्यामधला राजपुत्र चार्ल्स आणि त्याची विख्यात पत्नी डायना आपल्या इमारतीमध्ये एक अख्खा मजला म्हणजे २१ घरं तब्बल ५० लाख डॉलर्स खर्चून विकत घ्यायला उत्सुक असल्याच्या बातम्या त्यानं वर्तमानपत्रांमध्ये छापून आणल्या. प्रत्यक्षात चार्ल्स आणि डायना यांनी या इमारतीकडे ढुंकूनसुद्धा पाहिलं नाही. याखेरीज आपल्या इमारतीविषयी श्रीमंत लोकांमध्ये आणखी आकर्षण निर्माण करण्यासाठी ट्रम्पनं या इमारतीमधल्या शॉपिंगसाठी राखून ठेवलेल्या जागा विख्यात ब्रँड्सची उत्पादनं करणाऱ्यांना विकल्या किंवा भाड्यानं दिल्या. यातले काही जण तर ट्रम्पला आपल्या जागेच्या वापराचं भाडं म्हणून वर्षाकाठी तब्बल १० लाख डॉलर्स देत असत! प्रत्यक्षात आपला माल खपत नसल्यामुळे काही जणांनी लवकरच इथून आपला गाशा गुंडाळला.

जसजसा 'ट्रम्प टॉवर' आकाशाच्या दिशेनं झेपावला तसतसं ट्रम्पविषयीची चर्चाही वाढत गेली. यात अनेक अफवा आणि जाणूनबुजून प्रसिद्धीसाठी पसरवण्यात आलेल्या खोट्या बातम्यांचा मोठ्या प्रमाणावर समावेश असे. १९८२ साली प्रथमच 'फोर्ब्ज' मासिकानं अमेरिकेमधल्या ४०० सगळ्यात श्रीमंत लोकांची यादी प्रसिद्ध केली. त्यात ट्रम्पचा समावेश होता. त्याची संपत्ती १० कोटी डॉलर्स असावी, असा अंदाज व्यक्त करण्यात आला. खरं म्हणजे ट्रम्पची संपत्ती निर्विवादपणे वाढत असली तरी हे आकडे अक्षरशः धूळफेक करणारे होते. १९८२ सालीच न्यू जर्सीमधल्या काही गुप्तचरांनी ट्रम्पच्या उत्पन्नाचा बारकाईनं अभ्यास केला होता. त्यानुसार आपल्या वडिलांसाठी केलेल्या कामातून या वर्षी ट्रम्पला

१ लाख डॉलर्सची कमाई झाली. याखेरीज हयात हॉटेलकडून त्याला १० लाख डॉलर्सची दलाली मिळाली. शिवाय त्याच्याकडे ६००० डॉलर्सची शिल्लक होती. गंमत म्हणजे आपल्या वडिलांच्या मदतीनं त्यानं 'चेस' बँकेकडून साडेतीन कोटी डॉलर्सपर्यंतचं कर्ज मंजूर करून घेतलं होतं.

'ट्रम्प टॉवर'विषयीही निरनिराळ्या लोकांची भिन्न मतं होती. काही जण याला निव्वळ उधळपट्टी आणि सर्वसामान्य लोकांच्या जगापासून प्रचंड दूर असलेला प्रकार म्हणून हिणवत. इतरांना मात्र हा कलात्मकतेचा नमुना वाटे. सुरुवातीला काही निराधार लोक कुतूहलापोटी या इमारतीबाहेरच्या बाकड्यांवर येऊन बसत. हे समजल्यावर त्यांना तिथं येण्यापासून रोखायचे आदेश ट्रम्पनं सुरक्षारक्षकांना दिले. तसंच या लोकांनी बाकड्यांवर बसू नये म्हणून तिथं छोट्या कुंड्या ठेवण्यात आल्या. डोनाल्ड ट्रम्पनं केव्हापासून बघितलेलं स्वप्न 'ट्रम्प टॉवर'च्या निमित्तानं पूर्ण झालं. या इमारतीच्या २६व्या मजल्यावर त्यानं स्वतःचं कार्यालय थाटलं होतं. आपल्या कुटुंबासह तो तीनमजली 'पेंटहाउस'मध्ये राहत असे. यात तब्बल ५३ खोल्या होत्या! तसंच या घराच्या आत एक स्वतंत्र लिफ्ट होती आणि कारंजेही होते! हयातनं ट्रम्पला न्यू यॉर्कमध्ये प्रसिद्धी मिळवून दिली; तर 'ट्रम्प टॉवर'नं ही प्रसिद्धी दूरवर नेली. अर्थात, इतकं आलिशान घर आपल्या मालकीचं असण्यावर ट्रम्पचं समाधान होणं शक्य नव्हतं. त्यानं १९८५ साली 'पाम बीच'वरचा ११८ खोल्या असलेला बंगला ८५ लाख डॉलर्स कर्ज घेऊन विकत घेतला.

१९८५ सालीच ट्रम्पची नजर 'पेन सेंट्रल'च्या त्याला मुळात आवडलेल्या; पण इतर प्रकल्पांमुळे दुर्लक्षित राहिलेल्या जमिनीकडे वळली. दरम्यान, ही जागा दुसऱ्या एका बांधकाम व्यावसायिकानं विकत घेतली होती. आता ट्रम्पनं त्याच्याकडून ही जमीन साडेअकरा कोटी डॉलर्सना विकत घेतली. त्या ठिकाणी आपण जगातली सगळ्यात उंच अशी १५० मजली इमारत बांधणार असल्याचं त्यानं जाहीर केलं. याच्या जोडीला तिथं प्रत्येकी ७६ मजले असलेल्या ६ इमारतीही असतील, असा त्याचा दावा होता. इथं एकंदर ८००० घरं, भलामोठा शॉपिंग मॉल, ८००० गाड्या पार्क करण्यासाठीची सोय, ४० एकर जागेवर पसरलेले बागबगिचे आणि 'एनबीसी' या प्रसिद्ध टीव्ही चॅनेलचं मुख्यालय या गोष्टी असतील असं तो म्हणत होता. हे सगळं आपल्याला इथं नको असल्याचं या ठिकाणी नजीकच्या राहणाऱ्या लोकांचं म्हणणं असल्यामुळे त्यांनी या प्रकल्पाला जोरदार विरोध केला. हे प्रकरण एक वर्षभर ताणलं गेलं. अखेर ट्रम्पनं आपल्या महत्त्वाकांक्षांना थोडा आळा घालून आपल्या प्रकल्पाचा आवाका कमी केला. याचं दुसरं कारण म्हणजे इतका महत्त्वाकांक्षी प्रकल्प पूर्णत्वाला नेण्यामध्ये असंख्य आर्थिक अडचणीसुद्धा

होत्या. एकूण हे प्रकरण ट्रम्पच्या आवाक्याबाहेर जात असल्याचं स्पष्ट झालं. या संदर्भातल्या वाटाघाटी सुरू असताना ट्रम्प आणि न्यू यॉर्कचा महापौर एड कॉख यांनी एकमेकांशी समोरासमोर बोलताना अत्यंत असभ्य भाषाही वापरली. ट्रम्पनं कॉख हा 'महामूर्ख' आणि 'न्यू यॉर्कसाठी महासंकट बनलेला' माणूस असल्याचं म्हटलं; तर कॉखनं 'ज्या अर्थी डोनाल्ड ट्रम्प कुठंतरी अडकून बसलेल्या डुकरासारखा केकाटतो आहे त्या अर्थी मी नक्कीच काहीतरी बरोबर केलं असलं पाहिजे' अशा शब्दांमध्ये ट्रम्पचा समाचार घेतला. एवढं बोलून न थांबता तो 'डुक्कर ... डुक्कर ... डुक्कर ...' असं म्हणाला!

आता ट्रम्पला आपली प्रतिमा उजळ करण्यासाठी काहीतरी केलं पाहिजे याची जाणीव झाली, तशी संधी आपसूकच त्याच्यासमोर चालून आली. २८ जून १९८६ या दिवशी ट्रम्पनं न्यू यॉर्कचा महापौर एड कॉखला एक पत्र लिहिलं. न्यू यॉर्कच्या मॅनहॅटन भागात 'वोलमन स्केटिंग रिंक' नावाचं सार्वजनिक ठिकाण होतं. इथं बर्फात स्केटिंग करण्याची म्हणजेच 'आईस स्केटिंग'ची सुविधा होती. या सुविधेकडे दुर्लक्ष झाल्यामुळे अनेक वर्षं हे ठिकाण बंद पडलं होतं. अनेकदा न्यू यॉर्क शहराच्या पदाधिकाऱ्यांनी आपण याची दुरुस्ती करणार असल्याचं आश्वासन दिलं असलं तरी प्रत्यक्षात हे घडू शकलं नाही. दुरुस्तीचं काम आपण फक्त चार महिन्यांमध्ये आणि तेही फुकट करून द्यायला तयार असल्याचं ट्रम्पनं कॉखला लिहिलेल्या पत्राद्वारे कळवलं. तसंच एकदा आईस स्केटिंग पुन्हा सुरू झालं की, त्याचं व्यवस्थापन करायलाही आपण तयार असल्याचा या पत्रात उल्लेख होता. कॉखनं त्याच दिवशी तातडीनं ट्रम्पच्या पत्राला उत्तर दिलं. जर ट्रम्प या प्रकल्पाच्या दुरुस्तीची जबाबदारी स्वीकारायला तयार असेल, तर आपल्याला आनंदच होईल; पण त्यानंतर त्याचं व्यवस्थापन मात्र न्यू यॉर्क शहराची सरकारी यंत्रणा करेल असं कॉखनं लिहिलं. अर्थातच, ट्रम्प आणि कॉख यांच्यामध्ये इतका सुसंवाद शांतपणे घडणं अशक्यच होतं. आपल्या पत्रात ट्रम्पनं आपल्या मदतीच्या मोबदल्यात या प्रकल्पाला आपलं नाव दिलं जावं, अशी अपेक्षा व्यक्त केली होती. कॉखनं ती साफ खोडून काढली. इतकंच नव्हे तर खवचटपणे ट्रम्पला आपल्या उत्तरात एक सल्लाही दिला; तो असा : 'जे लोक आपलं नाव कुठंही येणार नाही, अशा प्रकारे देणगी देतात किंवा निनावी देणगी देतात त्यांचं दुप्पट भलं होतं, असं बायबल सांगतं हे तुला माहीत असेलच!'

ट्रम्पनं या प्रकल्पाच्या नूतनीकरणाच्या कामाचा वापर आपल्या प्रसिद्धीसाठी आणि आपल्या वरच्या बदनामीचे डाग पुसण्यासाठी केला. हे काम सुरू असताना त्यानं अर्धा डझन पत्रकार परिषदा घेतल्या आणि आपल्या कामाविषयी मोठ्या बढाया मारल्या. यामुळे न्यू यॉर्क शहराचे अधिकारी अर्थातच वैतागले; पण ट्रम्पकडे

दुर्लक्ष करण्यावाचून दुसरं त्यांच्या हातात काहीच नव्हतं. पहिल्याच पत्रकार परिषदेत जेव्हा एक सरकारी अधिकारी काय चाललं आहे हे बघायला आला तेव्हा त्याला तिथं मोठ्या अक्षरांमध्ये 'मालक – ट्रम्प' असं लिहिलेला एक फलक आढळला. त्या अधिकाऱ्यानं हा फलक तातडीनं तिथून हटवण्याचे आदेश दिले. या प्रकल्पाला ट्रम्पचं नाव देण्याऐवजी या प्रकल्पाच्या ठिकाणी एक झाड लावावं आणि त्याला ट्रम्पचं नाव द्यावं, असं या अधिकाऱ्यानं सुचवलं. यासाठी संबंधित कामगारांनी एक १० फुटी जपानी पाईन वृक्ष निवडला. हे कामगार या झाडाचं वृक्षरोपण करत असताना नेमका ट्रम्प तिथं आला. तिथलं दृश्य बघून संतापून त्यानं 'महापौर आणि तो अधिकारी या दोघांना हे झाड त्यांच्या पार्श्वभागामध्ये घालायला सांगा' असे उद्गार काढले आणि तो तिथून निघून गेला. यानंतर ३० वर्षांनी डोनाल्ड ट्रम्प जेव्हा राष्ट्रपतिपदाच्या शर्यतीत उतरला तेव्हा हे झाड अजूनही दिमाखानं उभं होतं. आता त्याची उंची ४० फूट झाली होती. या प्रकल्पाच्या नूतनीकरणाचं काम ट्रम्पनं ठरलेल्या मुदतीच्या दोन महिने आधी आणि गृहीत धरलेल्या खर्चापेक्षा कमी रक्कम खर्चून पूर्ण केलं. साहजिकच लोकांनी त्याची वाहवा केली. एकूणच या कामाद्वारे प्रसिद्धी मिळवण्याचा आणि न्यू यॉर्कच्या महापौराबरोबर आपली डागाळलेली प्रतिमा उजळवण्यासंबंधीचा प्रकल्पही ट्रम्पनं यशस्वीरीत्या पूर्ण केला!

या प्रकल्पाच्या नूतनीकरणामुळे चर्चेत आलेल्या ट्रम्पनं स्वतःला 'सेलिब्रिटी' म्हणून जगासमोर आणण्याचा प्रयत्न सुरू केला. लोकांना ट्रम्पविषयी कुतूहल वाटायला लागलं. उंची शौक असलेला; स्पष्टवक्ता पण अवघड कामं करून दाखवणारा अशी आपली ओळख व्हावी, यासाठी ट्रम्पची धडपड सुरू असे. 'जीक्यू' नावाच्या अशाच उच्चभ्रू गटासाठीच्या मासिकाच्या मुखपृष्ठावर ट्रम्पची प्रतिमा झळकल्यानंतर या मासिकाचा खप वाढला. याचा फायदा उठवून या मासिकाच्या मालकानं आपल्याच मालकीच्या 'रँडम हाउस' या प्रकाशन संस्थेसाठी ट्रम्पनं एक पुस्तक लिहावं, अशी विनंती ट्रम्पला केली. प्रत्यक्षात हे पुस्तक ट्रम्पनं लिहिलंच नाही; टोनी श्वार्त्झ नावाच्या लेखकानं हे पुस्तक ट्रम्प लिहित असल्याच्या आविर्भावात लिहिलं म्हणजेच तो ट्रम्पचा 'घोस्टरायटर' बनला. या पुस्तकाचं नाव 'ट्रम्प – द आर्ट ऑफ द डील' असं होतं. या पुस्तकात ट्रम्पच्या महत्त्वाकांक्षा, त्याचा हट्ट आणि अभिमान यांनी भरलेला स्वभाव, व्यवसाय करताना त्यानं मिळवलेलं यश या सर्वांविषयी लिखाण होतं. सर्वसामान्य माणसालाही यशस्वी होणं शक्य असल्याचं आणि त्यासाठी ट्रम्पनं दाखवलेल्या मार्गावर चालणं गरजेचं असल्याचं त्यात म्हटलं होतं. आपल्या टीकाकारांवर तो या पुस्तकाद्वारे तुटून पडला. न्यू यॉर्कचा महापौर कॉख हा भ्रष्टाचारात आकंठ बुडाला असल्याचं आणि तो अगदी बिनकामाचा असल्याचं ट्रम्पचं म्हणणं होतं. आपल्याला कुठलंही काम

पूर्णत्वाला न्यायला आवडतं आणि आपण त्याला सौदाच म्हणतो, असं ट्रम्पनं लिहिलं होतं म्हणूनच पुस्तकाच्या शीर्षकातच 'डील' हा शब्द होता. त्यातही खास करून आपण मोठमोठे सौदे सहजपणे करू शकतो, अशी बढाई त्यानं मारली होती. यश मिळवण्यासाठी ट्रम्पनं अकरा पायऱ्या दिल्या होत्या. यश संपादित करण्यासाठीची पहिली पायरी 'भव्यदिव्य स्वप्नं बघण्याची' होती.

या पुस्तकाचं परीक्षण करणाऱ्यांनी पुस्तकाचे वाभाडे काढले. ट्रम्पचं हे पुस्तक अत्यंत उथळ, दिखाऊ आणि स्वतःची सवंग प्रसिद्धी करण्यासाठीचं साधन असल्याची टीका अनेकांनी केली. 'वॉशिंग्टन पोस्ट'मधल्या परीक्षणात 'ट्रम्पमधला सौंदर्यदृष्टीचा संपूर्ण अभाव हा त्याच्या निर्लज्जपणाइतकाच आहे' असं स्पष्टपणे म्हटलं होतं. असं असूनही काही आठवड्यांमध्येच हे पुस्तक 'बेस्टसेलर्स'च्या यादीत गेलं. या पुस्तकाच्या १०लाखांहून जास्त प्रती खपल्या. यामागे ट्रम्पची प्रचंड जाहिरातबाजीसुद्धा कारणीभूत ठरली. त्यानं आपल्या पुस्तकाच्या अनेक वर्तमानपत्रांमध्ये पान-पानभर जाहिराती दिल्या. इतकंच नव्हे तर या जाहिरातींमध्ये जणू आपण राष्ट्रपतिपदाचा उमेदवार असल्याचा त्याचा थाट होता. या निवडणुकीच्या अगदी सुरुवातीच्या टप्प्यात त्यानं 'न्यू हॅम्पशर'मध्ये एक भाषण ठोकलं आणि त्यात अमेरिकेच्या निवडणुकांआधी कपड्यांना पिनांनी चिकटवण्याचे जसे स्टीकर्स वाटले जातात तसे 'आय लव्ह डोनाल्ड ट्रम्प' असा मजकूर छापलेले स्टीकर्सही वाटले! अर्थात त्या वेळी तो कोणत्याच पदासाठीचा उमेदवार नव्हता, तेव्हाचं त्याचं एकमेव उद्दिष्ट स्वतःची प्रसिद्धी करणं आणि आपल्या पुस्तकाचा खप वाढवणं एवढंच होतं. आपण कुणीतरी मोठे, विशेष आहोत असा दिखावा उभा करणं त्याला कायमच आवडे. आपलं नाव सर्वत्र झालं पाहिजे यासाठी तो काहीही करायला तयार असे.

जसंजसं ट्रम्पला लौकिक अर्थानं यश मिळत गेलं तसा त्याच्या स्वभावात बदल होत गेल्याचं त्याच्या जवळच्या लोकांना जाणवायला लागलं. तो आता पूर्वीच्या मानानं तुटकपणे वागत असे. त्याच्यामधला मोकळेपणा कमी झाला होता. तसंच आपल्या आजूबाजूला तो फक्त आपली प्रशंसा करणारे स्तुतिपाठकच बाळगायला लागला. कुणी त्याचे दोष दाखवून दिलेलं त्याला तसं आधीपासूनच रुचत नसे; पण आता तर कुणी बारीकसारीक गोष्टीसुद्धा त्याच्या निदर्शनाला आणून दिलेलं त्याला खपत नसे. साहजिकच त्याच्या हितचिंतकांनाही तो आता लांब ठेवत असे; कारण असे लोक स्पष्टपणे बोलण्याचं धाडस कधीतरी करत असत. स्वच्छतेविषयीच्या त्याच्या कल्पना आधीपासूनच अत्यंत विचित्र होत्या; आता त्या टोकाला जाऊन पोहोचल्या. त्याचा आवडता 'डाएट सोडा' तो आता स्ट्रॉशिवाय पीत नसे. इतकंच नव्हे तर त्याची वैयक्तिक मदतनीस असलेली स्त्री हे

त्याच्यापर्यंत पोहोचवत असे. ती सोडून इतर कुणाकडून आलेल्या कशालाच तो अजिबात हात लावत नसे. आपल्याला कुणाकडूनही जंतुसंसर्ग होईल, अशी भीती त्याला सतत लागून राहिलेली असे. इतर लोकांकडून काम करून घेण्याची त्याची पद्धत आता अतिरेकाकडे झुकायला लागली. एकदा बाहेरून मध्यरात्री दोन वाजता ट्रम्प आपल्या गाडीतून घरी येत होता. 'ट्रम्प टॉवर'च्या बाहेर शीतपेय पिऊन कुणीतरी तसाच फेकलेला एक कॅन त्याला दिसला. त्याक्षणी या प्रकल्पाची देखरेख करणाऱ्या स्त्रीला त्यानं फोन लावला आणि हा कॅन उचलला गेल्यावर आपल्याला तसं कळवायला सांगितलं. चडफडत तिनं हे काम करण्याची तजवीज करून ट्रम्पला काम झाल्याचं कळवलं. त्यानंतर ती झोपी गेली. पुन्हा पहाटे ६ वाजता तिचा फोन खणखणला. परत ट्रम्प महाशयच पलीकडून बोलत होते. आता त्यांना वेगळं काहीतरी काम करून हवं होतं!

ट्रम्पचा स्वभाव आता अधिकच चिडचिडा झाला. त्याचा राग तळपायापासून मस्तकापर्यंत जाण्यासाठी छोटी कारणं पुरत आणि यासाठी काही सेकंदांचा काळही पुरेसा असे. 'आपण सर्वश्रेष्ठ आहोत' ही भावना ट्रम्पच्या मनात याच काळात रुजत गेली. उदाहरणार्थ एकदा एका प्रकल्पाच्या कामात उशीर होत असल्याचं त्याच्या कानांवर येताच तो भडकला आणि त्यानं रागानं समोरची खुर्ची जोरात लाथाडली. कायम सगळं आपण म्हणतो तसं आणि त्याच प्रकारे व्हायला पाहिजे, अशी त्याची अपेक्षा असे. यामुळे त्याच्या कंपनीत काम करणारे काही वरिष्ठ लोक नोकरी सोडून जायला लागले. अर्थात हे सगळं लपवून ठेवण्यासाठी ट्रम्पची धडपड सुरू असे. आपल्या कंपनीत काम करण्यासाठी लोक नेहमीच उत्सुक असतात आणि कुणालाच आपली कंपनी सोडायची नसते, अशा प्रकारचा दिखावा उभा करण्यासाठी तो सतत धडपडत असे. सतत प्रकाशझोतात राहणं आणि 'पेज थ्री' संस्कृतीमध्ये पुरेपूर बुडून जाणं यासाठी तो प्रयत्नशील असे. लवकरच 'प्लेगर्ल' मासिकानं त्याचा उल्लेख 'अमेरिकेमधल्या सगळ्यात आकर्षक पुरुषांपैकी एक' असा केला. १९९० सालच्या मार्च महिन्यात तर ट्रम्प आपल्याकडे मादक नजरेनं बघणाऱ्या एका मुलीला चिकटल्यासारखा 'प्लेबॉय' मासिकाच्या मुखपृष्ठावर झळकला. या छायाचित्रात ट्रम्प आपल्या पँटच्या दोन खिशांमध्ये आपले हात घालून उभा दिसतो. शेजारी उभी असलेली मुलगी अर्थातच कमी कपडे घालून ट्रम्पकडे बघताना दिसते. इवाना ट्रम्प या ट्रम्पच्या पत्नीनं किमान जाहीरपणे तरी आपल्या नवऱ्याच्या या बेफाट वागण्याविषयी कोणतीच प्रतिक्रिया दिली नाही. ट्रम्पच्या कार्यालयातल्या काही महिला कर्मचाऱ्यांना मात्र आपल्या साहेबाच्या या प्रकाराचं चांगलंच आश्चर्य वाटलं. त्याच्या एका वरिष्ठ महिला कर्मचाऱ्यानं नंतर 'हीच ट्रम्पची खराखुरा

व्यावसायिक म्हणून ओळख संपण्याची सुरुवात होती... इथून पुढं तो एखादा विदूषक असावा, असं वाटायला लागलं,' अशी प्रतिक्रिया दिली. या सगळ्याची ट्रम्पला मात्र अजिबात फिकीर नसे. त्यानं 'हा ट्रम्पचा शो आहे आणि सगळीकडे त्याला खच्चून गर्दी झालेली असते' असं म्हटलं.

आपण सर्वश्रेष्ठ आहोत अशी ट्रम्पच्या मनात नंतर सतत येणारी भावना अशा अर्थानं रुजत गेली!

प्रकरण ६

स्वप्रेमाचा अतिरेक

१९७८ साली वेन बॅरेट नावाच्या एका तरुण पत्रकारानं डोनाल्ड ट्रम्पच्या आयुष्यामध्ये जरा डोकावून बघायचं ठरवलं. ट्रम्प अचानकपणे मॅनहॅटनच्या झगझगाटात झळकणारा यशस्वी बांधकाम उद्योजक कसा झाला हे त्याला जाणून घ्यायचं होतं. यासाठी त्यानं ट्रम्पच्या कारकिर्दीचा अभ्यास सुरू केला. अर्थातच या कामाचा एक भाग म्हणून त्याला सरकारी कागदपत्रांचा ढीग उपसावा लागला. 'व्हिलेज व्हॉइस' नावाच्या नियतकालिकाच्या जॅक न्यूफील्ड या वरिष्ठ पत्रकारानं बॅरेटवर ही कामगिरी सोपवली होती. डोनाल्ड ट्रम्पनं मिळवलेलं यश हे प्रामाणिक यश नसून, आपल्या वडिलांचे लागेबांधे वापरून आणि अनेक नियमांची पायमल्ली करून ट्रम्प इथवर पोहोचला असणार याविषयी जॅक न्यूफील्डला खात्री वाटत होती. हेच त्याला बॅरेटकडून तपासून घ्यायचं होतं. कोमोडोर हॉटेलच्या व्यवहारातून ट्रम्प नावारूपाला आला असल्यामुळे हे हॉटेल नेमकं ट्रम्पच्या पदरात कसं पडलं, हे बॅरेटला समजून घ्यायचं होतं. या व्यवहाराला 'अर्बन डेव्हलपमेंट कॉर्पोरेशन' नावाच्या सरकारी खात्यानं परवानगी दिल्यामुळेच ट्रम्प पुढं जाऊ शकला. साहजिकच या खात्यामधल्या वरिष्ठ अधिकाऱ्यांनी लाचेच्या किंवा इतर बक्षिसांच्या मोबदल्यात ट्रम्पचं भलं केलं असणार, अशी खात्रीच बॅरेटला वाटत होती. यासाठीच आता या सरकारी कार्यालयामधल्या कागदपत्रांमधून काही हाताशी लागत आहे का, याचा तपास करत होता. खरं म्हणजे तिथं कागदपत्रांचा महाप्रचंड ढीगच होता. तो मोठ्या कष्टानं उपसण्याचा प्रयत्न बॅरेट करत असताना तिथला फोन वाजला. आपलं याच्याशी काय देणंघेणं असा विचार करून बॅरेटनं त्याकडे दुर्लक्ष केलं. काही वेळातच तो फोन परत वाजला. या वेळी तिथल्या

दुसऱ्या एका कर्मचाऱ्यानं तो घेतला आणि 'तुझ्यासाठी कॉल आहे' असं सांगून तो बॅरेटला दिला. बॅरेटला याचं जरा आश्चर्यच वाटलं. आपण इथं आहोत हे आपल्या कार्यालयातल्या मोजक्या लोकांचा अपवाद वगळता इतर कुणालाच माहीत नाही आणि आपल्याच कार्यालयातून आपल्याला कुणाचा फोन येणं अपेक्षित नाही, असा विचार त्याच्या मनात आला. पलीकडून न्यू यॉर्कच्या 'क्वीन्स' भागातल्या खास ठेवणीच्या लकबीनं बोलणाऱ्या माणसानं वेन बॅरेटला 'वेन... मी डोनाल्ड बोलतोय... तू माझ्याविषयी काहीतरी लिहितो आहेस, असं मला समजलं...' असं म्हटलं. खरं म्हणजे त्या क्षणापर्यंत डोनाल्ड ट्रम्प आणि वेन बॅरेट यांची कधीच भेट झाली नव्हती. भेट तर दूर, त्यांची एकमेकांशी ओळखसुद्धा नव्हती.

आपल्याविषयी चांगलं-वाईट लिहू इच्छिणाऱ्या लोकांशी डोनाल्ड ट्रम्प कसं वागतो याचा हा पहिला नमुना ठरला. यानंतर न्यू यॉर्कमधल्या आणि काही वर्षांनी अमेरिकेमधल्या असंख्य पत्रकारांना याचा अनुभव आला. पुढचे काही महिने बॅरेटनं सातत्यानं ट्रम्पच्या कारकिर्दीचा सखोल अभ्यास केला. सगळी कागदपत्रं त्यानं तपासली. याचा परिणाम काय होऊ शकतो, याची पुरेपूर कल्पना असलेल्या ट्रम्पनं कधी लाडीगोडीनं तर कधी धमकीचा स्वर काढत बॅरेटला आपल्या बाजूनं वळवून घेण्यासाठी खूप प्रयत्न केले. सुरुवातीचा काळ लाडीगोंडीचा होता. बॅरेट हा तेव्हा ब्रुकलिन भागातल्या सगळ्यात गरीब समजल्या जाणाऱ्या 'ब्राऊन्सव्हिला' भागात राहायचा. याचा फायदा उठवून ट्रम्पनं त्याला चांगल्या भागात घर मिळवून देण्याचं आश्वासन दिलं. यावर आपण नाइलाज म्हणून नव्हे तर मुद्दामच तिथं राहतो आणि आपल्याला तिथल्या सामाजिक प्रश्नांमध्ये सहभागी व्हायला आवडतं असं उत्तर दिलं. सहजासहजी बॅरेट बधत नाही असं लक्षात आल्यावर 'तू नक्कीच ते काम सुरू ठेव... मलाही समाज घडवायलाच आवडतं... आपण दोघंही एकाच प्रकारचं काम करत असल्यामुळे आपली चांगली ओळख व्हायला हवी...' असं ट्रम्प म्हणाला. बॅरेटनं यांकडे दुर्लक्ष केल्यावर ट्रम्प चिडला. त्यानं आता आपला नूर बदलला. बॅरेटशी पुढच्या वेळी बोलताना तो म्हणाला 'मी एका पत्रकाराला अक्षरशः उद्ध्वस्त केलं होतं... आपणही दोघं एकमेकांचे मित्र वगैरे आहोत ते सगळं ठीक आहे; पण जर तुझ्या लिखाणामुळे माझी बदनामी झाली, तर मी तुला न्यायालयात खेचल्याशिवाय राहणार नाही हे लक्षात ठेव...'

इतर सगळ्या प्रकारचे उद्योजक आणि खास करून बांधकाम क्षेत्रातले उद्योजक पत्रकारांशी बोलायला नाखूश असत. क्वचितप्रसंगी ते एखादी छोटीशी प्रतिक्रिया देण्याइतकाच खुलेपणा दाखवत. ट्रम्प मात्र बॅरेटशी बोलायला कायम तयार असे. एकदा तर 'ट्रम्प टॉवर'मध्ये ते दोघं तब्बल तीन तास बोलत होते. अखेर इवाना ट्रम्पला आपल्या नवऱ्यासह एका बॅलेला जायचं असल्यामुळे हे

संभाषण थांबलं. बॅरेट आपल्याला अनुकूल असलेलं लिखाण करणार नाही, याचा अंदाज आल्यावरही ट्रम्पच्या वागण्यात फार मोठे बदल झाले नाहीत. बॅरेटनं घेतलेल्या शेवटच्या मुलाखतीनंतर मात्र ट्रम्पनं परत एकदा आपल्याला अडचणीत आणणारं लिखाण बॅरेटनं केलं, तर आपण नक्कीच त्याच्यावर खटला दाखल करू आणि तो जिंकू अशी धमकी दिली. अर्थातच, त्याच्या नेहमीच्या स्वभावानुसार हे बोलून झाल्यावर 'अर्थातच अशी वेळच उद्भवणार नाही आणि आपण तुझा लेख प्रकाशित झाल्यावर एकत्र भेटू' अशी मखलाशी करायलाही तो विसरला नाही.

१९७९ साली बॅरेटचा लेख दोन भागांमध्ये प्रकाशित झाला. त्यात फ्रेड ट्रम्पनं आपल्या मैत्रीचा केलेला गैरवापर, त्याच्या राजकीय हितसंबंधांमुळे झालेलं डोनाल्ड ट्रम्पचं भलं, सरकारी आणि वित्तीय विभागाच्या अधिकाऱ्यांनी ट्रम्पवर केलेली मेहेरबानी या सगळ्यांची चीरफाड करण्यात आली होती. या गोष्टींनी ट्रम्प अचानकपणे प्रकाशझोतात आल्याचं आणि यश मिळवायला लागल्याचं बॅरेटनं लिहिलं म्हणजेच मेहनत, प्रामाणिकपणा या गोष्टींचा ट्रम्पशी दुरूनही संबंध नसल्याचं तो म्हणत होता. नंतरच्या काळात ट्रम्प आपल्या विरोधात लिहिणाऱ्यांवर ज्या इर्षेनं तुटून पडला त्या मानानं त्यानं बॅरेटच्या लेखावर दिलेली प्रतिक्रिया तशी संयमितच म्हणावी लागेल. त्यानं बॅरेटचे फोन कॉल्स घेणं बंद केलं आणि इतर पत्रकारांपाशी बॅरेटविषयी नाराजी व्यक्त केली; इतकंच. ट्रम्पचे हे सगळे डावपेच बॅरेट ओळखून होता. रॉय कोहन हा ट्रम्पचा वकील असल्यामुळे दुसरं काही होऊच शकत नाही, असं त्याचं मत होतं. पूर्वी कोहनविषयी बॅरेटनं अनेकदा लिहिलं होतं. अर्थातच त्यात कोहनवर निरनिराळ्या कारणांसाठी प्रचंड टीका होती. यामुळे कोहन चिडला तर नाहीच; उलट एकदा तो बॅरेटला 'तुझ्या या लिखाणामुळे मला किती फायदा झाला याची तुला कल्पनाही नसेल' असं म्हणाला! म्हणजेच प्रसिद्धी – मग ती कुठल्याही प्रकारची असली तरी आपल्याला लाभदायीच ठरते, असं कोहनचं सोपं समीकरण होतं. तेच त्यानं ट्रम्पच्या मनावरही बिंबवलं होतं. स्वाभाविकपणे ट्रम्पनंही फुकटची प्रसिद्धी मिळत असताना ती नकारात्मक असण्याविषयी फार चिंता करायचं कारण नसल्याचं स्वतःला सांगितलं.

खरं म्हणजे आपल्या 'ट्रम्प : द आर्ट ऑफ द डील' या पुस्तकात ट्रम्पनं माध्यमांविषयीचा आपला दृष्टिकोन अगदी स्पष्टपणे मांडला होता. त्याचा सारांश असा होता, आपण जर इतरांहून वेगळ्या पद्धतीनं जगत किंवा व्यवसाय करत असलो तर आपल्याविषयी माध्यमांना खूप लिहायचं असतं. लोकांनाही आपल्याविषयी प्रचंड कुतूहल असतं. मुद्दामच आपण जरा वादग्रस्त असलं पाहिजे म्हणजे आपोआपच आपल्याविषयी कुतूहलाचं वलय निर्माण होतं. यामुळे आपल्याविषयी सतत चर्चा

होत राहतात. काही लोक आपल्याविषयी सकारात्मकपणे लिहितात, तर काही जण नकारात्मकतेनं लिहितात. याची फार फिकीर करण्याची गरज नसते. आपलं नाव चर्चेत असलं म्हणजे पुरे. व्यावसायिक नजरेनं बघितलं तर याचा आपल्याला फायदाच होतो. आपल्यावर झालेल्या टीकेकडे फार लक्ष देण्याची गरज नसते. यामागची कारणं समजून घेणं तसं खूप सोपं आहे. 'न्यू यॉर्क टाइम्स'मध्ये पानभर जाहिरात द्यायची तर त्यासाठी ४०,००० डॉलर्स लागतात. तसंच अशा जाहिरातींविषयी वाचक जरा साशंकच असतात. याऐवजी या वर्तमानपत्रात आपल्याविषयी अगदी छोटा मजकूर जरी लिहून आला आणि तो किंचीत सकारात्मकतेकडे झुकणारा असेल, तर यासाठी आपल्याला काहीच खर्च येत नाही; शिवाय याचं व्यावसायिक मूल्य आपल्या दृष्टीनं ४०,००० डॉलर्सहून खूप जास्त असतं. इतकंच नव्हे तर आपल्यावर जरा वैयक्तिक टीका करणारं लिखाण असेल तरी त्याचा आपल्या व्यवसायाला उलट फायदाच होतो. माझ्या दृष्टीनं आक्रमकता आणि धाडसी वृत्ती या गोष्टी आपल्यात आहेत हे सातत्यानं लोकांसमोर यायला हवं. मी लोकांमधल्या सुप्त आशाआकांक्षा आणि त्यांच्या मनातली स्वप्नं यांचा फायदा उठवतो. आपण स्वतः जरी कुणी भव्यदिव्य नसलो तरी जे कुणी असं आहे असं लोकांना वाटतं त्या माणसाकडे ते खेचले जातात म्हणूनच जरा अति आक्रमकता आणि सगळ्या बाबतींमध्ये जरा अतिरेक या गोष्टी लाभदायीच ठरतात. एखादी गोष्ट सगळ्यात भव्यदिव्य, सर्वोत्तम, सनसनाटी आहे, असं मानायला लोकांना आवडतं. आपलं घोडं पुढं दामटण्यासाठी मी याचा योग्य वापर करतो.

गंमत म्हणजे एकीकडे प्रसिद्धीसाठी आसुसलेला आणि ती मिळवण्यासाठी कुठल्याही थराला जाण्याची तयारी दाखवणारा ट्रम्प स्वतःविषयी 'प्रसिद्धिपराङ्मुख' वगैरे उल्लेख असलेलं लिखाणही छापून आणे. अनेक दशकं ट्रम्पच्या दिवसाची सुरुवात आपल्याविषयी कुठं काय छापून आलं आहे यावर बारकाईनं नजर टाकण्यानं होई. त्याला या कामासाठी फार कष्ट घ्यावे लागू नयेत यासाठी त्याची मदतनीस संबंधित कात्रणं काढून ठेवे. याखेरीज माध्यमांकडून ट्रम्पला मुलाखतींसाठी किंवा कार्यक्रमांना हजेरी लावण्यासाठी आलेल्या विनंत्यांची यादीही तिच्याकडे तयार असे. ट्रम्पविषयीचं आकर्षण वाढत गेल्यानंतर त्याच्याबद्दल छापून येणाऱ्या बातम्यांच्या संख्येमध्येही वाढ होत गेली, तरीसुद्धा अगदी बारीकसारीक बातम्या, लेख यातलंही काहीच ट्रम्पच्या नजरेतून सुटत नसे. यामधल्या सकारात्मक गोष्टी तो आपल्याला भेटायला येणाऱ्या पत्रकारांना दाखवे. आपल्याविषयी कसं लिहिलं जावं याचे नमुने म्हणून तो याचा वापर करे. हळूहळू ट्रम्पविषयीचं वलय वाढत गेलं आणि त्याच्या प्रसिद्धीतही भरघोस वाढ झाली, तरीसुद्धा कुठलंही वर्तमानपत्र, कुठलंही नियतकालिक त्याच्या दृष्टीनं वर्ज्य नसे. आपल्याविषयी छापून आलेली अगदी

सूक्ष्म गोष्टही त्याच्या दृष्टीनं महत्त्वाची असे. आपल्याविषयी नकारात्मक लिखाण करणाऱ्यांना 'सरळ' करण्यासाठीही ट्रम्प आपल्या नेहमीच्या युक्त्या वापरत राही. 'वॉल स्ट्रीट जर्नल' या वर्तमानपत्राचा नील बास्र्की नावाचा वार्ताहर एकदा ट्रम्पला भेटायला आला. त्यानं पूर्वी अनेकदा ट्रम्पच्या आर्थिक अडचणींविषयी लिहिलं होतं. आता बास्र्की आला तेव्हा ट्रम्पनं त्याच्यासमोरच बास्र्कीनं त्याच्याविषयी लिहिलेल्या नकारात्मक लेख पसरून ठेवले. त्यानं आपल्या शेजारचा टेप रेकॉर्डर सुरू केला. आपल्याकडे तीन लोकांची शपथपत्रं असल्याचं ट्रम्प म्हणाला. त्यात बास्र्की जाणूनबुजून ट्रम्पच्या तथाकथित आर्थिक अडचणींविषयी अफवा पसरवत असल्याचं या लोकांनी नमूद केलं असल्याचा ट्रम्पचा दावा होता. तसंच बास्र्कीच्या पुढच्या लेखामध्ये काय लिहिलं असेल याचा आधीच अंदाज घेऊन आपण एका वकिलाला त्याच्यावर खटला भरण्यासाठी तयार ठेवलं असल्याचं ट्रम्प म्हणाला. यानंतरच ट्रम्पनं बास्र्कीला आपली मुलाखत सुरू करण्याची परवानगी दिली.

आधी उल्लेख केल्याप्रमाणे इतर उद्योगपती आणि प्रसिद्ध लोक स्वतः पत्रकारांना भेटायचं टाळत असत. बहुतेक जणांनी या कामासाठी 'पब्लिक रिलेशन ऑफिसर (पीआरओ)' किंवा प्रवक्ता नेमला होता. ट्रम्प मात्र स्वतःच पत्रकारांशी बोले. जर काही कारणांमुळे ट्रम्प पत्रकारांचा फोन आलेला असताना उपलब्ध नसेल, तर काही तासांनी ट्रम्पचा उलटा फोन त्या पत्रकाराला येणं अगदी निश्चित ठरलेलं असे. कधीकधी ट्रम्पची सततची उपलब्धता आणि आपल्याविषयीच्या मजकुराविषयीचं कुतूहल या गोष्टी संबंधित माध्यमांना त्रासदायक होत. उदाहरणार्थ नेहमीप्रमाणेच जेव्हा 'फॉर्च्युन' मासिक त्या वर्षीच्या सगळ्यात श्रीमंत लोकांची यादी तयार करत होतं, तेव्हा ट्रम्पकडून सातत्यानं येत असणाऱ्या कॉल्सचा मारा हाताळण्यासाठी एका शिकाऊ युवकाला मासिकानं याच कामासाठी नेमलं!

क्षुल्लक गोष्टींना ट्रम्प किती महत्त्व देई याची तर असंख्य उदाहरणं आहेत. नमुन्यादाखल 'वॉशिंग्टन पोस्ट'मधल्या जिम ब्रॅडी या वार्ताहरानं दिलेल्या बातमीचा उल्लेख करता येईल. रूपर्ट मरडॉक या माध्यमसम्राटानं हे वर्तमानपत्र विकत घेतल्यानंतर त्याच्या नेहमीच्या सवयीनुसार या वर्तमानपत्राचं रूप भडक झालं, तसंच 'पेज ६' म्हणून ओळखलं जाणारं सहाव्या क्रमांकाचं पान सनसनाटी; पण प्रत्यक्षात बिनकामाच्या रंगेल बातम्यांनी भरायला सुरुवात झाली. अलीकडे काही वर्तमानपत्रांमध्ये असलेल्या 'पेज ३'सारखा हा प्रकार होता. यात बव्हंशी बातम्या फालतू लोकांसंबंधीच्या अफवा, गॉसिप्स असल्या स्वरूपाच्या असत. ब्रॅडीनं अशीच एक बातमी छापली. एका क्लबमध्ये डोनाल्ड आणि इवाना ट्रम्प यांना तात्पुरत्या स्वरूपाचं सदस्यत्व दिलं होतं. ट्रम्प दाम्पत्याला मात्र

तिथं कायमस्वरूपी सदस्यत्व हवं होतं. क्लबनं याला नकार दिला. यामुळे ट्रम्प दांपत्याचा हिरमोड झाला. हे सगळं छापून येताच डोनाल्ड ट्रम्पचा ब्रॅडीला फोन आला. अत्यंत असभ्य भाषेत ट्रम्पनं ब्रॅडीला चक्क शिव्याच दिल्या. त्यात '४ अक्षरी इंग्रजी शब्दाचा' जवळपास प्रत्येक वाक्यात वापर झाला होता. आपण ब्रॅडीवर, 'वॉशिंग्टन पोस्ट'वर, मरडॉकवर, सगळ्यांवरच खटला भरणार असल्याचं ट्रम्प म्हणाला! काहीशा भेदरलेल्या ब्रॅडीनं हा शाब्दिक हल्ला पचवून फोन ठेवला. तेवढ्यात त्याचा फोन परत वाजला. पलीकडून ट्रम्पचा वकील कोहन बोलत होता. आता लगेचच कोहन आपल्यावर टाकलेल्या खटल्याविषयी सांगणार याची ब्रॅडीची खात्री झाली. तेवढ्यात 'जिम ... जिम ... जिम ... ऐक ... खटला वगैरे काही भरला जाणार नाहीये ... डोनाल्डला आपला संताप व्यक्त करून मोकळं व्हायला आवडतं... डोनाल्ड असाच आहे ... आम्हीही त्याला असंच करायला सांगतो ... पण कुणी कुणाला न्यायालयात खेचणार नाहीये ...' असं म्हणून कोहननं खुलासा केला.

पत्रकार आपल्याविषयी लिहायला उत्सुक असतात, हे लक्षात आल्यावर ट्रम्पनं याचा फायदा उठवायला सुरुवात केली. आपल्या व्यवसायाला मदत होईल अशा प्रकारच्या अफवा तो हळूच पसरवे. पत्रकारांनाही अशा प्रकारच्या बातम्या आवडत. त्यांची तपासणी करण्याची तसदी घेण्याची गरज नसायची; कारण त्या 'ऐकीव' बातम्या असल्यासारख्याच छापल्या जात म्हणजेच या बातम्यांविषयी निश्चितपणे भाष्य करता येत नसल्यासारखी भाषा त्यात वापरली जाई. उदाहरणार्थ अमेरिकी राष्ट्रपतीला न्यू यॉर्कमध्ये असताना राहण्यासाठी एक खास ठिकाण राखीव ठेवण्यात आलेलं आहे. आता राष्ट्रपती त्यांच्या राखीव ठिकाणी राहणार नसून, येथून पुढं ट्रम्पच्या मालकीचं असलेल्या 'प्लाझा हॉटेल'मध्ये राहणार असल्याची अफवा ट्रम्पनं हळूच पसरवली. आपण बोलत असलेलं खरं आहे का खोटं आहे याची ट्रम्पला फिकीर नसे. ते छापून येण्याशी त्याला मतलब असे. गोबेल्सचं तंत्र त्यानं उत्तमपणे आत्मसात केलं होतं. एखादी खोटी गोष्ट सातत्यानं आणि अत्यंत आत्मविश्वासानं सांगत राहिलं की, आपोआपच सगळ्या लोकांचा त्यावर विश्वास बसतो आणि लोक ती खरी मानायला लागतात हा सिद्धांत ट्रम्पनं खरा करून दाखवला. आपल्याला जे वाटेल ते तो दामटून रेटत राही. काही लोक ते खोटं असल्याचं सांगत राहिले तरी ट्रम्पच्या प्रचंड आत्मविश्वासामुळे ते खरंच आहे असं नंतर वाटायला लागे. ही कला ट्रम्पनं उत्तमपणे आत्मसात केली होती. याखेरीज एखादं विधान किंवा एखादी अफवा आपल्या नावावर येऊ नये, असं ट्रम्पला वाटल्यावर तो पत्रकारांना 'ट्रम्पच्या परिचयातल्या एका माणसानं हे म्हटलं' असं छापायला सांगे. कधीकधी मुद्दाम पत्रकारांना गोंधळात टाकण्यासाठी ट्रम्प 'हे मी

सांगत असलो तरी मी सांगितलेलं आहे हे विसरून जा; पण याविषयी तू लिहू शकतोस,' असं काहीतरी बोले.

अमेरिकी 'टॅब्लॉईड्स'चा वापर ट्रम्प आपली 'लार्जर दॅन लाइफ' प्रतिमा आणखी भव्य करण्यासाठी वापरत राही. यात आपला काही दोष नसल्याचं या भुक्कड वर्तमानपत्रांचे पत्रकार सांगत. आपले वाचक आणि खास करून म्हणजे श्रमजीवी वर्गातले आपले वाचक ट्रम्पविषयी काहीही लिहून आलं तरी वाचतात, असं त्यांचं म्हणणं असे म्हणूनच आपण ट्रम्पविषयीच्या बातम्या छापत राहतो, असा त्यांचा दावा होता. न्यू यॉर्कमध्ये अत्यंत खर्चीकपणे राहणं, आपल्या भन्नाट आयुष्याचं जाहीर प्रदर्शन करणं, चित्रविचित्र गोष्टी करणं, स्फोटक विधानं करणं, मुद्दाम वादविवादांमध्ये पडणं, अतिरंजित उद्योग करणं याविषयी अनेक जणांना खूप मजा वाटे. खास करून अमेरिकेबाहेरून आलेल्या लोकांना तर अशा गोष्टी खूप खमंग वाटत. ट्रम्पला हे कळून चुकल्यामुळे तो जाणूनबुजून सातत्यानं प्रकाशझोतात राहण्यासाठी नेमकं असंच काहीतरी करत राही. मॅनहॅटनमध्ये ट्रम्पविषयी फार आदर किंवा कुतूहल कुणालाच नसे; पण मॅनहॅटनबाहेरचे लोक मात्र त्याच्याकडे खूप आकर्षित होत. यामागचं एक प्रमुख कारण म्हणजे ट्रम्पची बोलण्याची पद्धत आणि त्याचे उच्चार हे असावं. उच्चभ्रू घरांमधली मुलं शिकायला येत असलेल्या महाविद्यालयांमध्ये शिकूनसुद्धा ट्रम्पचे उच्चार सर्वसामान्य अमेरिकी लोकांसारखे होते. यामुळे ट्रम्प उच्चवर्गीय घरातला नसून, आपल्यातलाच कुणीतरी एक आहे आणि प्रचंड कष्ट करून तो यशस्वी झाला आहे, असा अनेक लोकांचा समज होई. हा संभ्रम तयार करणं आणि तो वाढवत नेणं हा ट्रम्पच्या हातचा मळ होता. प्रसिद्धी आणि समाजमान्यता या गोष्टींचं जणू त्याला व्यसनच लागलं असावं. 'न्यू यॉर्क' मासिकाच्या जॉन टेलरनं या संदर्भात केलेली विधानं महत्त्वाची आहेत : लोक आपल्याला ओळखतात किंवा आपल्याविषयी कुठंही काहीतरी छापून आलं आहे, अशा गोष्टींनी ट्रम्प उत्तेजित होई. जणू त्याच्या मेंदूत डोपामाईन हे सुखाची भावना देणारं रसायनच अशा वेळी नाचत असावं. मी अनेकदा त्याच्याबरोबर चालत एखाद्या इमारतीत गेल्यानंतर आजूबाजूला लोक जमेपर्यंत तो तिथंच थांबून राही. जमलेल्या लोकांपैकी कुणी ट्रम्पला ओळखलं आणि त्याच्याकडे बघून हात केला किंवा स्मितहास्य केलं की ट्रम्पचं वागणंच बदले. अत्यानंदानं तो त्या माणसाकडे बघून हात करे आणि विजयी मुद्रेनं बघत राही. जणू अशा क्षणांसाठीच तो जगत असावा असं मला वाटत असे.

आपलं नाव आणि आपली प्रसिद्धी यामध्ये ट्रम्प किती गुंतलेला असे याचं उदाहरण १९८८ सालच्या एका प्रसंगातून मिळेल. बसून खेळण्याच्या 'बोर्ड गेम्स'मध्ये अमेरिकेत सगळ्यात मोठी गुंतवणूक करणारा जेफ्री ब्रेस्लो

एकदा ट्रम्पला भेटायला आला. त्याला अशाच एका नव्या खेळाविषयी ट्रम्पला सांगायचं होतं. अशा भानगडीत ट्रम्पनं पडायचं मूळ कारण म्हणजे या गेमला ट्रम्पचं नाव द्यावं, असा ब्रेस्लोचा प्रस्ताव होता. ब्रेस्लोनं या खेळाविषयीची माहिती ट्रम्पला द्यायला सुरुवात केली. इतकंच नव्हे तर आपण त्याचा एक डाव खेळू असा प्रस्ताव त्यानं ट्रम्पला दिला. अर्थातच ट्रम्पला यातल्या कशाशीच अजिबात देणंघेणं नव्हतं. ब्रेस्लोच्या बोलण्याकडे त्याचं फारसं लक्षही नव्हतं. या खेळासाठी लागणारं सामान ज्या खोक्यात भरलं जाणार होतं त्या खोक्याच्या कव्हरच्या सजावटीकडे ट्रम्पनं एक कटाक्ष टाकला. क्षणार्धात 'हे छान आहे, आता पुढे?' असा प्रश्न त्यानं विचारला. तातडीनं या संदर्भातला करार करण्यात आला. ट्रम्पला या गेमचे तपशील वगैरेंमध्ये अजिबात रस नव्हता. या गेमच्या 'प्रमोशन'साठी ट्रम्प ठरल्यानुसार ठरावीक ठिकाणी हजर राहिला. 'चमकोगिरी' करायला मिळणं हा ट्रम्पच्या आयुष्याचा बहुधा मुख्य उद्देश असल्यामुळे यात आश्चर्य वाटण्यासारखं काहीच नव्हतं. एकूण काय; तर आपलं नाव छापून येणं, आपल्याला लोकप्रियता मिळणं, आपली प्रसिद्धी होणं या पलीकडे ट्रम्पला इतर गोष्टींशी फारसं काही देणंघेणं नसे.

१९८४ साली रॉय कोहन आजारी पडला आणि वर्षभरातच आपल्याला यकृताचा कर्करोग झाला असल्याचं तो सांगायला लागला. प्रत्यक्षात मात्र त्याला एड्स झाला होता. मृत्यूशी झगडणाऱ्या कोहनसाठी ट्रम्पनं अगदी थोडा वेळ काढला. कोहन समलिंगी संबंध ठेवत असल्याचं ट्रम्पला पूर्वीपासूनच माहीत होतं. कोहनला अनेकदा 'सुंदर मुलांबरोबर' बघितलं असल्याचं आपल्या पुस्तकात त्यानं लिहिलं होतं. कोहननं मात्र आपल्या लैंगिकतेविषयीचं हे सत्य कधीच मान्य केलं नाही. त्याला आपली अशी प्रतिमा मान्य नव्हती. कहर म्हणजे कुणी समलिंगी लोकांच्या हक्कांविषयी बोलायला लागलं तर कोहन लगेचच त्याला तीव्र विरोध करत असे! आता मात्र कोहनच्या आयुष्याच्या अखेरच्या टप्प्यात त्याची साथ सोडल्यासारखं ट्रम्प वागायला लागला. याचा कोहनला खूप संताप आला; पण तो काही करू शकत नव्हता. कोहनची कारकीर्द फसवणूक, खोटारडेपणा, भ्रष्टाचार यांनी बजबजलेला होता, अशी न्यू यॉर्क राज्याच्या सर्वोच्च न्यायालयानं तिखट प्रतिक्रिया दिली. या वेळी मात्र कोहनच्या मदतीला ट्रम्प धावला. १९८६ साली वयाच्या ५९व्या वर्षी कोहनचं निधन झालं.

अनेक वर्तमानपत्रं आणि नियतकालिकं ट्रम्पवर टीका करत; पण त्याची स्तुतीसुद्धा करत. यामुळे ट्रम्पच्या मनात राग आणि आनंद यांची आंदोलनं येत राहत. १९८६ साली सुरू झालेलं 'स्पाय' नावाचं मासिक मात्र ट्रम्पवर सातत्यानं टीका करणारं ठरलं. पूर्वी 'टाइम' मासिकासाठी काम करणारा कर्ट अँडरसन आणि

'जीक्यु' मासिकासाठी काम करणारा ग्रेडन कार्टर या दोघांनी मिळून 'स्पाय' सुरू केलं. अँडरसन आणि कार्टर या दोघांनीही आधी ट्रम्पविषयी लिहिलं होतं. या मासिकांमध्ये चुकीच्या गोष्टींवर बिनधास्तपणे टीका केली जाते, अशी प्रतिमा लवकरच रुजली. तसंच लौकिकार्थानं मोठ्या असलेल्या लोकांचे शेलक्या भाषेत वाभाडे काढण्यात हे मासिक अजिबात हयगय करत नसे. अनेक प्रसिद्ध आणि शक्तिशाली लोकांना या मासिकानं धारेवर धरलं; पण त्यातही सगळ्यात जास्त टर ट्रम्पची उडवण्यात आली. आपल्या पदार्पणाच्या अंकातच 'स्पाय' मासिकानं 'न्यू यॉर्कमधले १० सगळ्यात लज्जास्पद लोक' अशी यादी छापली. त्यात ट्रम्पचा समावेश होता. पुढच्या वर्षी 'सगळ्यात त्रासदायक, धक्कादायक, फालतू लोक, ठिकाणं आणि वस्तू' अशा १०० जणांच्या यादीत ट्रम्प वरून तिसऱ्या क्रमांकावर असल्याचं मत या मासिकानं नोंदवलं. १९८९ साली तर ट्रम्प इतक्या खालच्या दर्जाला जाऊन पोहोचला आहे की त्याच्यासाठी एक नवीच यादी करावी लागेल असं हे मासिक म्हणालं! त्या वर्षी 'स्पाय'नं १०० लोकांची यादी एका वेगळ्या परिमाणावर छापली. यात हे लोक आणि ट्रम्प यांच्यात किती साम्यं आहेत यावरून त्यांना मानांकनं देण्यात आली म्हणजेच हे १०० लोक किती दुर्लक्षनीय आणि बिनकामाचे आहेत याचं मोजमाप करण्यात आलं होतं!

'स्पाय' मासिक ट्रम्पवर जितका शाब्दिक हल्ला करे त्याहून जास्त जोरानं ट्रम्प 'स्पाय'वर तुटून पडे. 'प्लेबॉय' मासिकाला दिलेल्या मुलाखतीत ट्रम्पनं 'स्पाय मासिक म्हणजे नुसता कचरा असतो' असं विधान केलं. वारंवार ट्रम्पनं 'स्पाय' मासिकाला न्यायालयात खेचण्याची धमकी दिली. एका वर्षाहून जास्त काळ हे मासिक चालू शकणार नाही, असं एका पत्रकाराला ट्रम्पनं सांगितलं. हे छापून आल्यावर आपल्या प्रत्येक अंकात 'स्पाय' मासिकानं ट्रम्पचं भाकीत खोटं ठरण्यासाठी अजून किती महिने शिल्लक आहेत हे छापायला सुरुवात केली. या मासिकाच्या संपादकांचं यावर समाधान झालं नाही. आपल्या 'ट्रम्प : द आर्ट ऑफ द डील' या पुस्तकात ट्रम्पनं मारलेल्या बढायांमधला खरे-खोटेपणा या मासिकानं तपासायला सुरुवात केली. ट्रम्पनं आपण किती दानशूर आहोत आणि आपल्याला पैशांची कशी अजिबात गरज नाही, याची वर्णनं आपल्या पुस्तकात केली होती. हे तपासून बघण्यासाठी 'अमेरिकेमधले सगळ्यात श्रीमंत पण चिंधीचोर लोक' असा एक प्रयोग 'स्पाय' मासिकानं केला. यासाठी मासिकानं 'नॅशनल रिफंड क्लिअरिंगहाउस' नावाची एक बनावट कंपनी उभी केली. १ डॉलर ११ सेंट्स या रकमेपासून सुरुवात करून या कंपनीनं अनेक प्रसिद्ध आणि श्रीमंत अमेरिकी लोकांना घटत्या रकमेचे चेक्स पाठवायला सुरुवात केली. असं करत करत जेव्हा ही कंपनी १३ सेंट्सच्या सगळ्यात खालच्या आकड्यावर आली तेव्हा फक्त २

लोकांनी आपल्याला आलेला चेक आपल्या बँक खात्यात भरला : शस्त्रास्त्रपुरवठा करणारा 'सभ्य' सौदी गुन्हेगार अदनान खागोशी आणि महान उद्योगपती डोनाल्ड ट्रम्प! १९९८ साली 'स्पाय' मासिक बंद झालं आणि ट्रम्पची भविष्यवाणी काही अंशी खरी ठरली.

१९८९ साली एका अज्ञात माणसानं मार्ला मेपल्स नावाच्या सुंदर मॉडेलचं एक छायाचित्र 'न्यू यॉर्क पोस्ट' या वर्तमानपत्राला पाठवलं. तिचं एका यशस्वी आणि विवाहित उद्योगपतीशी संबंध असल्याचं पत्रही या छायाचित्राला जोडण्यात आलं होतं. काही जाहिरातींमध्ये मॉडेलिंग केलेली मेपल्स मूळची जॉर्जिया राज्यातली होती. आता न्यू यॉर्कच्या मॅनहॅटन भागात महिन्याला ४०० डॉलर्सचं भाडं देऊन ती राहत होती. हे पत्र आल्यावर 'न्यू यॉर्क पोस्ट'नं मेपल्सचं छायाचित्र छापलं. त्याबरोबर हा उद्योगपती म्हणजे डोनाल्ड ट्रम्प असणार असं मत वेगानं पसरलं. अखेर १९९० साली लिझ स्मिथ या ट्रम्पला जवळून ओळखणाऱ्या महिला पत्रकारानं ट्रम्पपाशी हा विषय धाडसानं काढलाच. जर हे खरं असेल तर आपण यामधला भडकपणा वगळून आणि इवानाला त्यातल्या त्यात कमी धक्का पोहोचेल अशा पद्धतीनं आपण याविषयी लिहू असा प्रस्ताव स्मिथनं ट्रम्पला दिला. इवानालाही स्मिथ खूप चांगली ओळखत होती. ट्रम्पनं ही अफवा म्हणजे अफवाच आहे असं काही म्हटलं नाही; पण इतक्यात याविषयी आपल्याला जाहीरपणे काही बोलायचं नसल्याचं त्यानं स्मिथला सांगितलं. यानंतर काही काळ वाट बघून स्मिथनं परत एकदा ट्रम्पला याविषयी आपल्याशीच बोलायला सांगितलं. अन्यथा एखाद्या दर्जाहीन प्रकाशनात याविषयीची बातमी कुणीतरी दुसरं छापून मोकळं होईल, अशी शंका स्मिथला वाटत होती. ट्रम्पनं याकडे साफ दुर्लक्ष केलं.

फेब्रुवारी महिन्यात स्मिथ आपल्या कार्यालयात काम करत बसलेली असताना तिला इवाना ट्रम्पचा फोन आला. डोनाल्ड ट्रम्प सध्या जपानमध्ये गेलेला असल्याचं सांगून इवानानं तिला भेटायला बोलावलं. स्मिथ ट्रम्पच्या घरी पोहोचली तेव्हा इवानाचे डोळे अश्रूंनी डबडबले होते. तिनं स्मिथला सगळी कहाणी सांगितली. इवानाला मेपल्स आणि डोनाल्ड यांच्या संबंधांविषयी समजलं होतं. तिला हे समजण्याआधीच तिच्यामध्ये आता आपल्याला लैंगिक संबंध ठेवण्यासाठीचा रस उरला नसल्याचं डोनाल्डनं तिला सांगितलं होतं. यामुळे घाबरून इवानानं एकामागोमाग एक 'प्लॅस्टिक सर्जरी' करून घेत आपलं तारुण्य जपण्याचा प्रयत्न केला; पण याचा डोनाल्डवर काहीएक परिणाम झाला नाही. डोनाल्ड ट्रम्प आणि मार्ला मेपल्स यांच्या अवैध संबंधांविषयीची बातमी प्रसिद्ध होऊ नये, असं ज्याप्रमाणे स्वतः डोनाल्डला वाटत होतं तसंच ते इवानालाही वाटत होतं. याचं कारण म्हणजे डोनाल्डबरोबरच स्मिथसारख्या आपल्या सगळ्या जवळच्या

मित्रमैत्रिणींना आपण यामुळे गमावून बसू अशी भीती तिला सतावत होती. स्मिथनं मात्र इवानाला इतकं घाबरून जायचं कारण नसल्याचं सांगितलं. तसंच एका माध्यमतज्ज्ञाच्या साथीत आपण नक्की काय केलं पाहिजे याविषयीचा बेत आखला. त्यानुसार ९ फेब्रुवारी १९९० या दिवशी स्मिथनं रविवारच्या अंकासाठीच्या आपल्या सदरासाठीचं लिखाण पूर्ण केलं. रविवारच्या अंकाच्या मुखपृष्ठावर 'सनसनाटीपूर्ण' असा मथळा छापण्यात आला. अंकात डोनाल्ड ट्रम्पच्या आयुष्याविषयीची आणि कारकिर्दीची माहिती दिली होती. तसंच अंकाच्या मधल्या दोन पानांवर डोनाल्ड आणि इवाना ट्रम्प यांच्या लग्नाची १२ वर्षांची कहाणीसुद्धा होती. यात ट्रम्प दांपत्याचं सहजीवन आता संपुष्टात येणार असल्याचंही स्मिथनं लिहिलं होतं. यामुळे एक मोठं वादळच निर्माण झालं. दुसऱ्याच दिवशी 'वॉशिंग्टन पोस्ट'नं ट्रम्पच्या संभाव्य घटस्फोटाविषयीची बातमी दिली. ही बातमी डोनाल्ड ट्रम्पच्या दृष्टिकोनातून वर्णन केल्यासारखी शब्दबद्ध करण्यात आली होती. या बातमीत डोनाल्ड ट्रम्पची एक प्रतिक्रिया छापण्यात आली होती. ही प्रतिक्रियासुद्धा डोनाल्ड ट्रम्पनं आपल्याला थेटपणे दिलेली नसून त्याच्या अत्यंत जवळच्या असलेल्या एका विश्वासू माणसानं आपल्याला हे सांगितलं असल्याचं 'वॉशिंग्टन पोस्ट'नं म्हटलं होतं. त्यानुसार 'मला इवाना आवडते; पण आमच्यामध्ये आता दुरावा निर्माण झाला आहे ... गेल्या काही वर्षांमध्ये तिचा आगाऊपणा भलताच वाढत गेलेला आहे ...' असं ट्रम्प म्हणाला होता. कहर म्हणजे आपल्या खाजगी आयुष्याचे वाभाडे अशा प्रकारे वर्तमानपत्रांमध्ये छापून आल्याचा ट्रम्पला फार राग आला नाही; पण एका पत्रकारानं इवाना ही डोनाल्ड ट्रम्पच्या व्यवसायामध्ये भागीदार असल्याचा उल्लेख केल्याचं ट्रम्पला फार खटकलं. पुढचे अनेक दिवस अनेक वर्तमानपत्रांच्या मुखपृष्ठावर डोनाल्ड ट्रम्पचं छायाचित्र झळकलं. जगभरात अनेक मोठमोठ्या घडामोडी सुरू असतानाही सगळीकडच ट्रम्पच्या संभाव्य घटस्फोटाची चविष्ट चर्चा सुरू होती. काही सवंग पत्रकारांनी तर इवाना आणि मार्ला मेपल्स यांच्या 'मापांची' तुलना केली : वय, उंची, कपड्यांचा आकार, वगैरे ...

दरम्यान, १६ फेब्रुवारीच्या 'वॉशिंग्टन पोस्ट'च्या मुखपृष्ठानं तर डोनाल्ड आणि इवाना ट्रम्प यांचं प्रकरण एकदम टोकाला जाऊन पोहोचलं. याचं कारण म्हणजे डोनाल्ड ट्रम्पच्या छायाचित्रासह Best sex I've ever Had असा मथळा छापण्यात आला होता. हे विधान मार्ला मेपल्सनं डोनाल्ड ट्रम्पच्या संदर्भात केलं असल्याचं या वर्तमानपत्राचं म्हणणं होतं. हा मथळा पुढचे अनेक महिने गाजत राहिला. मेपल्सच्या दोन मैत्रिणींशी बोलल्यानंतर आपल्याला हा मथळा मिळाला असल्याचं संबंधित वार्ताहरानं लिहिलं होतं. आपल्या अभिनयाच्या वर्गानंतर मार्लाला घ्यायला ट्रम्प आला असल्याचंही त्यांनी सांगितलं. तसंच आपल्या

प्रेमप्रकरणाविषयी आणि शारीरिक संबंधांविषयी मार्लानं आपल्याला माहिती पुरवली असल्याचं त्यांचं म्हणणं होतं. हा मथळा सनसनाटी असल्यामुळे त्याविषयी प्रचंड चर्चा होणार याची 'वॉशिंग्टन पोस्ट'च्या संपादकाला कल्पना होतीच; पण शिवाय स्वतः ट्रम्प यावर अजिबात आक्षेप घेणार नाही हेही त्याला ठाऊक होतं. आपलं मुखपृष्ठ आणखी चवदार करण्यासाठी डोनाल्ड ट्रम्प मिश्कील दिसत असलेलं एक छायाचित्र शोधून काढण्यात आलं. हेच छायाचित्र मार्लाच्या शीर्षकरूपी विधानाशेजारी छापण्यात आलं. शिवाय 'डोनाल्ड ट्रम्प हा उद्योग जगतात वाघ आहे हे इतकी वर्षं सगळ्यांना माहीत होतंच; पण तो बिछान्यातही वाघ असल्याचं आता सगळ्यांना समजतं आहे' असं खट्याळ उपशीर्षकही मुखपृष्ठावर छापलं गेलं.

अर्थातच डोनाल्ड ट्रम्प हे सगळं वाचून खूश झाला. ही आपली बदनामी नसून उलट यामुळे आपल्याविषयीचं कुतूहल वाढणार असल्याचं आणि आपल्या 'सामर्थ्याविषयी' जाहीरपणे लिहिलं गेल्यामुळे आपण अजूनच महान असल्याची लोकांना खात्री पटणार असल्याचं त्याला माहीत होतं. अनेक पत्रकार या काळात ट्रम्पला फोन करून या प्रकरणाविषयी बोलत. त्यादरम्यान ट्रम्पऐवजी 'जॉन मिलर' किंवा 'जॉन बॅरन' नावाचा माणूस बरेचदा पत्रकारांशी बोले आणि ट्रम्पविषयीची माहिती त्यांना पुरवे. हा माणूस नक्की कोण होता हे बहुतेक जणांना समजत नसे. १९९१ साली याचा उलगडा झाला. 'पीपल' नावाच्या उथळ मासिकाच्या एका तरुण महिला वार्ताहरानं ट्रम्पच्या कार्यालयात त्याच्या मुलाखतीची विनंती करणारा फोन केला. आता इवानाला ट्रम्प घटस्फोट देण्याचा विषय तर केव्हाच मागे पडला होता; पण मार्लामधला ट्रम्पचा रसही संपला असून आता कार्ला ब्रुनी या इटालियन मॉडेलबरोबर त्याचं प्रकरण सुरू असल्याची चर्चा होती. ही बातमी खरी आहे का हे या वार्ताहराला तपासायचं होतं. तिनं आपला फोन नंबर पलीकडून बोलणाऱ्या माणसाला दिला. पाचच मिनिटांत ट्रम्पच्या कार्यालयातून तिला फोन आला. त्या माणसानं आपलं नाव जॉन मिलर असल्याचं सांगितलं. तसंच त्या वार्ताहराच्या प्रश्नांची उत्तरं द्यायला ट्रम्पनं आपल्याला सांगितलं असल्याचं तो माणूस म्हणाला. या मिलरनं ट्रम्प आणि ब्रुनी यांच्याविषयी छापून आलेली बातमी म्हणजे अफवा नसून त्यात तथ्य असल्याचं त्या वार्ताहराला सांगितलं. मार्लाला ट्रम्पनं आता सोडलं तर आहेच; पण असंख्य आकर्षक स्त्रियांपैकी कुणालाही तो आता आपली पुढची प्रेयसी बनवू शकतो, अशी बढाई मिलरनं मारली. अनेक मान्यवर आणि सुंदर स्त्रिया त्याच्या मागं लागलेल्या असतात आणि सतत त्याला फोन करून भंडावून सोडतात, असं मिलर म्हणाला. त्यानं काही स्त्रियांची नावंही घेतली. त्यात बऱ्याच हॉलिवूड अभिनेत्रींसह मॅडोना या प्रसिद्ध पॉप गायिकेचाही समावेश होता. या वार्ताहराला मिलरचं बोलणं ऐकताना एक गोष्ट खटकत राहिली; ती म्हणजे

त्याचं बोलणं अगदी कुणासारखं तरी आहे असं तिला वाटत राहिलं. तेवढ्यात बोलण्याची ही ढब, हा आवाज, हे शब्दप्रयोग हे सगळंच अगदी स्वतः डोनाल्ड ट्रम्पसारखं आहे हे तिला जाणवलं. नंतर काही संदर्भ लागले तर ते सहजपणे मिळावेत या हेतूनं या वार्ताहरानं मिलरबरोबर सुरू असलेलं हे संभाषण ध्वनिमुद्रित केलं होतं. तिनं ते परत ऐकलं आणि आपल्या परिचयातल्या काही पत्रकारांना ऐकवलं. त्याबरोबर डोनाल्ड ट्रम्पच जॉन मिलर बनून स्वतःविषयी बढाया मारत असल्याविषयी कुणाच्याच मनात शंका उरली नाही! तरीसुद्धा आपलं काहीतरी चुकत तर नाही ना याची खात्री करण्यासाठी या वार्ताहरानं मार्ला मेपल्सला फोन लावला आणि तिला हे ध्वनिमुद्रण ऐकवलं. अश्रू ढाळत मार्लानं हा अगदी नक्कीच डोनाल्ड ट्रम्पचा आवाज असल्याचं सांगितलं.

टोपणनाव धारण करून आपल्याविषयी बढाया मारण्याचा ट्रम्पनं केलेला हा प्रकार एकमेव किंवा अपवादात्मक स्वरूपाचा नव्हता. अनेक पत्रकारांना हा अनुभव आला. जॉन मिलरखेरीज जॉन बॅरन या नावानंसुद्धा ट्रम्प स्वतःविषयीच्या मोठमोठ्या अफवा पसरवत असे. आपण ट्रम्पच्या कंपनीत उपाध्यक्ष असल्याचं तो सांगे. या नावानं ट्रम्पविषयी सांगितल्या गेलेल्या गोष्टी अनेक वर्तमानपत्रांनी अगदी पहिल्या पानावर बरेचदा छापल्या. आपणच हे उद्योग करत असल्याचं त्या काळात ट्रम्पनं नाकारलं असलं तरी १९९० सालच्या एका जबानीत त्यानं 'कधीकधी मी हे नाव धारण करायचो' अशी कबुली दिली! ट्रम्पच्या या उद्योगाचे त्याच्या कंपनीवर आणि व्यवसायावर दुष्परिणाम होतील अशी भीती त्याच्या काही नजीकच्या लोकांना वाटे. जेव्हा मार्ला मेपल्सची पहिली मुखपृष्ठकथा छापून आली तेव्हा त्याच्या कंपनीतल्या काही वरिष्ठ अधिकाऱ्यांना हा सगळा लज्जास्पद प्रकार वाटला. स्वतः ट्रम्पला १२ आणि ६ वर्षांची मुलं असताना हा माणूस अशा बातम्यांविषयी खूश दिसतो आणि उलट आणखी फुशारक्या मारतो हे बघून ही मंडळी सर्दच झाली. पेनसिल्व्हेनियामधल्या एका 'बोर्डिंग स्कूल'मध्ये डोनाल्ड ट्रम्प ज्युनिअर हा ट्रम्पचा मुलगा शिकत असे. त्याच्या वर्गातला एक मुलगा डोनाल्ड ट्रम्पविषयी छापून आलेल्या अशाच एका लज्जास्पद लेखाची प्रत घेऊन डोनाल्ड ट्रम्प ज्युनिअरपाशी आला. यामुळे त्या दोघांमध्ये भांडण झालं. आपल्या वडिलांविषयी असलं काहीबाही छापून येत असल्याच्या दडपणामुळे डोनाल्ड ट्रम्प ज्युनिअर बेचैन झाला. जवळपास एक वर्षभर तो आपल्या वडिलांशी बोलत नसे. खरोखरच ट्रम्पच्या मुलांना आपल्या वडिलांच्या अशा प्रतापांमुळे मानहानिकारक प्रसंगांचा सामना करावा लागे.

अर्थात ज्या माणसाला लाज असेल त्या माणसाला याचं काहीतरी वाटू शकतं. डोनाल्ड ट्रम्पचं धोरण पार वेगळंच होतं. कुठलीही प्रसिद्धी ही चांगलीच

धडाडी, कमालीचा आत्मविश्वास आणि जबरदस्त ऊर्जा यांचा प्रत्यय ट्रम्पच्या भाषणात येतो.

राष्ट्राध्यक्ष पदाच्या स्पर्धेतली ट्रम्पची तुल्यबळ स्पर्धक हिलरी क्लिंटनच्या प्रचारसभेत बराक ओबामा; पण हिलरी पराभूत झाली आणि ट्रम्प नावाचं वादळ घोंघावू लागलं.

पत्नी मेलानिया सोबत डोनाल्ड ट्रम्प.

भाषणात नाट्य भरण्यासाठी आपल्या सहीचं पत्र दाखवणारा ट्रम्प. प्रसिद्धी मिळवण्यासाठीचे त्याचे खटाटोप नक्कीच विक्रमी आहेत.

ट्रम्पविरोधाची धार दिवसेंदिवस तीव्र होत चालली आहे. बहुतांश अमेरिकी स्त्रिया त्याचा निषेधच करतात.

आकाशाला भिडणारी 'ट्रम्प टॉवर' इमारत. या टॉवरमुळे ट्रम्प नेहमीप्रमाणे चर्चेत आला.

पत्रकारांना आपल्यात रस आहे हे समजताच ट्रम्पनं माध्यमांसमोर जायची एकही संधी चुकवली नाही.

पहिल्या वैयक्तिक भेटीनंतर व्हाइट हाउस येथे संयुक्त पत्रकार परिषदेत बोलताना जर्मनीच्या चॅन्सेलर अँजेला मर्केल आणि यू. एस. प्रेसिडेंट डोनाल्ड ट्रम्प.

प्रसिद्धी असते असं तो मानत असे. यामुळे आपल्याविषयी अशा प्रकारच्या बातम्या छापून आल्यावर त्यासंबंधी खुलासा करणं किंवा त्या खोडून काढणं यातलं काही करण्याऐवजी तो उलट आगीत तेल ओतण्याचं काम करे. या बातम्या खऱ्या तर आहेतच; पण याहूनही बरंच काही खमंग असं आपल्या आयुष्यात सुरू असतं असा आव तो आणत राही. तसंच छापून आलेल्या गोष्टींपेक्षा आणखी भन्नाट अफवा तो मुद्दाम पसरवत राही. कुठलीही बातमी आपल्याला अनुकूल ठरावी यासाठी काहीही करण्याची ट्रम्पची तयारी असे. याचं उत्तम उदाहरण न्यू यॉर्क टाइम्सच्या एका पत्रकारानं मार्ला मेपल्सच्या बाबतीतली पहिली सनसनाटी बातमी छापून आल्याच्या काळात अनुभवलं. ही बातमी छापून आलेल्या दिवशीच ही वार्ताहर ट्रम्पला भेटायला त्याच्या कार्यालयात गेली. तिथं सगळीकडे अनेक मासिकांच्या मुखपृष्ठावर झळकलेल्या ट्रम्पकथांच्या मोठ्या फ्रेम्स लावलेल्या होत्या. ट्रम्प अत्यंत शांत होता. आपल्याविषयी छापून आलेल्या धक्कादायक बातमीनं त्याच्यावर कोणताच परिणाम झाल्यासारखं दिसत नव्हतं. बोलतानाही त्याला कशाचं वाईट वाटत असल्याचं अजिबात जाणवलं नाही. उलट इवानाशी आपला घटस्फोट होणार असल्याची बातमी माध्यमांनी किती उचलून धरली आहे याविषयी तो खोटं आश्चर्य व्यक्त करत होता! त्याच काळात प्रसिद्ध चित्रपट दिग्दर्शक स्टीव्हन स्पीलबर्ग याच्या घटस्फोटाविषयीची चर्चाही सुरू झाली होती. या वार्ताहरानं त्याचा ट्रम्पपाशी उल्लेख करताच 'तो विषय लोक एका दिवसात विसरतील' असं म्हणून ट्रम्पनं त्या विषयाला उडवून लावलं. तसंच आपल्याविषयीची बातमी आलेलं वर्तमानपत्र हातोहात खपलं असल्याचं आणि अख्ख्या अमेरिकेत कुठंही त्याचा अंक मिळू शकत नसल्याचं आपल्या कानांवर आलं असल्याचं तो म्हणाला. बोलण्याच्या ओघात काही मिनिटांनी या वार्ताहरानं आपण नुकतेच लंडनहून परतलो असल्याचं ट्रम्पला सांगितलं. त्याबरोबर लगेच ट्रम्पनं 'तिथंही माझ्या या प्रकरणाबद्दल प्रचंड मोठी चर्चा सुरू आहे, असं मी ऐकलं आहे ... हे खरं आहे ना?' असं विचारलं!.

प्रकरण ७

आयुष्यातला जुगार

अमेरिकेच्या काही राज्यांमध्ये जुगार खेळण्यासाठी 'कॅसिनो' हा अफाट प्रकार आहे. तिथं रोज कोट्यवधी डॉलर्सची उलाढाल होत असते. श्रीमंत लोक तहानभूक हरपून तिथं जुगार खेळत असतात. याला समाजमान्यता असल्यामुळे आणि सरकारनं त्याला परवानगी दिलेली असल्यामुळे यात काही गैर आहे, असं मानलं जात नाही. उलट सरकारला या उद्योगातून मोठ्या प्रमाणात करवसुली करता येत असल्यामुळे याला प्रोत्साहनच दिलं जातं. अर्थात सगळ्या राज्यांमध्ये या उद्योगाला परवानगी नाही. नेवाडा राज्यातलं 'लास व्हेगास' या उद्योगासाठी प्रसिद्ध आहे.

३२ वर्षीय डोनाल्ड ट्रम्प १९७८ साली याच उद्योगामध्ये पडण्याच्या विचारापोटी न्यू यॉर्कजवळच्या न्यू जर्सी राज्यातल्या अटलांटिक सिटीला निघाला होता. सर्वसामान्यपणे अमेरिकेचा पूर्वेकडचा भाग ('ईस्ट कोस्ट') आणि पश्चिमेकडचा भाग ('वेस्ट कोस्ट') असे दोन भाग पाडले जातात. ट्रम्प न्यू यॉर्कचा म्हणजेच पूर्वेकडचा होता. या भागामध्ये जुगाराशी संबंधित असलेले उद्योग दीर्घकाळ नव्हते. 'रिझॉर्ट्स इंटरनॅशनल' नावाच्या कंपनीनं प्रथमच या भागात एक जुगारखाना सुरू केला. या कंपनीला त्यातून कितपत नफा कमावता येतो; हा उद्योग वाढवणं शक्य आहे का, असे प्रश्न ट्रम्पच्या मनात होते. त्यांची उत्तरं शोधण्यासाठी त्यानं या कंपनीच्या प्रमुखाची भेट घेतली. त्याच्याशी झालेल्या चर्चे दरम्यान जुगाराशी संबंधित असलेला उद्योग उभा करण्यातून प्रचंड पैसे कमावणं शक्य असल्याचं ट्रम्पच्या लक्षात आलं. तसंच अटलांटिक सिटीसुद्धा जुनाट झाली असून, तिथं आता नूतनीकरणाची गरज आहे हे ट्रम्पच्या लक्षात आलं.

समुद्रकिनारा लाभलेलं निवांत शहर अशी या शहराची ओळख बऱ्याच काळापासून झाली होती. इथल्या समुद्रकिनारी थंडगार वारा वाहत असल्यामुळे ॲटलांटिक सिटीला 'फिलाडेल्फियाचं फुप्फुस' म्हणून ओळखलं जाई. १९२१ साली 'मिस अमेरिका' ही सौंदर्यवतींसाठीची स्पर्धा याच शहरात झाली. हळूहळू मनोरंजनासाठी या शहराची ओळख होत गेली. समुद्रकिनाऱ्यानजीक अनेक हॉटेल्स निघाली. तसंच सहजपणे रेल्वेनं या शहरात येणं शक्य असल्यामुळे एकदिवसीय कौटुंबिक सहलींसाठी लोक मोठ्या संख्येनं इथं येत. काळाच्या ओघात मात्र या शहराचं वैभव ओसरलं. इथली गर्दी ओसरायला लागली. दुसऱ्या महायुद्धाच्या काळात अमेरिकी लष्कर आणि हवाईदल यांनी जणू या शहराचा ताबाच घेतला. तसंच दुर्दैवानं १९४४ सालच्या एका महाभयंकर वादळानं सुंदर समुद्रकिनाऱ्याची पार दैना केली. पर्यटकांची संख्या आणखी रोडावली. रोजगाराच्या संधी घटल्यामुळे गुन्हेगारी वाढली. अमेरिकेमध्ये या काळात राज्यांना जोडणारे महामार्ग मोठ्या संख्येनं तयार करण्यात आल्यामुळे लोक सहलींसाठी सहजपणे इतर ठिकाणी जाऊ शकत होते. साहजिकच अटलांटिक सिटीकडे येणाऱ्यांची संख्या अजूनच रोडावत गेली. १९३०-८० या काळात अटलांटिक सिटीची लोकसंख्या ६६ हजारांवरून ४० हजारांवर उतरली. या शहराला गतवैभव प्राप्त करून देण्यासाठी सरकारनं केलेले प्रयत्नही अपुरे पडले. अखेर १९७७ साली न्यू जर्सी राज्यानं अटलांटिक सिटीमध्ये कॅसिनो उभे करण्याची परवानगी दिली. निदान यामुळे तरी पर्यटक परत एकदा इथं आकृष्ट होतील आणि या शहराला पुन्हा बरे दिवस लाभतील अशी आशा राज्य सरकारला वाटली. 'रिझॉर्ट्स इंटरनॅशनल' कंपनीनं या संधीचा फायदा उठवून उभ्या केलेल्या कॅसिनोला जोरदार प्रतिसाद मिळाला. याच पार्श्वभूमीवर आपणही इथं कॅसिनो सुरू करावा असं ट्रम्पला वाटत होतं.

खरं म्हणजे यापूर्वी न्यू यॉर्कमध्येच कॅसिनो सुरू व्हावेत यासाठी ट्रम्पनं प्रयत्न केले होते. मॅनहॅटनमधल्या आपल्या हयात हॉटेलात कॅसिनो उभा करण्याची त्याची इच्छा होती. याला फारसा अनुकूल प्रतिसाद न मिळाल्यामुळे हडसन नदीच्या पलीकडे असलेल्या न्यू जर्सी राज्यात कॅसिनो उभा करण्याचे विचार ट्रम्पच्या मनात घोळायला लागले. आर्थिकदृष्ट्या हे ट्रम्पला फायदेशीरच होतं. अटलांटिक सिटीमधले जमिनींचे भाव मॅनहॅटनमधल्या जमिनींच्या भावांच्या मानानं खूप कमी होते. शिवाय ॲटलांटिक सिटीमध्ये भागीदारीत कॅसिनो उभा करायचा तर या संदर्भातला जास्त धोका पत्करायला तिथले भागीदार तयार होते. अटलांटिक सिटीमध्ये गेलेला असताना एके ठिकाणी ट्रम्प आइस्क्रीम खाण्यासाठी थांबला. तिथं एका बांधकाम उद्योजकाशी त्याची भेट झाली. त्याच्याबरोबर अटलांटिक सिटीमध्ये जमीन खरेदी करून तिथं कॅसिनो उभा करण्यासाठी किती खर्च येईल

या संदर्भातली चर्चा ट्रम्पनं केली. खरं म्हणजे ट्रम्पला कॅसिनोच्या व्यवसायाचा कसलाच अनुभव नव्हता; पण त्याच्या आर्थिक ताकदीमुळे स्थानिक सरकारी अधिकाऱ्यांनी या गोष्टीकडे दुर्लक्ष करायचं ठरवलं. गुन्हेगारीशी अजिबात संबंध नसलेल्या कुणीही नियमांचा अजिबात भंग न करता कॅसिनो काढण्यासाठी अर्ज करायला सरकारी अधिकाऱ्यांची ना नव्हती. ट्रम्पचा विचार सुरू असतानाच्या दोन वर्षांच्या काळात अटलांटिक सिटीमध्ये सहा कॅसिओ उभेही राहिले.

अटलांटिक सिटीमध्ये कॅसिनो उभा करायचा तर त्यासाठी परवान्याची गरज होती. ही परवानगी मिळवण्यासाठी ट्रम्पला त्याची आर्थिक परिस्थिती आणि त्याची पार्श्वभूमी यासंबंधीची चौकशी सरकारी पातळीवर होणं अपेक्षित होतं. यातून ट्रम्पला हा परवाना मिळावा का हे ठरणार होतं. अशी चौकशी झाली तेव्हा ट्रम्पच्या कंपनीच्या डोक्यावर खूप कर्ज होणार असल्याचं संबंधित अधिकाऱ्यांच्या लक्षात आलं. यावर आपल्या सध्याच्या मालमत्ता तारण ठेवून आपण अटलांटिक सिटीमध्ये कॅसिनो उभा करण्यासाठीचं १७.५० कोटी डॉलर्सचं कर्ज मिळवणार असल्याचं ट्रम्पनं सांगितलं. कहर म्हणजे यातलं एक हॉटेल अटलांटिक सिटीमधलंच असल्याचा ट्रम्पचा दावा असला तरी प्रत्यक्षात हे हॉटेलच अस्तित्वात नव्हतं. एकूण काय तर आपल्या कागदोपत्री मालमत्तेवर नव्हे तर शब्दांवर सरकारी अधिकाऱ्यांनी विश्वास ठेवावा, असं ट्रम्पचं म्हणणं होतं. याखेरीज ट्रम्पवर आजवर कुठला गुन्हा दाखल करण्यात आलेला आहे का याची तपासणी सुरू असताना ट्रम्पनं कृष्णवर्णीयांच्या बाबतीत केलेल्या वर्णभेदाचा उल्लेखसुद्धा त्यानं केला नाही. नंतर ही चौकशी जरा खोलवर गेल्यानंतर ट्रम्पनं हळूच या घटनाक्रमाविषयी भाष्य केलं. इतकंच नव्हे तर ट्रम्पचा गुन्हेगारी संघटनांशी संबंध आला असल्याचंही स्पष्ट झालं.

ट्रम्पनं मात्र काहीही करून अटलांटिक सिटीमध्ये कॅसिनो उभा करण्याचा चंग बांधला होता. १९८० सालच्या जून महिन्यात त्यानं यासाठीच्या जमिनीचा शोध घ्यायला सुरुवात केली. गुन्हेगारीची पार्श्वभूमी असल्याचा संशय असलेल्या दोन जणांनी काही आठवड्यांपूर्वी जी जमीन विकत घेतली होती तीच जमीन आपण घ्यायचा निश्चय ट्रम्पनं केला. या गुंडद्वयीला ट्रम्पनं आपण ही जागा भाड्यानं घ्यायचं आश्वासन दिलं. याच्या मोबदल्यात पुढच्या १५ वर्षांच्या काळात आपण या दोघांना कोट्यवधी डॉलर्स देऊ असं ट्रम्प म्हणाला. या गुंडांच्या दृष्टीनं हा अक्षरशः अनपेक्षित धनलाभ होता. हे सगळं सरकारी अधिकाऱ्यांच्या कानांवर आल्यावर ते साशंक झाले आणि त्यांनी या प्रकरणाची चौकशी करायचं ठरवलं. या घटनाक्रमाला बराच काळ उलटून गेल्यावर या गुंडांविषयी आपल्याला तेव्हा काहीच माहीत नसल्याचं विधान ट्रम्पनं केलं. अर्थातच हे साफ खोटं होतं. जाणूनबुजून

ट्रम्पनं या लोकांशी व्यवहार करण्याचा घाट घातला यात शंकाच नाही. बऱ्याच घोळांनंतर ट्रम्पनं या गुन्हेगारी प्रवृत्तीच्या लोकांकडून ८० लाख डॉलर्स किमतीला ही जमीन विकत घेतली. कहर म्हणजे याच्या फक्त तीन वर्षं आधी या दोघांनी ही जमीन या रकमेच्या एक तृतियांश पैसे मोजून विकत घेतली होती!

१४ मार्च १९८२ रोजी कॅसिनो उघडण्यासंबंधीच्या परवान्यांसाठीच्या अर्जांची छाननी करणाऱ्या समितीपुढं ट्रम्पचा अर्ज आला. ट्रम्पला अटलांटिक सिटीमधला सगळ्यात मोठा कॅसिनो असलेलं हॉटेल बांधायचं होतं. ३९ मजल्यांच्या या हॉटेलात ६१४ खोल्या असतील, असं ट्रम्पनं आपल्या प्रस्तावात सांगितलं होतं. ट्रम्पला आजतागायत कॅसिनो बांधणं किंवा चालवणं या संदर्भातला कसलाच अनुभव नसणं, या प्रकल्पासाठीची आर्थिक जुळवाजुळव करण्याची क्षमता त्याच्यामध्ये असण्याविषयी साशंकता असणं, गुन्हेगारी प्रवृत्तीच्या लोकांशी त्याचे संबंध असणं, पूर्वी वर्णभेदाच्या संदर्भातले त्याच्यावरचे आरोप सिद्ध होणं यातल्या कुठल्याच गोष्टीची अडचण ट्रम्पला परवाना मिळण्यासाठी आली नाही. कॅसिनोचा परवाना देण्यासंबंधीची समिती अक्षरशः त्याच्यासमोर झुकली. अटलांटिक सिटीमध्ये डोनाल्ड ट्रम्प गुंतवणूक करू इच्छितो ही गोष्ट त्यांच्या दृष्टीनं आपल्या शहराची पुन्हा समृद्धीकडे वाटचाल सुरू झाली असल्याची पावतीच होती. जेमतेम दोन तासांमध्ये ट्रम्पला हा परवाना मिळाला. आता हे काम पूर्णत्वाला नेण्यासाठी ट्रम्पला एका भागीदाराची गरज होती. नेहमीप्रमाणेच ट्रम्पनं एक बनाव रचून आपलं कार्य सिद्धीला नेलं.

प्रसिद्ध 'हॉलिडे इन' हॉटेलच्या साखळीसकट इतर अनेक व्यवसायांची मालकी 'हॉलिडे कॉर्प' नावाच्या कंपनीकडे होती. या कंपनीची एक उपकंपनी 'हाराज्' नावानं ओळखली जाई. या कंपनीच्या काही वरिष्ठ अधिकाऱ्यांना १९८२ सालच्या जून महिन्यात ट्रम्पनं अटलांटिक सिटीमध्ये विकत घेतलेल्या जागेची पाहणी करायला बोलावलं. आपण नुसतीच जमीन विकत घेतलेली नसून तिथं युद्धपातळीवर कॅसिनो आणि हॉटेल यांची उभारणी करण्याचं काम सुरू असल्याचा दिखावा ट्रम्पला निर्माण करायचा होता. यासाठी त्यानं काही बांधकाम मजुरांना गोळा केलं आणि या जागेवर खड्डे खोदून ते परत भरण्याचं काम एकदम जोषात करायला सांगितलं. तसंच या कामगारांच्या मुकादमाला त्यानं आपली जमीन म्हणजे 'जगातली सगळ्यात वेगानं काम सुरू असलेली जागा' वाटायला हवी असा दिखावा उभा करायला सांगितलं. ठरल्या वेळी 'हाराज्' कंपनीचे वरिष्ठ अधिकारी त्या ठिकाणी पाहणी करायला आले. ट्रम्पचा बनाव त्यांच्यामधल्या एकाच्या लक्षातही आला. त्यानं कुतूहलापोटी 'हे कामगार आपणच खोदलेला खड्डा का बुजवतायत?' असं विचारलंसुद्धा! ट्रम्पच्या नशिबानं त्या माणसानं

आपला प्रश्न गुंडाळून टाकला आणि या बाबतीत पुढं फार काही विचारलं नाही. यानंतर तीन आठवड्यांनी या कंपनीनं ट्रम्पच्या कॅसिनो प्रकल्पात ५ कोटी डॉलर्स गुंतवत असल्याचं जाहीर केलं. याखेरीज आपण बांधकामासाठी आणखी आर्थिक निधी देणार असल्याचंही कंपनीकडून सांगण्यात आलं. बांधकाम पूर्ण झाल्यावर कॅसिनो आणि हॉटेल यांचं व्यवस्थापन करायलाही ही कंपनी तयार झाली. ट्रम्पवर जवळपास कसलाच बोझा नव्हता. कुठलाही धोकासुद्धा त्याला पत्करावा लागला नाही. या उद्योगातून मिळणाऱ्या नफ्याच्या निम्म्या हिश्श्याच्या मोबदल्यात ट्रम्पनं यासाठी विकत घेतलेली जागा आणि कॅसिनो चालवण्यासाठी परवाना एवढ्याच गोष्टी दिल्या.

या हॉटेलचं नाव 'ट्रम्प प्लाझा' आणि कॅसिनोचं नाव 'हाराज्' असं ठरलं. १९८४ सालच्या वसंत ऋतूत या कॅसिनोचं उद्घाटन झालं. या कॅसिनोमुळे पहिल्या वर्षी जितका नफा मिळेल, असा अंदाज व्यक्त करण्यात आला होता त्याच्या निम्माच फायदा प्रत्यक्षात हाती आला. यामागचं मुख्य कारण कॅसिनोचं नाव असल्याचं सांगून हे नाव पुसून टाकण्यासाठी ट्रम्पनं प्रयत्न सुरू केले. 'हाराज्'चे इतरही व्यवसाय होते. या व्यवसायांशी कॅसिनोची गल्लत करून जुगारी लोक आपल्या कॅसिनोमध्ये येत नसल्याचा ट्रम्पचा दावा होता. आपल्या कॅसिनोचं नावही 'ट्रम्प प्लाझा' असावं असा आग्रह त्यानं धरला. इतकंच नव्हे तर 'हाराज्'चं व्यवस्थापन या कॅसिनोची हवी तशी देखभाल करत नसल्याचा आरोपही त्यानं केला. यामुळे चिडून 'हाराज्' कंपनीच्या एका अधिकाऱ्यानं ट्रम्प खोटारडेपणा करत असल्याची टीका केली. यातून नेहमीप्रमाणं खटले आणि खटल्यांना उत्तर म्हणून खटले भरले गेले. अखेर 'हाराज्'नं आपला निम्मा हिस्सा ट्रम्पला विकून या मालमत्तेवर 'ट्रम्प प्लाझा हॉटेल अँड कॅसिनो' अशी पाटी लागण्यासाठीचा मार्ग मोकळा केला.

अशा प्रकारे ट्रम्पनं अटलांटिक सिटीमध्ये आपला कॅसिनो उभा केला असला तरी एका विजयानं त्याचं पोट भरणं शक्य नव्हतं. १९८५ सालच्या फेब्रुवारी महिन्यात अत्यंत अचानकपणे ट्रम्पसमोर या संदर्भातली एक संधी जवळपास आपणहून चालून आली. जवळच्याच मरिना शहरात २७ कोटी डॉलर्स किमतीच्या कॅसिनो-हॉटेलवर शेवटचा हात फिरवण्याचं काम हिल्टन कंपनीकडून सुरू होतं. या प्रकल्पावर जवळपास १००० कामगार राबत होते. हा कॅसिनो सुरू व्हायला फक्त तीन महिन्यांचा अवधी शिल्लक असताना सरकारी अधिकाऱ्यांनी हिल्टन उद्योगसमूहाला कॅसिनो चालवण्यासाठीचा परवाना मिळणार नसल्याचं कळवून जोरदार धक्का दिला. याचं कारण गुंडगिरी करणाऱ्या लोकांचं प्रतिनिधित्व करणाऱ्या एका वकिलाशी हिल्टनचे संबंध असल्याचं सांगण्यात आलं. कहर

म्हणजे कित्येक वर्षं डोनाल्ड ट्रम्पचा वकील रॉय कोहन याचे कुख्यात लोकांशी घनिष्ठ संबंध असूनही या मुद्द्याकडे संबंधित सरकारी अधिकाऱ्यांनी साफ दुर्लक्ष केलं! आपल्यासमोर चालून आलेल्या अशा संधीचा फायदा न उठवण्याची चूक डोनाल्ड ट्रम्प न करणं शक्यच नव्हतं. आपल्याकडे आधीपासूनच कॅसिनो चालवण्यासाठीचा परवाना असल्याचं सांगून त्यानं हिल्टनकडून हा प्रकल्प विकत घेण्यासाठीचा प्रस्ताव मांडला. लास वेगासच्या एका कॅसिनो मालकानं दिलेल्या आर्थिक प्रस्तावापेक्षा जास्त म्हणजे ३२ कोटी डॉलर्स खर्चून ट्रम्पनं बाजी मारली. कॅसिनोमध्ये लोक जुगार खेळायला जातात; पण हा कॅसिनो विकत घेणं हाच ट्रम्पनं खेळलेला मोठा जुगार होता. याचं कारण म्हणजे हा व्यवहार करण्याआधी त्यानं या कॅसिनोच्या आत पाऊलसुद्धा टाकलं नाही! त्याचे वडील फ्रेड ट्रम्प त्याला अशा बाबतींमध्ये नेहमी सबुरीचा सल्ला देत असत. अगदी छोटी जागासुद्धा बारकाईनं तपासल्याशिवाय विकत घ्यायची नाही असा त्यांचा नियम होता आणि तोच नियम आपल्या मुलानंही पाळावा अशी त्यांची अपेक्षा असे. डोनाल्ड ट्रम्पनं मात्र तो पार धुडकावून लावत हा व्यवहार पूर्णत्वाला नेला. कॅसिनो सोडून या हॉटेलमध्ये एकंदर ६१५ खोल्या होत्या. याचं बारसं 'ट्रम्प कॅसल हॉटेल अँड कॅसिनो' असं करण्यात आलं. आता हे हॉटेल आणि हा कॅसिनो चालवण्यासाठी कुणाची निवड करावी, असा प्रश्न त्याच्यासमोर होता. अनेक जणांनी त्याला निरनिराळी नावं सुचवल्यानंतरच्या त्यानं निवड केलेल्या नावानं सगळे थक्कच झाले ते नाव होत 'इवाना ट्रम्प '.

डोनाल्ड ट्रम्पप्रमाणेच इवाना ट्रम्पलाही कॅसिनो चालवण्याचा अजिबात अनुभव नव्हता. अर्थातच त्या काळात डोनाल्ड ट्रम्पचा तिच्यावर पूर्ण विश्वास असल्यामुळे तसा काही प्रश्न नव्हता. आपल्या पत्नीचं वर्णन डोनाल्ड ट्रम्प तेव्हा 'उपजतच व्यवस्थापनाचं कौशल्य असलेली स्त्री' असं करत असे. प्रत्यक्षात इवानाला अटलांटाला पाठवून मॅनहॅटनमध्ये इतर स्त्रियांशी मौजमजा करण्यासाठी आणि एकूणच तिच्यापासून आपली सुटका करून घेण्यासाठी डोनाल्ड ट्रम्पनं ही शक्कल लढवली असावी, असं काही जण म्हणतात. आपली नवी जबाबदारी सांभाळताना इवाना भरपूर साहेबगिरी करे. यामुळे अर्थातच तिथले वरिष्ठ अधिकारी वैतागून जात; पण त्यांच्याकडे यावर काही इलाज नसे.

हॉटेल्स आणि कॅसिनो यांच्या जगातलं आपलं वर्चस्व वाढवण्याच्या हेतूनं ट्रम्पनं आता पुढचं पाऊल टाकलं. या व्यवसायात असलेल्या आपल्या स्पर्धकांचं खच्चीकरण करण्यासाठी, त्या सर्वांची मालकी आपल्याकडे घेण्यासाठी त्यानं प्रयत्न सुरू केले. यासाठीचा सगळ्यात सोपा मार्ग म्हणजे त्या कंपन्यांचे त्यांचे जास्तीत जास्त शेअर्स विकत घेण्याचा होता. एकदा का मालकी हक्क प्रस्थापित

होण्याइतके शेअर्स आपल्याकडे आले की त्यानंतर या कंपन्यांचं कामकाज आपल्या इशाऱ्यांनुसारच होऊ शकतं याची त्याला कल्पना होती. त्यानं ७ कोटी डॉलर्स खर्चून 'हॉलिडे इन' कंपनीचे शेअर्स मोठ्या प्रमाणावर विकत घेतले. त्यानंतर त्यानं अटलांटिक सिटीमध्ये प्रतिस्पर्धी ठरणाऱ्या 'बॅली मॅन्युफॅक्चरिंग कॉर्पोरेशन' या एका कॅसिनोची मालक असलेल्या कंपनीचे शेअर्स विकत घेण्याचा धडाका सुरू केला. ६ कोटी २० लाख डॉलर्स खर्चून त्यानं या कंपनीची १० टक्के मालकी आपल्याकडे येण्याइतके शेअर्स गिळंकृत केले. अर्थातच आपला मूळ हेतू त्याला लपवून ठेवायचा असल्यामुळे फक्त आपण आपल्याकडचे पैसे गुंतवण्यासाठी हे व्यवहार करत असल्याचा मुखवटा त्यानं धारण केला. प्रत्यक्षात हे शेअर्स खरेदी करण्यासाठी त्यानं मोठी कर्जं घेतली होती. ट्रम्पचा हा डाव ओळखून संबंधित कंपन्यांनी मोठमोठी कर्जं घेतली. यामागचं कारण म्हणजे आपल्या डोक्यावर अशी कर्जं असल्यामुळे आपले मालकीहक्क विकत घेण्यासाठीचा ट्रम्पचा उत्साह कमी होईल अशी त्यांचा अंदाज होता. तो खरा ठरला. ट्रम्पनं आपल्याकडचे हे शेअर्स विकून टाकले; पण या व्यवहारात त्याला चांगला फायदा मिळाला. उदाहरणार्थ 'हॉलिडे इन'चे शेअर्स विकताना ट्रम्पला १ कोटी २० लाख डॉलर्सचा नफा झाला. अर्थात कॅसिनोंचं नियंत्रण करणाऱ्या समितीला ट्रम्पचे हे उद्योग अजिबात पसंत नव्हते. याचं कारण म्हणजे ट्रम्पला रोखण्याच्या प्रयत्नात बॅली कंपनी आर्थिक अडचणीत सापडली होती. १९८७ सालच्या एप्रिल महिन्यात या संदर्भात ट्रम्पची चौकशी करण्यात आली. ट्रम्पनं मुद्दाम या कृती केल्या का या प्रश्नाला ट्रम्पचं उत्तर अर्थातच नकारार्थी होतं. आपल्या व्यवसायाचाच हा एक भाग असल्याचं त्यानं साळसूदपणे सांगितलं. या समितीच्या प्रमुखानं भडकून ट्रम्पला आपण कॅसिनो चालवण्यासाठी दिलेला परवाना रद्द करण्याची धमकी दिली. अखेर वातावरण शमलं आणि ट्रम्प यातून सुखरूप बाहेर आला. अर्थात ट्रम्पच्या डोक्यावरचं हे एकमेव संकट नव्हतं. ट्रम्पच्या कॅसिनो चालवण्यासाठीच्या परवान्याचं नूतनीकरण झालं असलं तरी अमेरिकेच्या राष्ट्रीय पातळीवरच्या उद्योग नियंत्रण समितीनं ट्रम्पचे व्यवहार प्रतिस्पर्ध्यांना जाणूनबुजून अडचणीत आणण्यासाठीच झाले असल्याचा निकाल दिला. नेहमीप्रमाणेच ट्रम्पनं याही निर्णयाविरोधात कुरकुर केली; पण आपण हा विषय ताणून धरला तर जास्त अडचणीत सापडू हे ओळखून निमूटपणे साडेसात लाख डॉलर्सचा दंड भरून प्रकरण मिटवलं.

नियमांप्रमाणे ट्रम्पकडे अटलांटिक सिटीमध्ये जास्तीत जास्त ३ कॅसिनोंची मालकी असण्याची परवानगी होती. सध्या त्याच्याकडे दोनच कॅसिनो असल्यामुळे त्यानं आणखी एखादा कॅसिनो आपल्याला उभा करता येतो का याची चाचपणी करायला सुरुवात केली. खरं म्हणजे व्यावसायिक दृष्टिकोनातून हे जरा धोकादायक

होतं. याचं कारण म्हणजे ट्रम्पनं आणखी एक कॅसिनो उभा केला, तर त्याच्याच कॅसिनोमध्ये अंतर्गत स्पर्धा होऊन ते एकमेकांचे स्पर्धक बनण्याची दाट शक्यता होती, तरीसुद्धा ट्रम्पनं हा जुगार खेळायचं ठरवलं. 'रिझॉर्ट्स इंटरनॅशनल' बांधत असलेल्या नव्या कॅसिनोवर त्याची नजर गेली. आधीच्या हिल्टनच्या कॅसिनोप्रमाणेच हा कॅसिनोसुद्धा अनपेक्षितपणे ट्रम्पच्या ओंजळीत येऊन पडला. याचं कारण म्हणजे या कंपनीचा संस्थापक आदल्या वर्षी एका शस्त्रक्रियेदरम्यान दगावला आणि या घटनेनंतर कंपनीची परिस्थिती घसरणीला लागली. तीन वर्षांमध्ये या कंपनीनं 'ताजमहाल' या नावानं अटलांटिक सिटीमध्ये उभ्या केल्या जात असलेल्या कॅसिनोमध्ये तब्बल ५० कोटी डॉलर्स गुंतवले होते, तरीसुद्धा १००० संकल्पित खोल्या असलेल्या या कॅसिनोचं काम जेमतेम निम्म्यावर आलं होतं. प्रभावशाली नेतृत्व आणि निधी यांची कमतरता असल्यामुळे आता काम थंडावत चाललं होतं; तेवढ्यात ट्रम्पची त्यावर नजर पडली. खरं म्हणजे या प्रकल्पात प्रचंड पैसे ओतूनसुद्धा त्यातून फारसा नफा हाती लागणार नाही, असं काही जणांचं म्हणणं होतं. ट्रम्पच्या विश्वासातल्या काही लोकांनीही त्याला या कॅसिनोपासून दूर राहण्याचाच सल्ला दिला. ट्रम्पला मात्र हा कॅसिनो म्हणजे सोन्याची अंडी देणारी कोंबडीच वाटली. कंपनीच्या संस्थापकाच्या वारसदारांकडून शेअर्स विकत घेऊन त्यानं या कॅसिनोवर आपलं नियंत्रण आणण्यासाठीची पावलं उचलली. 'ईस्ट कोस्ट'मध्ये आपल्या मालकीचे तीन कॅसिनो असणं म्हणजे या उद्योगावर आपला प्रचंड मोठा पगडा बसवणं असल्याची त्याची भावना होती.

एकूणच उद्योगामध्ये प्रगती करण्याबरोबरच आपण खूप श्रीमंत आहोत, याचं प्रदर्शन करायला ट्रम्पला खूप आवडे. वयाच्या चाळिसाव्या वर्षी ट्रम्प ७० कोटी मालमत्तेसह अमेरिकेमधला ५०व्या क्रमांकाचा सगळ्यात श्रीमंत माणूस असल्याचा अंदाज 'फोर्ब्ज'नं व्यक्त केला होता. आपलं वैभव लोकांच्या नजरेत भरावं यासाठी ट्रम्प त्यांना थक्क करून सोडणाऱ्या गोष्टी खरेदी करत राही. उदाहरणार्थ पूर्वी शस्त्रास्त्रविक्रीच्या व्यवहारासाठी कुप्रसिद्ध असलेल्या अदनान खशोगीकडून त्यानं २ कोटी ९० लाख डॉलर्सना एक अतिभव्य आणि सुसज्ज जहाज विकत घेतलं. त्याचं नूतनीकरण करण्याच्या कामात त्यानं आणखी ८० लाख डॉलर्स ओतले. या जहाजाला त्यानं 'ट्रम्प राजकन्या' असं नाव दिलं. कहर म्हणजे हे जहाज त्यानं आता महिन्याला ४ लाख डॉलर्स भाड्यानं अटलांटिक सिटीमधल्या आपल्या 'कॅसल' हॉटेल-कॅसिनोला भाड्यानं दिलं! आपोआपच या हॉटेल-कॅसिनोच्या नफ्यात घट व्हायला लागली. २८२ फूट लांबीचं हे जहाज हेलिपॅड, तरणतलाव, डिस्कोची जागा, चित्रपटगृह, २०० फोन लाइन्स अशा सोयींनी सजलं होतं. एका वेळी त्यातून ५२ लोक समुद्रसफरीचा आनंद घेऊ शकत. या जहाजामधले बेसिन

आणि सू यांना ट्रम्पनं सोनेरी मुलामा दिला होता! स्वतः ट्रम्पला समुद्रसफरींची विशेष आवडत नव्हती. हे जहाज आपल्या मालकीचं असल्याचं जाहीर प्रदर्शन करणं त्याच्या दृष्टीनं महत्त्वाचं होतं.

१९८८ साली ट्रम्पनं 'ईस्टर्न एअरलाइन्स' कंपनीकडून विमानं आणि या विमानांच्या प्रवासासाठीचे हक्क ३६ कोटी ५० लाख डॉलर्सना विकत घेतले. मॅनहॅटनमधल्या 'प्लाझा हॉटेल' या प्रसिद्ध हॉटेलची खरेदी त्यानं ४० कोटी ७० लाख डॉलर्सना केली. दोन्ही व्यवहारांदरम्यान त्यानं कर्ज घेतली. बहुतेक सगळ्या विश्लेषकांच्या मते ट्रम्पनं खऱ्या किमतीपेक्षा जास्त रकमा ओतून हे व्यवहार केले होते. एकीकडे कॅसिनोंवर वर्चस्व मिळवण्यासाठीची धडपड करत असताना ट्रम्पनं हे व्यवहार केल्यामुळे त्याच्या डोक्यावरच्या कर्जांचा आकडा फुगत गेला. अटलांटिक सिटीमधले लोक मात्र ट्रम्पकडे आपला तारणहार म्हणून बघत असत. अवकळा आलेल्या आपल्या शहराला पुनरुज्जीवित करण्यासाठी ट्रम्पसारखा 'महान' उद्योजक आपल्या मदतीला धावून आला अशी त्यांची भावना होती. यामध्ये एक मोठा धोका होता. ट्रम्पनं मोठमोठी कर्जं घेऊन हा उद्योग उभा करण्याचं धाडस केलं असलं तरी यात त्याला अपयश आलं, तर तो आपल्यासोबत अटलांटिक सिटीलाही घेऊन बुडण्याची दाट शक्यता होती.

म्हणूनच 'ताजमहाल' कॅसिनो विकत घेण्यासाठीची ट्रम्पची धडपड त्याला गोत्यात आणण्याची दाट शक्यता होती. आता या प्रकल्पासाठीचा खर्च वाढत वाढत तब्बल ८० कोटी डॉलर्सवर जाऊन पोहोचला आणि तो याहूनही वाढण्याची चिन्हं दिसत होती. ही गुंतवणूक लाभदायी ठरण्यासाठी तो शक्य तितक्या लवकर पूर्णत्वाला नेणं आणि त्यातून पैसे कमवण्याची सुरुवात करणं आवश्यक असल्याची ट्रम्पला जाणीव होती. नेमकं त्याच वेळेला कॅसिनोंमधल्या तीव्र स्पर्धेमुळे कॅसिनोंमधून मिळणारं एकूण उत्पन्न वाढत असलं तरी यातल्या नफ्यामध्ये घट झाली होती. १९८६ साली अटलांटिक सिटीमधल्या कॅसिनोंमधून मिळालेलं एकूण उत्पन्न तब्बल २५० कोटी डॉलर्स असलं तरी सगळे खर्च वजा जाता कॅसिनोधारकांना मिळालेल्या नफ्याचा आकडा ७ कोटी ४० लाख डॉलर्स एवढाच होता. कॅसिनो जगताच्या बाहेर फारशी ओळख नसलेला; पण कॅसिनोच्या विश्वात अत्यंत जाणकार म्हणून ओळखला जाणारा मर्विन रॉफमन यानं याविषयी काळजी व्यक्त केली. रॉफमन कॅसिनोंच्या व्यवसायावर बारीक नजर ठेवून असे. या विश्वात कुठं काय सुरू आहे, इथून पुढं काय होण्यासारखं आहे अशा गोष्टींवर आकडेमोडीच्या पुराव्यांसह रॉफमन भाष्य करत असे. १९८७ सालच्या जून महिन्यात 'ताजमहाल' कॅसिनोमुळे या उद्योगावर नवं संकट येईल, असं भाकीत रॉफमननं केल्यामुळे लोकांनी ते खूप गांभीर्यानं घेतलं. याची ट्रम्पला अजिबात कसलीच फिकीर वाटत नव्हती. १९८७

सालच्या जून महिन्यात त्यानं 'रिझॉर्ट्स इंटरनॅशनल' कंपनीचे ७२ टक्के शेअर्स खरेदी करण्यासाठीची प्रक्रिया पूर्ण केली. यासाठी त्यानं तब्बल ७ कोटी ९० लाख डॉलर्स मोजले. यामुळे आता या कंपनीचं भवितव्य ठरवण्याचे हक्क त्याच्याकडे आले. या कंपनीचं अध्यक्षपद त्यानं स्वतःकडे घेऊन कंपनीच्या संचालक मंडळामध्ये त्यानं आपला भाऊ रॉबर्ट आणि आपल्या विश्वासातला दुसरा एक माणूस यांना घेतलं. 'रिझॉर्ट्स' कंपनीला आपण संकल्पित 'ताजमहाल' कॅसिनोचं काम पूर्णत्वाला नेण्यासाठी निधी मिळवून देऊ; तसंच यासाठीचं बांधकामही पूर्णत्वाला नेऊ असं त्यानं सांगितलं. याच्या मोबदल्यात कंपनीकडून आपल्याला १०.८० कोटी डॉलर्स फी मिळावी असं त्यानं सांगितलं. नेहमीप्रमाणेच दंडेलशाहीनं त्यानं हे काम करून घेतलं.

या काळात ट्रम्पचं यश आणि त्याची लोकप्रियता या गोष्टी शिखरावर जाऊन पोहोचणार, अशी चिन्हं दिसत होती. याच सुमाराला त्याचं 'ट्रम्प : द आर्ट ऑफ द डील' हे पुस्तक प्रकाशित होणार होतं. अटलांटिक सिटीमधल्या आपल्या कॅसिनोंनी या पुस्तकाच्या ८००० प्रती मागवून त्या आपल्याकडे येणाऱ्या ग्राहकांना विकण्याचा आणि त्या विकल्या न गेल्यास फुकट वाटून टाकण्याचे आदेश ट्रम्पनं दिले. ट्रम्पच्या पुस्तकाच्या प्रकाशनाला काही दिवसच शिल्लक असताना अमेरिकी शेअरबाजार कोसळला. 'काळा सोमवार' म्हणून ओळखल्या जाणाऱ्या १९ ऑक्टोबर १९८७ या दिवशी 'डाऊ जोन्स' हा अमेरिकी शेअरबाजाराचा निर्देशांक जवळपास २३ टक्क्यांनी घसरला! चतुराईनं ट्रम्पनं या परिस्थितीचा फायदा उठवायचं ठरवलं. त्यानं इतके दिवस कॅसिनो कंपन्यांचे शेअर्स विकत घेण्याचे जोरदार प्रयत्न केले होते; पण आता या शेअर्सच्या किमती एकदम घसरल्यामुळे त्यानं हे शेअर्स घेण्याचा वेग वाढवला. इतकंच नव्हे तर आपला 'ताजमहाल' कॅसिनो सार्वजनिक कंपनीऐवजी खाजगी कंपनीमध्ये परिवर्तित करण्यासाठीचा अर्ज त्यानं केला. असं करण्यानं आपल्याला त्याचं कामकाज जास्त नीटपणे सांभाळता येईल, असा दावा त्यानं केला. जर आपल्याला असं करण्यापासून रोखलं, तर आपण हा प्रकल्पच गुंडाळून टाकू अशी धमकीसुद्धा त्यानं दिली.

१९८८ सालच्या फेब्रुवारी महिन्यात ट्रम्प अटलांटिक सिटीमध्ये कॅसिनो चालवण्यासाठीचा परवाना देण्यासंबंधीचा निवाडा करणाऱ्या समितीसमोर उभा होता. ही समिती आणि ट्रम्प यांच्यामधल्या चर्चेचा मुख्य मुद्दा शेअरबाजार कोसळल्यानंतरही 'ताजमहाल' कॅसिनोचं काम पूर्णत्वाला नेण्यासाठी त्याला आर्थिक मदत मिळू शकते का हा होता. यावर ट्रम्पनं दिलेलं उत्तर अपेक्षितच होतं. आपल्याकडे या कॅसिनोचं नियंत्रण आल्यानंतर बँका आणि इतर वित्तसंस्था अगदी नक्कीच अर्थपुरवठा करतील, असं तो म्हणाला. इतकंच नव्हे तर बँका आपल्या

दारासमोर अक्षरशः रांगा लावतील, असं विधान त्यानं केलं! इतर लोकांना बँका कर्जं खूप जास्त दरानं व्याज आकारून देत असताना आपल्याला त्या फक्त ९ टक्के किंवा त्याहूनही कमी व्याजदरानं कर्जं देण्यासाठी उत्सुक असल्याची बढाई त्यानं मारली. सातत्यानं बँका आपल्याला कर्जं देण्यासाठी फोन करून नुसतं भंडावून सोडत असल्याचंही तो म्हणाला. समितीच्या अधिकाऱ्यांनी मात्र ट्रम्पच्या या बढायांविषयी शंका व्यक्त केली. इतर सगळ्या उद्योगपतींना आणि व्यावसायिकांना कर्जं मिळण्यात इतक्या अडचणी येत असताना ट्रम्पच्या बाबतीत बँका इतक्या उदार का असाव्यात असा रास्त प्रश्न त्यांना पडला. यावर ट्रम्पचं उत्तर 'जर डोनाल्ड ट्रम्प हे कर्ज घेत असेल तर आपलं व्याज आणि मुद्दल हे सगळं आपल्याला निश्चितपणे परत मिळणार याची बँकांना खात्री असते म्हणून' असं होतं! ट्रम्पनं 'ताजमहाल'ला आणखी भव्यदिव्य स्वरूप देण्यासाठी त्याच्या उभारणीसाठीच्या खर्चाचा आकडा तब्बल १०० कोटी डॉलर्सवर नेला होता. ही उधळपट्टी असल्याची आपल्याला शंका वाटते, असं मत समितीच्या वतीनं मांडलं गेलं. ट्रम्पनं मात्र हा 'किरकोळ खर्च' असल्याचं सांगून कॅसिनो ग्राहकांना आपल्याकडे आकर्षित करून घेण्यासाठी हे केलंच पाहिजे, असं मत व्यक्त केलं.

एकीकडे 'ताजमहाल' कॅसिनोविषयी विलक्षण आशावाद प्रकट करत असलेला ट्रम्प दुसरीकडे 'कॅसल कॅसिनो' या आपल्या आधीच्या कॅसिनोच्या व्यवसायात येत असलेल्या घसरणीविषयी जरा चिंतीत झाला होता. याचंच व्यवस्थापन त्यानं आपली पत्नी इवानाकडे सुपूर्द केलं होतं. खरं म्हणजे हा कॅसिनो अगदी मोक्याच्या ठिकाणी होता; पण या कॅसिनोसोबतच्या हॉटेलमध्ये १४ मजल्यांची भर टाकण्याचं काम सुरू होतं. या कामामुळे कॅसिनोच्या नफ्यावर ताण येत होता. या कामासाठी ४ कोटी डॉलर्सचा खर्च अपेक्षित होता. हे काम अनावश्यक असल्याचं मत ट्रम्पच्या कंपनीमधल्या काही वरिष्ठ अधिकाऱ्यांनी व्यक्त केलं असलं तरी इवाना मात्र हे काम झालंच पाहिजे, असा अट्टाहास करत होती. ट्रम्पचा तिला पाठिंबा होता. यामुळे 'कॅसल'ला प्रथमच एका आर्थिक वर्षात तोटा सहन करावा लागला. या काळात इवाना आणि ट्रम्पच्या कंपनीमधले वरिष्ठ अधिकारी यांच्यामधला ताणतणाव टोकाला जाऊन पोहोचला. त्यांचे नेहमी वादविवाद होत. याच सुमाराला ट्रम्प आणि मार्ला मेपल्स यांचं लफडं सुरू असल्याची भर पडली आणि ट्रम्पनं या प्रकल्पाच्या व्यवस्थापनातून इवानाला बाजूला केलं. न्यू यॉर्कमधल्या 'प्लाझा हॉटेल'ची जबाबदारी त्यानं इवानावर सोपवली. 'कॅसल'चा निरोप घेऊन न्यू यॉर्कला इवाना परतण्याच्या सुमाराला तिच्यासाठी एक निरोप समारंभ आयोजित करण्यात आला. त्यात इवानानं आपल्या सहकाऱ्यांचे आभार मानले आणि त्यांची आपल्याला आठवण येईल, असं साश्रू नयनांनी सांगितलं. तिच्यानंतर शेवटी ट्रम्प

बोलला आणि कुठं काय बोलावं याचं भान नसल्यासारखे बोलत गेला : 'हे घ्या ... तिला फक्त इथून बाहेर काढण्यासाठी मला ३५ कोटी डॉलर्स खर्चून एक हॉटेल विकत घ्यावं लागलं ... आणि ही कशी रडते आहे बघा ... म्हणूनच मी तिला न्यू यॉर्कला परत धाडतो आहे ... रडगाणं गाणाऱ्या कुठल्या बाईची मला अजिबात गरज नाही ... हा कॅसिनो सांभाळण्यासाठी मला इथं कणखर मनोवृत्ती असलेलं कुणीतरी हवं आहे ...'.

दरम्यान, 'रिझॉर्ट्स इंटरनॅशनल' कंपनीचं खाजगीकरण करण्यासाठीचे ट्रम्पचे जोरदार प्रयत्न सुरू असतानाच त्याच्या मार्गात मर्व ग्रिफीन नावाचा टीव्ही क्षेत्रातला एक दादा माणूस आला. त्यानं ही कंपनी २४ कोटी ५० लाख डॉलर्सच्या मोबदल्यात विकत घेण्याचा प्रस्ताव समोर ठेवला. अर्थातच ट्रम्पनं यासाठी आपले हक्क विकणं गरजेचं होतं. ट्रम्पनं याला नकार दिल्यामुळे या दोघांमध्ये जाहीर पातळीवर संघर्ष झाला. अखेर कंपनीचं विभाजन करून ग्रिफीनकडे या कंपनीच्या सध्याच्या कॅसिनोंची मालकी आली; तर ट्रम्पला 'ताजमहाल'चे संपूर्ण हक्क आणि घसघशीत रक्कम या गोष्टी मिळाल्या. याचा उल्लेख आपल्या पुस्तकात करून आपण १ कोटी २० लाख डॉलर्स आणि 'ताजमहाल' कॅसिनो या गोष्टी कशा जिंकल्या याच्या बढाया ट्रम्पनं मारल्या, तसंच 'रिझॉर्ट्स इंटरनॅशनल' कंपनी यशस्वी करून दाखवण्याचं कौशल्य ग्रिफीनमध्ये अजिबात नसल्याचं कुचेष्टापूर्ण भाषेत ट्रम्प म्हणाला. त्याची भाषा अतिशय असभ्य, कुचेष्टा करणारी होती. त्याचे शब्द '(हॉलिवूड अभिनेत्री) शेरॉन स्टोनला गर्भार करू शकण्यात ग्रिफीनला जेवढं यश मिळेल तेवढंच यश त्याला रिझॉर्ट्सच्या बाबतीत मिळेल' असे होते! काही दिवसांमध्येच आपल्या प्रकल्पासाठी निधी गोळा करण्याच्या हेतूनं ट्रम्पनं 'ट्रम्प ताजमहाल फंडिंग' नावाची कंपनी उघडली. बँका आपल्यासमोर पायघड्या घालून किंवा आपल्याला खूप विनंती करून कर्ज देण्यासाठी भंडावून सोडतील' अशी ट्रम्पनं केलेली भविष्यवाणी अपेक्षेप्रमाणे फुसकीच ठरली. अगदी कमी व्याजदरानं आपल्याला कर्ज मिळतील, अशी त्याची बढाईसुद्धा फोल ठरली. संबंधित समितीसमोर बोलताना ट्रम्पनं निधी गोळा करण्यासाठी काहीही झालं तरी आपण 'जंक बाँड्स' विकायला काढणार नाही असं सांगून 'जंक बाँड्स' या संकल्पनेची थट्टा उडवली होती. जंक बाँड्स म्हणजे अगदी धोकादायक प्रकारचे बाँड्स असतात. हे बाँड्स विकणारी कंपनी खूप जास्त व्याज देते; पण या बाँड्सवरचं व्याज देण्याची आणि नंतर तर त्यासाठीचं मूळ मुद्दल देण्याची तिची क्षमता कितपत आहे, असा प्रश्न कायम विचारला जातो. म्हणजेच जे गुंतवणूकदार खूप धोका पत्करून त्याच्या मोबदल्यात जास्त व्याज मिळवू इच्छितात त्यांच्यासाठीच

'जंक बाँड्स'मध्ये पैसे गुंतवणं श्रेयस्कर मानलं जातं. असे बाँड्स आपली कंपनी कधीच विकणार नसल्याची फुशारकी मारणाऱ्या ट्रम्पनं आता नेमके असेच बाँड्स विकायला काढले!

१९८८ साली नोव्हेंबर महिन्यात 'मेरिल लिंच कॅपिटल सर्व्हिसेस' या वित्तसंस्थेच्या मदतीनं ट्रम्पनं ६७ कोटी ५० लाख डॉलर्स किमतीचे 'जंक बाँड्स' विकायला काढले. सर्वसाधारण व्याजदर ९ टक्क्यांच्या आसपास असताना या बाँड्सवर तब्बल १४ टक्के व्याज मिळणार होतं. यामुळे 'ताजमहाल' कॅसिनोचं काम पूर्णत्वाला नेण्याची संधी ट्रम्पसमोर होती; पण याच्याच जोडीला दरसाल सुमारे ९ कोटी ५० लाख डॉलर्स नुसते व्याजापोटीच बाँडधारकांना देण्याची जबाबदारी त्याच्यावर आली. इतर कॅसिनो आणि मालमत्ता यांच्यावरच्या कर्जांचे आकडे तर वेगळेच होते. अनेक जणांनी हा सगळा प्रकार धडकी भरवणारा असल्याचं मत व्यक्त केलं. ट्रम्प मात्र नेहमीप्रमाणेच अत्यंत आक्रमक भाषेत आपल्या निर्णयांचं समर्थन करत राहिला. 'ताजमहाल'च्या तोडीचं दुसरं काही या जगात नसेल, असा त्याचा दावा होता. १९८९ सालच्या जुलै महिन्यात कॅसिनोंचा अभ्यासक रॉफमन यानं कॅसिनोंचं नजीकचं भविष्य अंधुक असल्याचा आणखी एक इशारा दिला. अटलांटिक सिटीमधल्या नऊ कॅसिनोंनी पाच वर्षांपूर्वी एकूण १६ कोटी ९० लाख डॉलर्सचा नफा कमावला होता; पण आता हा आकडा घसरून फक्त दीड कोटी डॉलर्सवर आला होता. खरं म्हणजे कॅसिनोंचं एकूण उत्पन्न वाढलं होतं; पण त्यांच्या नफ्याचा हिस्सा घटला होता. यामागचं मुख्य कारण म्हणजे कॅसिनोंच्या डोक्यावर साठत गेलेलं कर्ज हे होतं म्हणूनच ट्रम्पच्या 'ताजमहल' कॅसिनोलाच रॉफमन 'जुगार' म्हणत होता. या पार्श्वभूमीवर ट्रम्पनं एकदा रॉफमनला फोन केला. ट्रम्पनं त्याला 'मर्विन, माझा व्यावसायिक अंदाज एकदम योग्य ठरणार आहे ना?' असं विचारलं. यावर रॉफमननं 'डोनाल्ड, तू चूक केली आहेस मला वाटतं ... तीन कॅसिनोंची मालकी कशाला?' असं उत्तर दिलं. याकडे साफ दुर्लक्ष करून 'ताजमहाल कॅसिनो हा भन्नाट प्रकार असणार आहे' असं म्हणून ट्रम्पनं हे संभाषण संपवलं.

एकूणच आपल्या आयुष्यातला हा जुगार यशस्वी ठरणार अशी खात्री ट्रम्पला तरी वाटत होती!

प्रकरण ८

पहिला घटस्फोट

तो १० ऑक्टोबर १९८९चा दिवस होता. आकाश निरभ्र आणि प्रकाशमान होतं. मॅनहॅटनमध्ये आपल्या 'ताजमहाल' कॅसिनोच्या संदर्भातल्या एका पत्रकार परिषदेला डोनाल्ड ट्रम्प हजर राहणार होता. खरं म्हणजे त्याला ही पत्रकार परिषद टाळायची होती; पण त्याच्या काही खास लोकांनी त्याची मनधरणी करून त्याला या पत्रकार परिषदेचं महत्त्व पटवूनच दिलं. ट्रम्पच्या अटलांटिक सिटीमधल्या प्रकल्पांचा प्रमुख स्टीफन हाईड आणि त्याचे आणखी दोन सहकारी न्यू यॉर्कला या पत्रकार परिषदेसाठी येणार होते. हाईडला ट्रम्पसोबत काम करून प्रचंड वैताग आला होता, त्यामुळे आणखी किती काळ या रागीट, विचित्र आणि बेभरवशाच्या माणसाला सहन करायचं या विचारानं वैतागून त्यानं आणखी दोन वर्षं ट्रम्पच्या कंपनीत काम करून नंतर दुसरं काहीतरी करावं असं ठरवलं होतं. हाईडबरोबरच्या दोघांमधला मार्क ग्रॉसिंगर एटेस हा ३८ वर्षं वयाचा माणूस 'ताजमहाल' कॅसिनोचं कामकाज बघणार होता; तर जोनाथन बेनॅनाव हा 'ट्रम्प प्लाझा अँड हॉटेल'चं कामकाज बघत होता. हे तिघं अटलांटिक सिटीहून मॅनहॅटनला आले. ठरल्याप्रमाणे पत्रकार परिषद पार पडली. यानंतर या तिघांची ट्रम्पबरोबर एक बैठक झाली आणि ती लांबली. यामुळे त्यांचं परतीचं विमान चुकलं. त्यांनी हेलिकॉप्टरनं अटलांटिक सिटीला परत जायचं ठरवलं; पण या हेलिकॉप्टरचे पंख हवेत असताना गोल फिरवणाऱ्या यंत्रणेला एक छोटा छेद गेला असल्याची कुणाला कल्पना?

हे तिघं हेलिकॉप्टरमध्ये बसून अटलांटिक सिटीच्या दिशेनं उडाले. काही वेळातच हेलिकॉप्टर कोसळलं आणि हे तिघं जागीच ठार झाले. ट्रम्पला हे समजताच त्याला प्रचंड धक्का बसला. 'ताजमहाल' कॅसिनोचं कामकाज

लवकरच सुरू होणार होतं आणि त्याच्या अगदी थोडा काळच आधी अटलांटिक सिटीमधलं कामकाज सांभाळणारे त्याचे सगळ्यात वरिष्ठ अधिकारी जग सोडून गेले होते! काही काळ ट्रम्पच्या मनात आपल्या प्रतिस्पर्ध्यांनी आपल्या विरोधात कट रचून मुद्दाम आपल्या तीन वरिष्ठ अधिकाऱ्यांना ठार मारलं असल्याची शंका घोळत राहिली; पण लवकरच यात काही तथ्य नसल्याचं त्यानं मान्य केलं. या तिघांच्या अंत्यविधीच्या काळात इवाना ट्रम्प आणि मार्ला मेपल्स अचानकपणे एकमेकांच्या समोर आले. मार्ला आणि ट्रम्प यांचं प्रकरण सुरू असलं तरी अजून ते जाहीर झालं नव्हतं. इवानाला मात्र याची खबर होती. यामुळे भडकलेली इवाना आता मार्ला मेपल्सला ठोसा लगावेल, अशी भीती ट्रम्पला वाटली. मार्ला भीतीनं जागेवरच थिजून उभी होती. ट्रम्पनं मात्र कसंबसं इवानाला बाजूला नेत कटू प्रसंग टाळला.

१९९० सालच्या एप्रिल महिन्यात 'ताजमहाल' कॅसिनोचं उद्घाटन व्हायचं ठरलं. याच्या काही दिवस आधी मर्विन रॉफमननं कॅसिनोंच्या अंधकारमय भविष्याविषयी केलेलं भाष्य 'वॉल स्ट्रीट जर्नल'मध्ये प्रसिद्ध झालं. दररोज तब्बल किमान १३ लाख डॉलर्सचा धंदा केला, तरच ट्रम्पचा नवा कॅसिनो यशस्वी ठरू शकेल, असं या बातमीत म्हटलं होतं, तसंच 'ताजमहाल' कॅसिनो उघडल्यावर पहिले ३-४ महिने तो प्रचंड धंदा करेल, असं रॉफमनचं भाकीत होतं. एकदा का नव्याची नवलाई सरली आणि ट्रम्पला मिळालेली अनाठायी प्रसिद्धी उतरणीला लागली की, त्यानंतर मात्र खरी परिस्थिती दिसायला लागेल, असं त्याचं म्हणणं होतं. खास करून थंडीचा हंगाम सुरू झाला की त्यानंतर अटलांटिक सिटीमध्ये पर्यटकांची संख्या रोडावते. अशा वेळी ट्रम्पच्या नव्या कॅसिनोला तरी कुठून वाढीव व्यवसाय मिळणार, असा प्रश्न होता. इवानाला डोनाल्ड ट्रम्पनं न्यू यॉर्कमध्ये परत धाडल्यामुळे आता या नव्या कॅसिनोची जबाबदारी डोनाल्ड ट्रम्पचा धाकटा भाऊ रॉबर्ट ट्रम्प याच्यावर होती. रॉबर्ट ब्राऊन आर्थिक विषयांमध्ये प्रवीण होता. तसंच तो डोनाल्ड ट्रम्पसारखा चमकोगिरी करत नसे. त्याचा स्वभावही मृदू होता, तरीही कधीतरी तो डोनाल्ड ट्रम्पसारखा अचानकपणे चवताळत असे. 'ताजमहाल' कॅसिनोच्या उद्घाटनाआधीच्या शेवटच्या तयारीवर रॉबर्ट ट्रम्प शेवटचा हात फिरवत होता. त्याची छोटी मुलाखत घेण्यासाठी मर्विन रॉफमननं वेळ मागून घेतली आणि ठरलेल्या वेळी तो तिथं दाखल झाला. 'वॉल स्ट्रीट जर्नल'मध्ये आपण पुरवलेल्या माहितीसकट बातमी छापून आल्याचं रॉफमनला ठाऊक नव्हतं. आपली गाडी लावून तो रॉबर्ट ट्रम्पचा शोध घेत त्याच्यासमोर आला. त्यानं हस्तांदोलनासाठी आपला हात पुढं केला. त्यासरशी रॉबर्ट ट्रम्पचा राग मस्तकाला जाऊन पोहोचला. 'ताजमहाल' कॅसिनो उभा करण्यासाठी ट्रम्पच्या कंपनीनं विकलेल्या बाँड्सच्या

धारकांना रॉफमननं जणू भोसकल्यासारखं वाटत असेल असं रॉबर्ट ट्रम्प म्हणाला. त्यानं तातडीनं रॉफमनला आपल्या मालमत्तेवरून निघून जायला सांगितलं.

मर्विन रॉफमन घडलेल्या प्रसंगामुळे पार हादरून गेला. असं काही घडेल याची त्याला अपेक्षाच नव्हती. ट्रम्पनं घेतलेल्या कर्जांच्या मोबदल्यात बाँड्स विकले आहेत, हे त्याला माहीत होतं; पण या बाँडधारकांना घाबरवून सोडण्यासारखं आपण काहीच केलेलं नाही, अशी त्याची ठाम श्रद्धा होती. आपण फक्त कॅसिनोच्या व्यवसायाचे अभ्यासक असून आपल्याला जे दिसतं आणि वाटतं ते आपण प्रामाणिकपणे मांडलं असल्याची त्याची धारणा होती. नंतर घडलेल्या प्रसंगाची आठवण काढताना रॉबर्ट ट्रम्पच्या तोंडून जवळपास प्रत्येक शब्दानंतर 'FUCK' शब्द आला असल्याचं रॉफमननं नमूद केलं. रॉफमननं आपल्या कार्यालयात फोन केला. तिथून त्याला तातडीनं तिथं येण्याचा निरोप मिळाला. डोनाल्ड ट्रम्पनं रॉफमनच्या कार्यालयात एक फॅक्स पाठवला होता. रॉफमननं ताबडतोब आपली बिनशर्त माफी मागावी आणि त्यानं तसं करायला नकार दिल्यास त्याच्या कंपनीनं त्याला लगेच पदच्युत करावं, अशी मागणी डोनाल्ड ट्रम्पनं केली होती. हे न झाल्यास आपण या कंपनीला न्यायालयात खेचू अशी धमकी तो देत होता. ट्रम्पनं इथं न थांबता रॉफमनला फोन केला. या फोनमध्ये त्यानं 'ताजमहाल कॅसिनो हा जगातल्या सगळ्यात यशस्वी व्यवसायांपैकी एक बनणार आहे' असं आपल्याला लिखित स्वरूपात कळवावं आणि आपण ते छापणार आहोत असं रॉफमनला सांगितलं.

रॉफमनच्या कंपनीला काय करावं हे समजेना. कंपनीच्या अध्यक्षानं डोनाल्ड ट्रम्पला फोन लावला. 'वॉल स्ट्रीट जर्नल'मध्ये छापून आलेली बातमी चुकीच्या माहितीवर आधारित असल्याचा खुलासा करून तो खुलासा पुन्हा त्या वर्तमानपत्रातच छापून आणण्याची मागणी ट्रम्पनं केली. मर्विन रॉफमनचं खरं विधान वेगळंच काहीतरी होतं; पण त्याचा भलताच अर्थ काढण्यात आल्याचं त्यात स्पष्टपणे म्हटलेलं असावं, असं ट्रम्पनं सांगितलं, तसंच परत एकदा ताजमहाल कॅसिनो हा आजवरच्या इतिहासामधल्या सगळ्यात यशस्वी व्यवसायांच्या यादीत जाऊन बसणार असल्याचं रॉफमनचं मत असल्याचंही त्यात आलं पाहिजे, अशी ट्रम्पची मागणी होती. नाइलाजानं रॉफमनच्या साहेबानं अशा अर्थाचं एक पत्र तयार केलं. त्यावर सही करण्यावाचून दुसरा पर्याय रॉफमनला दिसत नव्हता. त्या रात्री रॉफमनला अजिबात झोप लागली नाही. आपल्या तत्त्वांशी प्रतारणा करणं त्याला खूप जड जात होतं. दुसऱ्या दिवशी आपल्या वरिष्ठांना तो भेटला. आपल्याला आणखी एक पत्र माध्यमांना द्यायचं असल्याचं त्यानं सांगितलं. या पत्रात ज्या गुंतवणूकदारांनी 'ताजमहाल' कॅसिनो उभा करण्यासाठी डोनाल्ड ट्रम्पनं विकलेले

'जंक बाँड्स' विकत घेतले असतील त्यांनी ते ताबडतोब विकून धोकामुक्त व्हावं असं रॉफमनला म्हणायचं होतं. अर्थातच परत एकदा ट्रम्पचा रोष ओढवून घेण्याखेरीज यातून काहीच साध्य होणार नसल्यामुळे त्याच्या वरिष्ठांनी रॉफमनच्या असं करण्याला साफ नकार दिला. नाइलाजानं रॉफमननं एक नवं पत्र तयार केलं. त्यात त्यानं आपण आपल्या मूळ मतांशीच प्रामाणिक असून, आदल्या दिवशी आपण दिलेला खुलासा मागं घेत असल्याचं लिहिलं; परंतु रॉफमनचे साहेब लोक आता मात्र पार वैतागून गेले. ट्रम्पशी झगडत राहण्याची त्यांची इच्छा नव्हती. त्यांनी रॉफमनला कंपनीतून काढून टाकलं.

खरं म्हणजे ट्रम्पच्या अशा प्रकरणांमधल्या इतर अनेक विजयांप्रमाणेच या विजयासह हे प्रकरणही इथंच संपायला हवं होतं. प्रत्यक्षात मात्र तसं घडलं नाही. हार न मानता रॉफमननं नेटानं हा मुद्दा ताणून धरला. आपली कोणतीही चूक नसताना आपल्याला आपल्या कंपनीनं विनाकारण काढून टाकलं, या आरोपापोटी त्यानं कंपनीला न्यायालयात खेचलं. अखेर त्याच्या कंपनीनं त्याला ७.५० लाख डॉलर्सची नुकसानभरपाई देत आपली सुटका करून घेतली. इतकंच नव्हे तर भडकलेल्या रॉफमननं डोनाल्ड ट्रम्पवरही खटला भरला. काही काळ याकडे साफ दुर्लक्ष करणाऱ्या ट्रम्पला लवकरच उपरती झाली आणि त्यानं रॉफमनला आर्थिक नुकसानभरपाई देऊन हे प्रकरण शांत केलं.

आता 'ताजमहाल कॅसिनो' सोबतच्या हॉटेलसह उद्घाटनासाठी सज्ज होतं. खऱ्याखुऱ्या ताजमहालासारखं त्याचं बाह्य रूप होतं. तसंच यात प्रचंड भपका होता. अटलांटिक सिटीमध्ये आजवर अशी छानछौकी कुणीच बघितली नव्हती. काही जणांनी तर हे सगळं अति होत असल्यामुळे ते बालिश वाटत असल्याची तिखट प्रतिक्रियाही दिली. ४२ मजली हॉटेलच्या इमारतीच्या चारही बाजूंना अगदी दूरवरही दिसेल, अशा अक्षरांमध्ये ट्रम्पचं नाव झळकत होतं. या कॅसिनोचं उद्घाटन झाल्यावर काही काळ लोक ट्रम्पनं घेतलेलं कर्ज, त्यानं विकलेले बाँड्स, इतर प्रश्न हे सगळं अपेक्षेप्रमाणं विसरून गेले. आता नुसता जल्लोश करण्याचा आणि ट्रम्पनं उभ्या केलेल्या आश्चर्यानं थक्क होऊन जाण्याचा काळ होता. उद्घाटन मुद्दामच मर्यादित स्वरूपाचं करण्यात आलं असलं तरी तो दिवस एकदम जल्लोशात गेला. ट्रम्पचा आनंद गगनात मावत नव्हता. आता कॅसिनो सगळ्या जगाला खुला करण्याची वेळ होती. दुसऱ्याचं दिवशी म्हणजे ३ एप्रिलला एक नवी अडचण समोर आली. ताजमहाल कॅसिनो आज उघडता येणार नाही असं न्यू जर्सीच्या न्यायाधिकारांनी सकाळीच ट्रम्पला सांगितलं. हे ऐकून ट्रम्प सर्दच झाला! यामागं पहिल्या दिवसाचा हिशेब न जुळण्याचं कारण होतं. 'ताजमहाल' कॅसिनोमध्ये जुगार खेळण्यासाठी एकूण २९०० यंत्रं होती.

यामुळे सुमारे ६ महिन्यांपूर्वीच न्यू जर्सी राज्याच्या कॅसिनो नियंत्रकांनी ट्रम्पला या संदर्भात इशारा दिला होता. अशा कॅसिनोमध्ये दररोज कॅसिनो बंद झाल्यानंतर हिशेब करण्यासाठी मोठी सुरक्षित जागा असणं गरजेचं असल्याचं त्यांचं म्हणणं होतं. इथं जमलेली नाणी, वापरलेली टोकन्स यांची वर्गवारी करणं आणि सगळा हिशेब जुळत असल्याची खात्री करणं आवश्यक होतं. या इशाऱ्याला उत्तर देताना ट्रम्पनं 'आपली इमारत बांधून झालेली असल्यामुळे आता यात बदल करणं शक्य नाही,' असं उत्तर दिलं होतं.

ट्रम्पनं कॅसिनो नियंत्रकांनी दिलेल्या सूचनेकडे दुर्लक्ष केल्याचा परिणाम आता दिसत होता. हिशेब जुळवता जुळवता संबंधित लोकांची नुसती तारांबळ उडाली होती. ज्या ठिकाणी हिशेबाची जुळवाजुळव सुरू होती ती खोली उष्णतेमुळे विलक्षण तापली होती. तिथं काम करणं निव्वळ अशक्य झालं होतं. खरं म्हणजे ही खोली पूर्णपणे बंद असतानाच तिथं मोजणी आणि हिशेब करण्याला कायद्यानं परवानगी होती, तरीसुद्धा निव्वळ माणुसकी म्हणून कॅसिनो नियंत्रकांनी हवा खेळती राहण्यासाठी हिशेबाच्या खोलीचं एक दार उघडं ठेवण्याची परवानगी दिली. हिशेब पूर्ण झाला तेव्हा मोठीच गडबड झाल्याचं लक्षात आलं. पहिल्या दिवशी जेवढ्या रकमेची उलाढाल झाल्याचं बाहेरची कॅसिनो यंत्रं सांगत होती त्या रकमेहून २.२० लाख डॉलर्स कमी असल्याचं जमलेल्या टोकन्सचा हिशेब सांगत होता! न्यू जर्सी राज्याच्या कॅसिनोशी संबंधित असलेल्या कायद्यांनुसार जोपर्यंत आदल्या दिवसाचा हिशेब जुळत नाही तोपर्यंत पुढच्या दिवसाचा कॅसिनो सुरू करता येणार नाही, असा स्पष्ट नियम होता. अटलांटिक सिटीमधल्या आजवरच्या ११ कॅसिनोंमध्ये असा घोटाळा कधीच बघायला मिळाला नव्हता. अगदी ट्रम्पच्या आधीच्या कॅसिनोंमध्येही हे झालं नव्हतं.

रागानं बेभान झालेल्या ट्रम्पला गप्प राहण्याखेरीज काहीच करणं शक्य नव्हतं. तो दिवस आणि त्याच्या पुढच्या दिवसाचाही बराचसा काळ 'ताजमहाल' बंद राहिला. हा गुंता काही सुटत नव्हता. अखेर तिसऱ्या संध्याकाळी हिशेबाच्या खोलीत येत असलेला एक कामगार कशाला तरी अडखळला आणि त्याच्या पायाला जरा मुका मारच बसला. खाली वाकून त्यानं बघितलं तर हिशेबाच्या खोलीत हवा खेळावी म्हणून जे दार उघडण्यात आलं होतं त्या दाराच्या मागे कॅनव्हासचं एक मोठं पोतं दार बंद होऊ नये म्हणून अडथळ्यासारखं ठेवण्यात आलं होतं. हे पोतं उघडलं तर त्यात टोकन्स होते. त्यांची मोजणी केली तर ती २ कोटी २० लाख डॉलर्सच्या रकमेएवढी भरली! हिशेब जुळला! हे सगळं कशामुळे घडलं हे समजल्यावर ट्रम्प थक्कच झाला. त्याचा यावर विश्वासच बसेना. नाइलाजानं त्यानं या खोलीची एक भिंत फोडून ही खोली मोठी करून घेतली.

अर्थातच आपल्याला अत्यंत प्रतिकूल असलेली परिस्थिती आपल्या बाजूनं वळवण्याची ट्रम्पची चलाखी इथंही कामी आली. पत्रकारांशी बोलताना 'ताजमहालात इतकी उलाढाल होते की आम्ही आता जमा होणारी रक्कमसुद्धा मोजू शकत नाही' असं त्यानं हसतहसत सांगितलं. 'न्यू यॉर्क टाइम्स'मध्ये अशाच अर्थाचा 'यशानं ताजमहालचा कॅसिनो बंद पाडला' असा मथळा दिला. खाजगीत मात्र ट्रम्पचा संताप आवाक्याबाहेर गेला होता. या घटनाक्रमाला जबाबदार असलेल्या लोकांना लगेचच कामावरून काढून टाकण्याचे आदेश त्यानं दिले. हेलिकॉप्टरमध्ये ट्रम्पचे तीन वरिष्ठ अधिकारी ठार झाल्यानंतर त्यानं 'ताजमहाल' कॅसिनोची जबाबदारी जॅक ओडोनेल नावाच्या वरिष्ठ अधिकाऱ्यावर सोपवली होती. त्याच्याशी बोलताना ट्रम्पनं आता घडलेला प्रकार ही दगावलेल्या तीन जणांपैकी एकाच्या दूरदृष्टीच्या अभावामुळे घडला असल्याचा अजब निष्कर्ष काढला! जगात नसलेल्या लोकांवर जबाबदारी ढकलून ट्रम्पला कसला आनंद लाभतो हे आपल्याला कळालं नसल्याचं ओडोनेल नंतर म्हणाला. लोकांना हीन लेखणं, शेरेबाजी करणं या ट्रम्पच्या स्वभावातल्या दोषांची चांगली ओळख ओडोनेलला तशी होतीच. आपल्या 'ट्रम्प्ड' या आत्मचरित्रात ओडोनेलनं त्याविषयी लिहिलं आहे. 'ट्रम्प कॅसल' आणि 'ट्रम्प प्लाझा' या अटलांटिक सिटीमधल्या आपल्या इतर दोन कॅसिनोंच्या ठिकाणी हिशेबाचं काम करणाऱ्या लोकांमधले काही जण कृष्णवर्णीय असल्याच्या कारणावरून ट्रम्पनं ओडोनेलपाशी अत्यंत निंद्य शेरेबाजी केली होती. त्याच्याच शब्दांमध्ये सांगायचं तर : 'इथं कृष्णवर्णीय लोक माझे पैसे मोजत असतात... मला याचा विलक्षण संताप येतो... माझे पैसे मोजण्याचं काम फक्त बुटक्या गोऱ्या लोकांनी करावं अशी माझी अपेक्षा आहे... इतर कुणीही हे काम करता कामा नये ... शिवाय ही काळी माणसं आळशी असतात ... बहुधा ही त्याची चूकही नसावी ... आळशीपणा हा कृष्णवर्णीय लोकांचा जात्याच असलेला गुणधर्म आहे ... नक्कीच आहे ... मला त्याविषयी खात्रीच वाटते ... त्यावर या लोकांचं काही नियंत्रण नसतंच ...' आपला साहेब काहीही बोलत असल्याचं बघून ओडोनेलनं त्याला असं न बोलण्याविषयी विनंती केली; पण त्याचा ट्रम्पवर काहीएक परिणाम झाला नाही. या कृष्णवर्णीय माणसांची नोकरी गेलीच. ट्रम्पच्या म्हणण्यामधला फोलपणा सिद्ध करण्यासाठी काही वर्षांनी ओडोनेलनं त्यांच्यापैकी एकाला स्वतःच्या कंपनीत हिशेबनीसाची नोकरी दिली. एकदा ट्रम्पनं हा सगळा घटनाक्रम 'बहुधा' खरा असल्याचं सांगितलं; पण काही वर्षांनंतर हे साफ खोटं असल्याचं तो म्हणाला. तसंच आपण सगळ्यात कमी वर्णद्वेषी असल्याचंही त्यानं ठासून सांगितलं.

'ताजमहाल'ला प्रसिद्धी मिळवून देण्यासाठी तिथला पहिला आठवडा संपल्यावर ट्रम्पनं आपल्याबरोबर तिथं थेट सुप्रसिद्ध गायक मायकेल जॅक्सनलाच आणलं. सगळीकडे झगझगाट, एवढा मोठा पॉपस्टार ट्रम्पबरोबर आनंदानं फिरताना दिसणं, त्यानं सगळ्या डामडौलाचं कौतुक करणं हे सगळं ट्रम्पला विलक्षण आनंद देणारं होतं. हा सगळा मुखवटा उतरवल्यावर मात्र ट्रम्प 'ताजमहाल'चं कामकाज बघणाऱ्या अधिकाऱ्यांना चांगला फैलावर घेत होता. ज्या लोकांच्या चुकांमुळे आपल्याला मोठं नुकसान सोसावं लागलं त्यांना हाकलून द्यायला त्यानं ओडोनेल आणि इतर वरिष्ठ अधिकाऱ्यांना सांगितलं, तसंच एकदा रॉबर्ट ट्रम्पसह ओडोनेल आपल्या सहकाऱ्यांसह एका बैठकीत चर्चा करत असताना बाहेरून डोनाल्ड ट्रम्प खोलीत आला. 'ताजमहाल' कॅसिनोमध्ये घडलेल्या काही चुकांविषयी तो खूप कटू शब्दांमध्ये आरडाओरडा करून बोलला. शेवटी न राहून 'डोनाल्ड, अशा गोष्टींविषयी भाकीत करणं अशक्य असतं हे तुला माहीत आहे,' असं रॉबर्ट ट्रम्प सौम्य स्वरात म्हणाला. यावर भडकलेल्या डोनाल्ड ट्रम्पनं 'रॉबर्ट, अशी परिस्थिती असताना मी तुझं काहीएक ऐकून घेणार नाही हे तुलाही माहीत आहे ... मी तुझं ऐकल्यामुळेच माझ्यावर ही खराब परिस्थिती ओढवली आहे ...' असं डोनाल्ड ट्रम्पनं त्याला सुनावलं. आपल्या भावाच्या वागण्याबोलण्यामुळे केव्हापासून पार वैतागलेल्या रॉबर्ट ट्रम्पसाठी हे फारच होतं. आपलं सामानसुमान भरून तो हेलिकॉप्टरनं न्यू यॉर्कला परतला. नंतर डोनाल्ड ट्रम्पनं मात्र आपला भाऊ रॉबर्ट यानं 'ताजमहाल' कॅसिनोचं व्यवस्थापन उत्तमरीत्या सांभाळलं असल्याचं आणि त्यानं आपल्या पदाचा राजीनामा अजिबात दिला नसल्याचं सांगितलं.

१९८९ सालच्या हिवाळ्याची सुट्टी बर्फात स्कीईंग करून घालवण्यासाठी इवाना ट्रम्प आपला नवरा आणि आपली तीन मुलं यांच्यासह कोलोरॅडो राज्यातल्या 'ॲस्पन माउंटन'च्या पर्वतराशींमध्ये आली होती. तिथल्या एका कॅफेमधल्या रांगेत काहीतरी खाण्यासाठी विकत घेण्याच्या हेतूनं इवाना उभी होती. कहर म्हणजे याच रांगेत त्याच वेळी इवानाच्या नवऱ्याशी अनैतिक संबंध असलेली मार्ला मेपल्सही उभी होती! एखाद्या चित्रपटामध्ये घडावा तसा हा प्रसंग होता. आपल्या नवऱ्याच्या प्रतापांविषयीची चाहूल इवानाला काही महिन्यांपूर्वी लागली होती. ते दोघं नव्यानंच सुरू झालेल्या एका पंचतारांकित हॉटेलमध्ये उतरलेले असताना डोनाल्ड ट्रम्प फोनवरून कुणाशी तरी बोलत होता. नेमकं त्याच वेळी दुसऱ्या खोलीत असलेल्या इवानानंही फोन उचलला. यामुळे आला नवरा कुणाशीतरी मार्लाविषयी बोलत असल्याचं तिला समजलं. तिला हे नाव नीटसं समजलं नाही म्हणून ती दुसऱ्या खोलीतल्या ट्रम्पपाशी आली आणि तिनं त्याला 'ही मूला कोण आहे?' असं

विचारलं. यावर 'ही मुलगी गेली दोन वर्षं काही केल्या माझा पिच्छा सोडत नाहीये' असं ट्रम्प तिला म्हणाला.

आता ज्या कॅफेमधल्या रांगेत इवाना उभी होती त्याच रांगेत आपल्याहून काही अंतर पुढे उभ्या असलेल्या एका स्त्रीशी डोनाल्ड ट्रम्प काही वेळापूर्वी बोलला असल्याचं इवानाच्या लक्षात आलं. ही स्त्री मार्लाची मैत्रीण असावी असं इवानाला वाटलं. यामुळे पुढं जाऊन इवाना तिच्याशी बोलली. 'गेली दोन वर्षं माझ्या नवऱ्याच्या मागं तुझी एक मैत्रीण लागली आहे, असं माझ्या नवऱ्यानं मला सांगितलं... माझं माझ्या नवऱ्यावर खूप प्रेम आहे, असा निरोप तुझ्या या मैत्रिणीला कृपा करून देशील का?' असं इवाननं त्या स्त्रीला विचारलं. कहर म्हणजे ही स्त्री खरोखरच मार्ला मेपल्सची मैत्रीण असली तरी स्वतः मार्ला या मैत्रिणीच्या मागंच उभी होती! इवानाला हे माहीत नव्हतं. मार्ला मेपल्सला कधीच न बघितल्यामुळे ती नक्की कशी दिसते, याची इवानाला कल्पना नव्हती. मार्लाच्या मैत्रिणीला निरोप देऊन इवाना पुन्हा रांगेतल्या आपल्या स्थानावर परतली. तेवढ्यात मार्ला तिच्या मागंच आली. इवानासमोर उभं राहून तिच्या मुलांसमोरच तिनं 'ती मार्ला मीच... माझं तुझ्या नवऱ्यावर प्रेम आहे ... तुझं आहे?' असं विचारलं! रागानं तीळपापड झालेल्या इवानानं आपलं आपल्या नवऱ्यावर खूप प्रेम असल्याचं सांगून तिला तिथून हाकलून लावलं. कधी नव्हे ते डोनाल्ड ट्रम्पनं एकदम चुप्पी साधली होती.

एकूणच डोनाल्ड ट्रम्पला ठरावीक प्रकारच्या स्त्रिया आवडायच्या. सुंदर, लांबसडक पाय असलेल्या, मॉडेल किंवा अभिनेत्री अशा गटात मोडणाऱ्या स्त्रिया म्हणजे जणू आपल्याला मिळालेल्या भेटवस्तू असल्यासारखं तो त्यांचं प्रदर्शन करत असे. अशा स्त्रियांच्या ताफ्यात असणं किंवा कुठल्याही जाहीर कार्यक्रमात अशा एखाद्या स्त्रीच्या कमरेभोवती हात घालून फिरणं हे त्याच्या दृष्टीनं आपलं पौरुषत्व ठळकपणे दाखवण्यासारखं असे. इवाना, मार्ला आणि नंतरच्या काळातली मेलानिया या सगळ्या डोनाल्ड ट्रम्पच्या व्याख्यांमध्ये बसणाऱ्या स्त्रियाच त्याच्या पत्नी झाल्या. यातल्या दोघी पूर्व युरोपमधल्या होत्या, तर एक युगोस्लावियामधली होती. यातल्या तिघींपैकी एक जणही समृद्ध घरात जन्मलेली नव्हती. तसंच ट्रम्पच्या वाढत्या वयाबरोबर तो आणि त्याची पत्नी यांच्यामधलं वयसुद्धा वाढत गेलं. आपल्यावर अनेक स्त्रिया कशा भाळलेल्या असतात याविषयी ट्रम्पला बढाया मारायला आवडे म्हणूनच इवाना आणि मार्ला यांच्यामध्ये जवळपास जाहीर जुगलबंदी सुरू असल्याचं अत्यंत लज्जास्पद दृश्य ट्रम्पला अजिबात विचलित करत नव्हतं. उलट मॉडेल असलेल्या दोन सुंदर स्त्रिया आपल्यासाठी कशा भांडत आहेत, याचं जगाला दर्शन होत असल्याची भावना त्याला सुखद वाटत असे!

तसंच कुठल्याही स्त्रीचा तो जेव्हा पिच्छा पुरवे तेव्हा त्या स्त्रीमध्ये त्याला खूप रस असे असंही नाही. त्या स्त्रीचा पिच्छा पुरवणं हाच त्याच्यासाठी आनंददायी प्रकार असे. कुठल्याच स्त्रीमध्ये तो फार गुंतून जात नसे. याउलट हा सगळा प्रवास त्याला चित्तथरारक वाटे. तसंच याला मिळणारी प्रसिद्धी त्याला सुखावणारी असे. साहजिकच एकदा का एखादी स्त्री गळाला लागली की त्यानंतर त्याचा तिच्यामधला रस संपून जात असे. याविषयी तो खुलेआम कबुलीसुद्धा देई. त्याच्याच शब्दांमध्ये सांगायचं तर 'मी तारका घडवतो ... काही प्रमाणात मी हेच इवाना आणि मार्ला यांच्या बाबतीमध्ये केलं आहे ... अनेक स्त्रियांना मी प्रचंड संधी दिली आहे ... दुर्दैवानं त्या शून्यातून प्रवास सुरू करून तारका बनल्या की त्यानंतर माझा त्यांच्यामधला रस पार आटतो... जणू काही एखादी इमारत उभी करावी आणि ती पूर्ण झाल्यावर त्यामधली आपली उत्कंठा संपुष्टात यावी तसंच...' आपल्या पुस्तकांमध्ये ट्रम्प नेहमी स्वतःवर निरनिराळ्या स्त्रिया कशा भाळायच्या याची वर्णनं करे आणि आपण कधीच त्यांच्या मागं लागत नसलो तरी त्याच आपल्या मागं लागत असं लिही. या संदर्भात बढाया मारताना 'मी जर वरवर सुखी, यशस्वी आणि विवाहित आयुष्य आनंदात घालवणाऱ्या अनेक स्त्रियांबरोबरच्या माझ्या अनुभवांची वर्णनं केली, तर हे पुस्तक तुफान खपेल याची मला खात्री वाटते ... अर्थात तसंही हे पुस्तक प्रचंड खपेल हा भाग निराळा ...' असं त्यानं आपल्या एका पुस्तकात लिहिलं. आपल्यावर नेहमीच आकर्षक स्त्रिया कशा भाळतात, याविषयी लिहिताना तो वाटेल त्या बाता मारे. उदाहरणार्थ 'ट्रम्प : द आर्ट ऑफ द कमबॅक' या आपल्या १९९७ सालच्या पुस्तकात ट्रम्पनं काय लिहावं? 'समाजात प्रतिष्ठित आणि खूप श्रीमंत असलेली स्त्री आणि तिचा नवरा माझ्यासोबत जेवण घेत होते... अचानकपणे टेबलाखालून तिचा हात माझ्या गुडघ्यांवर फिरायला लागला... त्यानंतर तो माझ्या पायांवर आला... ती मला तऱ्हेतऱ्हेचे स्पर्श सगळीकडे करायला लागली...' यानंतर ती 'डोनाल्ड, मी कशाचीच फिकीर करत नाही... आत्ताच्या आत्ता मला तू हवा आहेस...' असं म्हणाली, तसंच दुसऱ्या एका अत्यंत आकर्षक स्त्रीच्या लग्नाला काही दिवसांचा अवधी होता. या स्त्रीला ट्रम्प आपल्या लिमोझिनमधून कुठं तरी सोडायला म्हणून निघाला. गाडीचं मागचं दार बंद झाल्यावर ५ सेकंदही झाले नव्हते, तेवढ्यात ही स्त्री म्हणे ट्रम्पच्या मांडीवर बसली. कशासाठी हे सांगायला नकोच. आपल्या शारीरिक क्षमतांविषयी विलक्षण बढाया मारणाऱ्या ट्रम्पला एकदा लैंगिक प्रश्न असणाऱ्यांसाठीच्या 'व्हायाग्रा' या औषधाविषयी विचारण्यात आलं. हे औषध घेण्याची ट्रम्पला कधी गरज भासते का, असा हा प्रश्न होता. यावर ट्रम्पनं दिलेलं उत्तर किती हास्यास्पद असावं? आपली क्षमता इतकी जबरदस्त आहे की, तिला आवर घालण्यासाठी जर 'व्हायाग्रा'च्या

बरोबर उलट परिणाम करणारं एखादं औषध असेल, तर ते आपल्याला हवं आहे, असं तो म्हणाला!

बराच काळ ट्रम्पनं इवाना आणि मार्ला यांना दूर ठेवण्यात यश मिळवलेलं असलं तरी कधी ना कधी तरी त्या दोघींची भेट होणार हे निश्चित होतं. अखेर एकाच रांगेत त्या उभ्या असताना हा क्षण आला. खरं म्हणजे इवाना मॅनहॅटनमधल्या 'ट्रम्प टॉवर'मध्ये राहत असताना तिथून थोड्या अंतरावर असलेल्या 'सेंट मॉरित्झ हॉटेल'मध्ये मार्लाची राहण्याची व्यवस्था ट्रम्पनं केली होती. कित्येकदा इवानाच्या उपस्थितीत मार्लासुद्धा जाहीर कार्यक्रमांमध्ये हजर असे. अशा वेळी मार्ला दुसऱ्याच कुठल्या तरी पुरुषाबरोबर तिथं आली असल्याचा बनाव डोनाल्ड ट्रम्प रचत असे. जणू एखादा चित्रपट असावा तसाच हा प्रकार होता. यामुळे एकाच वेळी ट्रम्पला आपल्या विवाहबाह्य कारनाम्यांविषयी गुप्तता राखणं आणि त्याचबरोबर मार्लाच्या प्रेमात आकंठ बुडल्यासारखं वागणं शक्य होई.

एकमेकांसमोर आल्यानंतर इवानानं केलेल्या पुरत्या पाणउताऱ्यामुळे मार्ला मेपल्सला थोड्या काळासाठी तरी इवाना आणि डोनाल्ड ट्रम्प यांच्यापासून दूर जाणं भाग होतं. ती ग्वाटामाला देशात गेली. अर्थातच डोनाल्ड ट्रम्पनं यासाठी सगळी व्यवस्था केली होती. ग्वाटामालामध्ये शांतता सेनेसाठी ती काम करत असल्याचं भासवण्यात आलं. दरम्यान, अमेरिकेत डोनाल्ड आणि इवाना ट्रम्प यांच्या वादळी घटस्फोटाची जोरदार चर्चा माध्यमांमध्ये सुरू होती. हा घटस्फोट म्हणजे एखादं युद्ध असावं अशा प्रकारे ट्रम्प दांपत्य आणि त्यांचे वकील एकमेकांशी झगडत होते. एकदा तर सुनावणीसाठी आलेला जे. गोल्डबर्ग हा डोनाल्ड ट्रम्पचा मॅनहॅटनच्या न्यायालयाच्या पायऱ्यांवर उभा होता. टीव्हीचे कॅमेरे त्याच्या दिशेनं रोखलेले असताना त्यानं १ कोटी डॉलर्सचा चेक आपल्या हातात फडफडवला. इवानाबरोबरचा वाद संपवण्यासाठी डोनाल्ड ट्रम्प तिला हा चेक देणार असल्याचं त्यानं सांगितलं. डोनाल्ड आणि इवाना ट्रम्प या दोघांच्या न्यायालयीन प्रकरणामध्ये वादविवादांची पातळी पार घसरत गेली. इवानानं ट्रम्पवर लज्जास्पद आरोप केले. त्यानुसार डोनाल्ड ट्रम्पच्या डोक्यावर एका ठरावीक ठिकाणी काही केल्या केस उगवत नसल्यामुळे त्या ठिकाणी एक छोटी शस्त्रक्रिया करणं गरजेचं होतं. ही शस्त्रक्रिया खूप दुखरी असल्यामुळे डोनाल्ड ट्रम्पला टाळायची होती. इवानानं मात्र या शस्त्रक्रियेविषयी थोडा हट्ट धरल्यावर डोनाल्ड ट्रम्पनं ती करून घेतली. त्यासाठीचा 'कॉस्मेटिक सर्जन' कोण असावा हे इवानानं ठरवलं होतं. प्रत्यक्षात ही शस्त्रक्रिया केल्यानंतरचा परिणाम डोनाल्ड ट्रम्पला अजिबात पसंत पडला नाही म्हणून भडकून त्यानं म्हणे तिच्यावर बलात्कारच केला! डोनाल्ड ट्रम्पनं अशी शस्त्रक्रिया आणि म्हणूनच त्यानंतरचा प्रकार घडल्याचा साफ इन्कार केला. इवानानं

आपल्याकडून घसघशीत पोटगी मिळवण्याच्या हेतूनं सहानुभूती प्राप्त करण्यासाठी ही खोटी माहिती पुरवली असल्याचं ट्रम्पचं म्हणणं होतं.

इवानाला आपल्या कामकाजात सहभागी करून घेण्याच्या निर्णयामुळे आपण चांगलेच पस्तावलो असल्याचं विधान डोनाल्ड ट्रम्पनं केलं. आपण रात्री दमून घरी आल्यावर आपल्याशी निवांत गप्पा मारून आपला ताण हलका करण्याऐवजी इवाना 'आज प्लाझामध्ये काय घडलं, कॅसिनो कसा सुरू आहे' वगैरे विषय काढे. यामुळे आपल्याला आपल्या पत्नीकडून हवं असलेलं मानसिक सौख्य मिळत नसल्याचं त्याचं म्हणणं होतं. अर्थात आपल्यात कधी जोरदार भांडणं मात्र झाली नसल्याचा उल्लेख त्यानं केला. यामागचं सोपं कारण म्हणजे आपल्या नात्याचं नियंत्रण आपल्याकडे होतं आणि आपण सांगू त्याप्रमाणंच इवानाला वागणं भाग होतं, असं तो म्हणाला, तरीसुद्धा यापुढं आपण आपल्या पत्नीला कधीच व्यावसायिक जबाबदारी देणार नसल्याचं त्यानं सांगितलं आणि हे खरं करून दाखवलं. जसजसं डोनाल्ड ट्रम्पला व्यावसायिक यश मिळत गेलं तसतसं त्याचं खाजगी आयुष्यही व्यवसायाशीच जोडलं गेल्यासारखं तो बोलायला लागला. आपल्याला सगळीकडे अभूतपूर्व यश मिळालेलं असलं तरी इवानाच्या बाबतीत आपल्याला थोड्या अपयशाचा सामना करावा लागला असल्याची खंत तो बोलून दाखवे. इवानाला ट्रम्पनं आपल्या व्यावसायिक कामांमध्ये सहभागी करून घेतल्यामुळे तिची प्रतिमा बाहुलीसारखी न राहता घराबाहेर पडून काम करणाऱ्या स्त्रीसारखी झाली असल्याचं ट्रम्पला खटके. इवाना आपल्याला डोईजड झाल्याची भावना त्याला त्रस्त करे. मार्ला मेपल्सच्या बाबतीत मात्र असा कसलाच धोका संभवत नव्हता. सौंदर्य वगळता मार्ला मेपल्सकडे दुसरं काहीच नव्हतं. साहजिकच ट्रम्प तिला इवानापेक्षाही जास्त दबावाखाली ठेवायला मोकळा होता. कुठल्या पार्टीमध्ये किंवा कार्यक्रमामध्ये आपण सहभागी व्हायचं, तिथं जाताना काय कपडे घालायचे, कुणाशी कसं बोलायचं हे सगळं तो ठरवे. मार्ला मेपल्स फक्त तिला आखून देण्यात आलेली भूमिका चोखपणे पार पाडत असे. तिच्यासमोर दुसरा पर्याय नव्हताच. सगळीकडे 'डोनाल्ड ट्रम्पची निर्बुद्ध शोभेची बाहुली' म्हणून ओळखून घेण्यात आनंद मानणं एवढंच तिचं काम असे. साहजिकच सुरुवातीला तिला यात गंमत वाटली असली तरी लवकरच आपल्याला यंत्रमानवासारखं वागवलं जात असल्याचं तिच्या लक्षात आलं.

जॉर्जिया राज्यातल्या डाल्टन इथं मार्ला मेपल्स जन्मली. हे गाव गालिच्यांसाठी प्रसिद्ध आहे. मार्लाचे वडील बांधकाम व्यवसायात होते. मार्लाच्या आई-वडिलांचा घटस्फोट झाल्यावर तिच्या आईनं गालिचे तयार करणाऱ्या एका कंपनीच्या प्रकल्प व्यवस्थापकाशी लग्न केलं. निळे-हिरवे डोळे आणि तांबुस केस

लाभलेली मार्ला अत्यंत आकर्षक दिसायची. तिला अभिनय क्षेत्रात जायचं होतं. अनेक सौंदर्य स्पर्धांमध्ये तिनं भाग घेतला आणि त्यापैकी काहींमध्ये विजेतेपदही मिळवलं. १९८५ साली तिनं आपला मुक्काम मॅनहॅटनमध्ये हलवला. आता ती 'ब' दर्जाच्या सुमार चित्रपटांमध्ये दुय्यम कामं करायला लागली. न्यू यॉर्कमध्ये मार्ला मेपल्स आल्यावर काही काळातच तिची भेट डोनाल्ड ट्रम्पशी झाली. लगेचच आपले सूर जुळत असल्याच दोघांना जाणवलं. ट्रम्प विवाहित असल्यामुळे त्यांनी सुरुवातीला प्रामुख्यानं फोनवरून एकमेकांशी संवाद ठेवला. लपूनछपून राहणं अशक्य झाल्यावरच ते जाहीरपणे आपले संबंध मान्य करायला लागले.

'ॲस्पन माउंटन'मध्ये इवाना ट्रम्प आणि मार्ला मेपल्स यांच्यामधला कुख्यात प्रसंग घडून तीन वर्षं उलटून गेल्यावर डोनाल्ड ट्रम्प आणि मार्ला मेपल्स यांच्या प्रकरणाविषयी दुय्यम दर्जाच्या वर्तमानपत्रांमध्ये चविष्ट वर्णनं छापून येत असत. टीव्हीवरच्या चटकदार कार्यक्रमांमध्येही याची चर्चा होत राही. १९९० साली आपल्याशी विवाहित असताना डोनाल्ड ट्रम्पनं मार्ला मेपल्सशी अनैतिक संबंध ठेवून आपली फसवणूक केल्याचा आरोप केल्यानंतर मार्ला मेपल्स 'एबीसी' टीव्ही चॅनेलवर अवतरली. तिची मुलाखत प्रसारित करण्यात आली. आपल्याला लपूनछपून राहावं लागतं याची डोनाल्ड ट्रम्पला खंत वाटते, असा उल्लेख तिनं या मुलाखतीदरम्यान केला. १९९१ सालच्या जुलै महिन्यात डोनाल्ड ट्रम्पनं मार्ला मेपल्सला ७.५ कॅरेटची अंगठी दिली. आपण तिच्याशी विवाहबद्ध होण्याची प्रतिज्ञा करत असल्याचा अर्थ यातून कुणी काढू नये, असं तो म्हणाला. अखेर १९९३ सालच्या डिसेंबर महिन्यात त्यांचं लग्न झालं. मॅनहॅटनमधल्या 'प्लाझा' हॉटेलमध्ये त्यांचा विवाहसोहळा साजरा करण्यासाठी झालेल्या नृत्यात १००० लोक सामील झाले. याच्या दोन महिने आधीच 'टिफनी' ही त्यांची मुलगी जन्मली होती. प्रसिद्ध फुटबॉलपटू आणि नंतर एका कुप्रसिद्ध खटल्यामुळे तुरुंगात गेलेला ओ. जे. सिम्प्सन यानं मात्र डोनाल्ड ट्रम्प आणि मार्ला मेपल्स यांचं लग्न फार काळ टिकणार नाही, असं विधान केलं. त्याचे नेमके शब्द 'जर यांचं लग्न टिकलं तर जगात कुणाचंही लग्न टिकेल' असं होतं.

अपेक्षेप्रमाणेच मार्ला मेपल्सशी सुरू असलेल्या छुप्या प्रेमप्रकरणादरम्यानच्या काळात डोनाल्ड ट्रम्प एकदम उत्तेजित आणि खूश होता. तिच्याशी लग्न केल्यानंतर मात्र त्याचा उत्साह पार गळून गेला. इतकंच नव्हे तर लग्नसोहळा सुरू असतानाच आपण काय करून बसलो, असा विचार त्याच्या मनात आला! लवकरच मार्ला मेपल्सच्या भरपूर नातेवाइकांमुळे आपण पार वैतागून गेल्याचं नंतर त्यानं सांगितलं. काही वर्षांमध्येच मार्ला मेपल्सबरोबरच्या आपल्या मतभेदांविषयी डोनाल्ड ट्रम्प जाहीरपणे बोलायला लागला. आपल्या 'ट्रम्प : द आर्ट ऑफ द कमबॅक' या

पुस्तकात त्यानं याविषयी लिहिलंसुद्धा : 'सर्वसाधारणपणे माझं काम संपवून मी संध्याकाळी ६.३० वाजता घरी परततो ... रात्रीच्या जेवणासाठी मार्ला माझी वाट बघत असते ... तिचं हे वागणं मला आवडत असलं तरी हे लग्न आता फार काळ टिकू शकणार नसल्याची जाणीव मला झाली आहे ... आमचं नातं हवं तसं बनू शकत नाहीये ... कदाचित माझी दैनंदिनी त्याला कारणीभूत असेल ... बहुधा माझी काहीतरी चूक होत असावी ... पण जर आपल्याला कधी एकदा काम आटोपून घरी जातो, असं वाटत नसेल, तर काहीतरी चूक होत आहे हे नक्की...' इवानाबरोबरच्या कराराप्रमाणेच मार्ला मेपल्सशी लग्न करण्याआधी ट्रम्पनं तिच्याशीसुद्धा एक करार केला होता, तसंच इवानाला चांगली नुकसानभरपाई द्यावी लागलेली असल्यामुळे मार्लाला फार रक्कम द्यावी लागू नये, याची काळजी त्यानं घेतली होती. मार्लाशी घटस्फोट घेताना डोनाल्ड ट्रम्पला ५० लाख डॉलर्स किंवा त्याहूनही कमी रकमेची पोटगी द्यावी लागली.

अर्थातच डोनाल्ड ट्रम्पला आपल्या आजूबाजूला एकाहून एक सुंदर स्त्रिया दिसत असल्याची दृश्यं वर्तमानपत्रं तसंच टीव्ही इथं झळकत असल्याचं बघायला आवडे. याचाच पुढचा भाग म्हणून त्यानं 'अमेरिकन ड्रीम कॅलेंडर गर्ल मॉडेल सर्च' स्पर्धेमध्ये लुडबूड करायचं ठरवलं. १९६६ साली ही सौंदर्यवती स्पर्धा सुरू झाली होती. १९९२ साली ट्रम्पनं यात भागीदार बनून भांडवल ओतलं. ट्रम्पच्या नावावर लखलखाट आणि सगळं भव्यदिव्य असल्याचा समज पसरल्यामुळे या स्पर्धेशी त्याचं नाव जोडलं गेलं, तर आपोआपच नवं 'ग्लॅमर' या स्पर्धेला लाभेल असा मूळ मालकांचा अंदाज होता. हे फार काळ टिकू शकलं नाही. 'ट्रम्प कॅसल'मध्ये १९९३ साली ही स्पर्धा झाली. त्यानंतर मूळ मालकांनी ट्रम्पवर करारभंग केल्याच्या आरोपांवरून खटला भरला. यातून आपल्याला आत्ता अडीच लाख डॉलर्सचं आणि भविष्याचा विचार करता एकूण ५० लाख डॉलर्सचं नुकसान झाल्याचं त्यांचं म्हणणं होतं. हे प्रकरण न्यायालयात गेलं. तिथं ते लांबत गेलं. इतकंच नव्हे तर या स्पर्धेचे जे दोन मूळ मालक होते, त्यापैकी जिल हार्थ या महिलेनं ट्रम्पनं आपला विनयभंग केल्याचा आरोप केला. आपल्याला झालेल्या शारीरिक आणि मानसिक त्रासापोटी ट्रम्पनं आपल्याला साडेबारा कोटी डॉलर्सची नुकसानभरपाई द्यावी, असं तिचं म्हणणं होतं. १९९३ सालच्या एका पार्टीदरम्यान ट्रम्पनं आपल्याशी जबरदस्तीनं लैंगिक संबंध ठेवण्याचा प्रयत्न केल्याचा तिचा दावा होता. सुरुवातीला जेवणाच्या टेबलाखालून हात घालून ट्रम्पनं आपल्याशी काही चाळे केले आणि त्यानंतर तो रात्री आपल्याला एका बेडरूममध्ये घेऊन गेला, असं तिचं म्हणणं होतं, तेव्हा ही बेडरूम ११ वर्षं वय असलेली ट्रम्पकन्या इवान्का वापरत असे. त्या दिवशी ती नव्हती. ट्रम्पनं आपल्याला तिथं नेलं आणि आपल्यावर जबरदस्ती

करण्याचा प्रयत्न केला, असं हार्थ म्हणाली. अर्थातच हे साफ खोटं असल्याचं आणि उलट हार्थच आपल्या मागं लागली असल्याची आठवण ट्रम्पनं सांगितली. याखेरीज सौंदर्यस्पर्धेमध्ये एकही कृष्णवर्णीय मुलगी नसावी यासाठी ट्रम्प आग्रही असे, असंही हार्थचं म्हणणं होतं. या स्पर्धेत सहभागी होऊ पाहणाऱ्या कृष्णवर्णीय मुलींची छायाचित्रं ट्रम्प काढून टाकत असल्याचा तिचा दावा होता. वर्णद्वेषी दृष्टिकोन बाळगण्याचे ट्रम्पवरचे आरोप तसे जुने असल्यामुळे यात आश्चर्य वाटण्यासारखं काहीच नव्हतं. यावर हार्थचं मानसिक संतुलन ढळल्यामुळे ती काहीबाही बडबडत असल्याचं ट्रम्पनं सांगितलं. अखेर हार्थला आर्थिक नुकसानभरपाई देत ट्रम्पनं हे प्रकरण मिटवलं. त्याला किती भुर्दंड सोसावा लागला याची माहिती उपलब्ध नाही.

एकीकडे ही प्रकरणं सुरू असताना ट्रम्पनं आपली नजर याहून भव्यदिव्य सौंदर्यवती स्पर्धेकडे वळवली होती. १९९६ साली त्यानं 'मिस युनिव्हर्स पेजंट्स'चे हक्क विकत घेतले. यात 'मिस यूएसए' आणि 'मिस टीन यूएसए' अशा दोन स्पर्धांचा समावेश होता, तेव्हा आपण यासाठी १ कोटी डॉलर्स खर्च केले असल्याचं ट्रम्प म्हणाला; पण यानंतर अनेक वर्षं उलटून गेल्यावर आपण तेव्हा फक्त २० लाख डॉलर्सच भरले असल्याचं त्यानं सांगितलं. सुंदर तरुणींनी कमीत कमी कपडे घालून चालायचं आणि त्यामधल्या सगळ्यात सुंदर अशा तीन तरुणींची निवड करायची, असं या स्पर्धांचं स्वरूप असतं. आपण या स्पर्धा अजून आकर्षक करू आणि यामुळे त्यांची लोकप्रियता विलक्षण वाढेल, अशी बढाई ट्रम्पनं मारली. प्रत्यक्षात मात्र या स्पर्धा टीव्हीवर बघणाऱ्या प्रेक्षकांची संख्या यानंतर रोडावत गेल्याचं आकडेवारी सांगते. या स्पर्धा म्हणजे आपले कौटुंबिक कार्यक्रम असावेत अशा प्रकारे ट्रम्पनं त्यात आपल्या घरच्या मंडळींना सहभागी केलं. एकदा ट्रम्पची मुलगी इवान्का हिनं, तर एकदा त्याची दुसरी पत्नी मार्ला हिनं या स्पर्धांमध्ये निवेदकाचं काम केलं. ट्रम्पची तिसरी पत्नी मेलानिया हिनं एकदा परीक्षक म्हणून जबाबदारी सांभाळली.

या स्पर्धांमध्ये किती गुंतून जायचं आणि त्यांना किती महत्त्व द्यायचं याची अजिबात जाण नसावी, अशा प्रकारचं ट्रम्पचं वागणं होतं. व्हेनेझुएला देशाच्या ॲलिशिया मचाडो हिनं १९९६ साली 'मिस युनिव्हर्स' स्पर्धा जिंकली. यानंतर तिचं काही कारणांमुळे वजन वाढत गेलं. आता ट्रम्पला याच्याशी काहीही देणंघेणं नव्हतं, तरीही मॅनहॅटनमधल्या एका व्यायामशाळेत मचाडो व्यायाम करत असताना तिची छायाचित्रं टिपण्याचं काम त्यानं एका माणसाला दिलं. ही छायाचित्रं सुमारे ८० पत्रकार आणि छायाचित्रकार यांच्यासमोर झळकवत ट्रम्पनं 'एखादी तरुणी जेव्हा सौंदर्यस्पर्धा जिंकते तेव्हा एक वर्षाच्या आत या तरुणीचं वजन ११८ (पौंड्स) वरून १६० (पौंड्स) वर जाईल असं कुणाला वाटेल का? याचं कारण म्हणजे यांना असं वाटतं एकदा आपण ही स्पर्धा जिंकलो की आपण आपली शरीरयष्टी

पूर्वीसारखीच राखली पाहिजे, असं काही बंधन आपल्यावर नसतं,' असं अत्यंत कुजकट शब्दांमध्ये म्हटलं. जाणूनबुजून आपला अपमान करण्यासाठी ट्रम्पनं असं केलं, असं मचाडो म्हणाली. एकूणच या स्पर्धांमध्ये भाग घेणाऱ्या तरुणींना खूप अवघडून गेल्यासारखं वाटेल, अशा पद्धतीनं ट्रम्प त्यांच्याशी वागे. २००९ साली 'मिस यूएसए' स्पर्धेमध्ये उपविजेती ठरलेल्या कॅरी प्रिजिन हिनं 'कुठल्याही लष्करी तुकडीमधल्या सैनिकांना त्या तुकडीचा प्रमुख जितक्या बारकाईनं न्याहाळत नसेल तितक्या बारकाईनं ट्रम्प आम्हाला निरखत असे' असं म्हटलं. इतरांच्या समोर ट्रम्प या तरुणींना चित्रविचित्र प्रश्न विचारून अडचणीत टाके.

हॉवर्ड स्टर्न हा अमेरिकेमधल्या विकृत स्वरूपाच्या टीव्ही कार्यक्रमांचं सादरीकरण करणारा सूत्रसंचालक आणि मुलाखतकार होता. अश्लील प्रश्न विचारणं, स्त्रियांची खिल्ली उडवणं, त्यांच्या शरीरांविषयी शेरेबाजी करणं आणि एकूणच पातळी सोडून अक्षरशः काहीही बडबडणं याचसाठी तो प्रसिद्ध होता. त्याच्या मुलाखतपर कार्यक्रमामध्ये डोनाल्ड ट्रम्प किमान २५ वेळा सहभागी झाला. इतकी 'आदर्श' चर्चा करायला मिळत असताना ट्रम्पला ती नकोशी कशी वाटणार? नमुन्यादाखल स्टर्ननं या कार्यक्रमात ट्रम्पला विचारलेले प्रश्न किंवा केलेली विधानं आणि त्यांना ट्रम्पनं दिलेली उत्तरं अशी :

प्रसंग १

स्टर्न : तुला (प्रसिद्ध गायिका) मारिया कॅरीबरोबर लैंगिक संबंध ठेवायला आवडेल?

ट्रम्प : (क्षणभरही विचार न करता) मी हे करेन.

प्रसंग २

स्टर्न : मी हाच प्रश्न आता तुला (ब्रिटिश राजकन्या) डायनाबद्दल विचारेन.

ट्रम्प : (क्षणभरही विचार न करता) ती उंच होती, सुंदर होती, तिची त्वचा खूप नितळ होती. ती जरा वेडपट होती; पण हे सगळे तपशील महत्त्वाचे नाहीत.

प्रसंग ३

स्टर्न : तुला अनैसर्गिक पद्धतीनं ठेवलेले शारीरिक संबंध महत्त्वाचे वाटतात का? म्हणजे पुरुषांचे पुरुषांशी संबंध असणं? मी हा प्रश्न अनेक पुरुषांना विचारला आहे.

ट्रम्प : नाही.

प्रसंग ४

स्टर्न : (टीव्हीवरच्या 'रिॲलिटी शोज'ची तारका) किम कर्दाशियनविषयी काय म्हणशील?

ट्रम्प : तिचा पार्श्वभाग जरा जास्तच मोठा आहे आणि तिची छाती एकदम कृत्रिम वाटते.

यामधला काही मजकूर इतका भयंकर आहे की तो इथं गाळावा लागला आहे!

तथाकथित विनोद करता करता ट्रम्पच्या स्वभावातली विकृती कशी उघडपणे बाहेर येते याचं ठळक उदाहरण म्हणून खालचा प्रसंग बघता येईल. हे संभाषण घडलं तेव्हा ट्रम्पनं त्याची तिसरी आणि सध्याची पत्नी मेलानिया हिच्याशी लग्न केलं होतं.

प्रसंग ५

स्टर्न : समजा तुझ्या बायकोचा अपघात झाला आणि त्यात तिचे हात-पाय मोडले; तसंच तिच्या चेहऱ्यावर १०० टाके घालावे लागले, तर यानंतर तिच्याबरोबर तू संसार सुरू ठेवशील का?

ट्रम्प : अपघातानंतरही तिच्या छातीचा भाग शाबूत असेल का?

स्टर्न : हो.

ट्रम्प : ते महत्त्वाचं आहे.

एकीकडे ट्रम्पचं वागणं असं असल्यासारखं वरवर वाटत असलं तरी प्रत्यक्षात मात्र तो कुठल्याही सर्वसामान्य माणसाप्रमाणं आपल्या कामात मग्न असायचा असं त्याला बरीच वर्षं जवळून ओळखणारे लोक सांगतात. आपल्याभोवती प्रसिद्धीचं वलय निर्माण व्हावं म्हणून तसेच सुंदर स्त्रियांबरोबर आपलं नाव जोडलं जावं यासाठी तो मोठमोठ्या बाता मारत राही, असं या लोकांचं म्हणणं आहे. आपल्या दैनंदिन आयुष्यात ट्रम्प आपल्या कंपनीचं काम सांभाळे आणि संध्याकाळी घरी येऊन टीव्ही बघत असे. हे करत असताना एखाद्या लहान मुलासारखा तो चॉकलेटं खात राही!

प्रकरण ९

फसवेगिरीचा व्यवसाय

१९९० साल उजाडलं तसं डोनाल्ड ट्रम्प आपला ४४वा वाढदिवस साजरा करायला सज्ज झाला. याच्या काही दिवस आधी त्याच्या आर्थिक कारभाराचे तपशील सांभाळणाऱ्या माणसानं त्याला एक अत्यंत वाईट बातमी दिली होती. ट्रम्पकडे हॉटेल्स, कॅसिनो, जहाज हे सगळं मिळून आता एकूण २२ मालमत्ता होत्या. यापैकी फक्त तीन मालमत्ता नफादायी होत्या. इतर सगळ्या मालमत्तांमधून त्याला नुकसान सोसावं लागत होतं, तसंच त्याच्या डोक्यावरच्या एकूण कर्जाचा आकडा वाढत जाऊन आता तब्बल ३२० कोटी डॉलर्स इतकी झाली होती! यामागे ट्रम्पनं बेदरकारपणे अनेक निरनिराळ्या मालमत्ता विकत घेण्याचं कारण तर होतंच; पण यापैकी 'प्लाझा' हॉटेलमुळे त्याला प्रचंड खर्च सोसावा लागत होता. हेच हॉटेल त्यानं इवाना या आपल्या पत्नीला चालवायला दिलं होतं. या हॉटेलच्या उभारणीच्या काळात त्यावर इतका प्रचंड खर्च करण्यात आला की, यानंतर कितीही प्रयत्न केले तरी यातून मिळणारं उत्पन्न हा खर्च भरून काढण्याची शक्यता धूसर होती. यामुळे ट्रम्पनं आपल्या या प्रकल्पासाठी भागीदार शोधण्याचं काम हाती घेतलं. यासाठी तो थेट जपानपर्यंत जाऊन आला. ट्रम्पच्या डोक्यावरच्या खर्चाचा आकडा समजताच सगळे गुंतवणूकदार मागे हटत.

'प्लाझा हॉटेल'खेरीज हवाई वाहतुकीशी संबंधित असलेल्या प्रकल्पामध्येही ट्रम्पला खूप नुकसान सोसावं लागलं. 'ट्रम्प शटल' या नावानं एक छोटी हवाई वाहतूक सेवा उभी करण्याचं ट्रम्पच्या डोक्यात होतं. १९८८ साली ट्रम्पनं 'प्लाझा हॉटेल' विकत घेतलं आणि त्याच वर्षी त्यानं ३६ कोटी ५० लाख डॉलर्स खर्चून या हवाई सेवेसाठीचं काम सुरू केलं. 'ईस्टर्न एअरलाइन्स' या छोट्या विमान

कंपनीकडून ट्रम्पनं यासाठी विमानं आणि हवाईमार्गांचे हक्क यांची खरेदी केली. त्यानं विकत घेतलेली विमानं जुनी असल्यामुळे ती एकदम चकाचक करून टाकायची असा त्याचा विचार होता. 'प्लाझा हॉटेल'प्रमाणंच या हवाई वाहतूक सेवेच्या कामासाठीसुद्धा ट्रम्पनं कर्जच घेतलं. या कर्जाचा आकडा इतका प्रचंड होता की, जवळपास अशक्यप्राय संख्येनं प्रवाशांनी या विमानसेवेचा वापर केला, तरच ट्रम्पला यातून नफा कमावणं शक्य असल्याचं स्पष्टपणं जाणवत होतं. त्यातच विमानसेवा चालवण्याविषयीचा कसलाच अनुभव ट्रम्पपाशी नव्हता. इतकंच नव्हे तर त्याच्या ग्राहकांनी दिलेले सल्लेही त्यानं आपल्या नेहमीच्या स्वभावाला अनुसरून अजिबात मानले नाहीत. ग्राहकांच्या म्हणजेच प्रवाशांच्या सर्वेक्षणामध्ये न्यू यॉर्क, वॉशिंग्टन आणि बॉस्टन या मार्गांवर वेळेवर चालणारी विमानं वगळता इतर कुठल्याही खास सेवांमध्ये आपल्याला रस नसल्याचं 'बिझनेस क्लास'वाल्यांनी अगदी स्पष्टपणे सांगितलं होतं. ट्रम्पला मात्र याच गोष्टींवर आपला व्यवसाय केंद्रित करणं पुरेसं वाटत नव्हतं. त्यानं आपल्या विमानातल्या आसनांवर उच्च दर्जाची सीट कव्हर्स बसवली. इतर गोष्टीसुद्धा उंच दर्जाच्या असल्या पाहिजेत, असा आग्रह त्यानं धरला. साहजिकच वायफळ खर्च वाढत गेले. कहर म्हणजे ट्रम्पनं विमानात इतक्या उच्च दर्जाची कार्पेट्स बसवली की या जाडजूड कार्पेट्सवरून प्रवाशांना अन्नपाणी पुरवण्यासाठी नेल्या जाणाऱ्या छोट्या गाड्या पुढेच सरकेनात. हवाई सुंदऱ्यांनी यासंबंधीची तक्रार ट्रम्पकडे केल्यावर त्यानं सुचवलेला मार्ग 'मग तुमच्या गाड्या जरा जास्त जोर लावून ढकला' असा होता! या प्रकारांमुळे प्रत्येक विमानाच्या सुशोभीकरणावर सुमारे १० लाख डॉलर्स खर्च झाले! हळूहळू या विमानसेवेमधून आपलं प्रचंड नुकसान होत असल्याचं लक्षात आल्यावर ट्रम्पच्या विश्वासातल्या लोकांनी त्याला सावध करायला सुरुवात केली. यातून मार्ग काढण्यासाठी ट्रम्पनं त्यांना सुचवलेल्या उपाययोजनांनी ही मंडळी पार बुचकळ्यात पडत. प्रत्येक प्रवाशाला आपल्या कॅसिनोमध्ये प्रवेश करण्यासाठीचं तिकीट फुकट द्यावं, असं ट्रम्पनं सुचवलं. ट्रम्पच्या विमानसेवेच्या 'बिझनेस क्लास'नं प्रवास करणारे लोक आपापल्या कामात मग्न असलेले असतात आणि ते आपल्या कॅसिनोमध्ये येणार नाहीत, असं या लोकांना ट्रम्पला सांगावं लागलं. मग विमानाच्या कॉकपिटमध्ये असलेल्या तीन कर्मचाऱ्यांऐवजी दोनच कर्मचारी असावेत, असं ट्रम्पनं सुचवलं. यावर अमेरिकी हवाई प्रवासाच्या नियमांनुसार प्रत्येक विमानाच्या कॉकपिटमध्ये चालक, सहचालक आणि इंजिनिअर हे तिघं असावेच लागतात, असं संबंधित सहकाऱ्यानं ट्रम्पला सांगितलं.

१९९० सालच्या उत्तरार्धात आपलं साम्राज्य डगमगायला लागलं असल्याचा आणि ते कोलमडून पडण्याचा धोका असल्याचं ट्रम्पच्या लक्षात आलं. उत्पन्न

आणि नफा यांच्यात पुरेशी वाढ होत नसताना डोक्यावर साठलेलं कर्ज वाढत जाण्यामुळे ट्रम्पचा व्यवसाय आर्थिक अडचणीत सापडला. या वर्षाच्या पहिल्या सहामाहीत ट्रम्पच्या विमानसेवा व्यवसायाला ३ कोटी ८० लाख डॉलर्सचा फटका बसला. साहजिकच आपण या फंदात पडून चूक केल्याचं लक्षात आलेला ट्रम्प आता हा व्यवसाय विकण्याच्या मार्गावर होता. याखेरीज आलिशान जहाज आपल्याला दिखाव्यासाठी चांगलं असलं तरी यात आपले पैसे प्रचंड प्रमाणात अडकून राहिले असल्याचं त्याला माहीत होतंच. यामुळे तेही विकून टाकण्याचा सुज्ञ निर्णय त्यानं घेतला. अटलांटा सिटीमधल्या 'ताजमहाल' कॅसिनोनं सुरुवातीला त्याला मोठं उत्पन्न मिळवून दिलं खरं; पण आता त्याचा विपरीत परिणाम त्याच्या इतर कॅसिनोंवर व्हायला लागला होता, तसंच मुळात 'ताजमहाल'च्या उभारणीसाठी झालेला खर्च आणि त्यातून मिळणारं उत्पन्न यांचा मेळ तरी कुठं बसत होता. त्यातच अमेरिकी अर्थकारण मंदावलेलं असल्याचे फटके इतर सगळ्यांप्रमाणेच ट्रम्पलाही सोसावे लागत होते. घेतलेल्या कर्जांचे हप्ते आणि काही कर्जांच्या मुद्दलांची परतफेड हे जड व्हायला लागलं. यातून बाहेर कसं पडायचं हे समजत नसताना नेहमीप्रमाणंच ट्रम्पनं एकदम मोठं धाडस करायचा निर्णय घेतला.

अर्थव्यवस्था मंदावत चालल्यामुळे आणि त्याचबरोबर कर्जबुडवेगिरीचं प्रमाणही वाढत चालल्यामुळे बहुतेक सगळ्या बँकांनी आपल्या कर्जं देण्याच्या व्यवसायाला तात्पुरता लगाम घातला होता. 'बँकर्स ट्रस्ट'कडून मात्र ट्रम्पला अजूनही १० कोटी डॉलर्सचं कर्ज मिळू शकत होतं, तरीही आपली परिस्थिती लक्षात घेता या बँकेचे अधिकारी आपल्याला हे कर्ज सहजसासहजी मिळू देणार नाहीत, अशी भीती ट्रम्पला वाटत होती. यामुळे त्यानं हे अधिकारी सुट्टीच्या हंगामात सुट्टीवर जाईपर्यंत वाट बघितली. ते सुट्टीवर जाताच अक्षरशः एका दिवसात ट्रम्पनं हे कर्ज घेतलं आणि त्यासाठीची रक्कमसुद्धा बँकेतून काढली. हे समजताच संबंधित बँक अधिकाऱ्यांना मोठा धक्का बसला आणि ते चवताळले. आता हात चोळत बसण्याखेरीज दुसरं काहीच त्यांच्यापाशी नव्हतं. ट्रम्पनं मोठ्या हुशारीनं १० कोटी डॉलर्स मिळवलेले असले तरी त्याच्यापुढच्या संकटांचा डोंगर त्याहून मोठा होता. ही रक्कम पुरेशी नव्हती. आता आपण कंगाल झालो असल्याचं जाहीर करून नियमांनुसार जे घडेल ते बघत राहावं एवढाच पर्याय त्याच्या नजरेसमोर होता. लवकरच त्याला कर्ज दिलेल्या बँकांचे अधिकारी त्याला एकत्रितरीत्या भेटायला आले. आपल्याकडून मोठमोठी कर्जं घेऊन ट्रम्प ती बुडवण्याची भीती त्यांना सतावत होती. नेहमी सगळ्यांवर वर्चस्व गाजवणारा आणि आपलंच म्हणणं खरं करून दाखवणारा ट्रम्प आता निमूटपणे या लोकांना भेटायला आला. ट्रम्पशी बोलल्यानंतर आणि आणखी माहिती घेतल्यानंतर हे बँक अधिकारी अजूनच

धास्तावले. ट्रम्पवर असलेल्या ३२० कोटी डॉलर्सच्या कर्जांपैकी दोन तृतियांश रक्कम या बँकांनाच देणं होतं. ट्रम्पची आर्थिक परिस्थिती अजून खालावली तर कर्जाचं हे संकट खूप गहिरं होईल आणि आपल्याला ट्रम्पकडून येणं असलेली रक्कम मिळू शकणार नाही, अशी जाणीव बँकांना झाली म्हणून त्यांनी एकत्रितरीत्या ट्रम्पशी चर्चा करायचं ठरवलं.

आपल्याला जर आणखी कर्ज मिळालं नाही, तर आपण जून महिन्याच्या मध्यावर असलेली दोन देणी फेडू शकणार नाही, असं ट्रम्पनं उपस्थित असलेल्या बँक अधिकाऱ्यांना सांगितलं. दरम्यान, ट्रम्पच्या कॅसिनोंचा व्यवसाय अजूनच अडचणीत सापडला होता. १९८९ सालच्या हेलिकॉप्टर अपघातात आपले तीन वरिष्ठ अधिकारी ठार झाल्यानंतर ट्रम्प इतर अधिकाऱ्यांशी झगडायला लागला होता. अटलांटिक सिटीमधल्या आपल्या प्रकल्पांमध्ये आता तो थेट लक्ष घालत असे. जॉन ओडोनेल हा त्याचा त्या ठिकाणचा सगळ्यात वरिष्ठ अधिकारी त्याच्या वागण्यामुळे पार वैतागला होता. आपल्या आर्थिक नुकसानाला ट्रम्पनं हेलिकॉप्टरच्या अपघातात दगावलेल्या दोघांना जबाबदार धरावं हे त्याला अजिबातच आवडलेलं नव्हतं. ट्रम्पला त्यानं हे सांगूनही बघितलं; पण ट्रम्पवर त्याचा काहीएक परिणाम झाला नाही. अखेर ओडोनेलनं 'प्लाझा हॉटेल अँड कॅसिनो'चा अध्यक्ष आणि प्रमुख कार्यकारी अधिकारी या आपल्या पदांचा राजीनामा देणारं पत्र ट्रम्पला लिहिलं. नंतर ट्रम्पनं नेहमीप्रमाणे याला कलाटणी देत आपणच ओडोनेलला खराब कामगिरीमुळे काढून टाकलं असल्याचं सांगितलं. इतरही वरिष्ठ कर्मचारी ट्रम्पला सोडून गेले. या सगळ्यांना आपण काढून टाकलं असल्याचं ट्रम्प जाहीरपणे सांगायला लागला. वरवर आपल्याला कसलीच आर्थिक अडचण नसल्याचं ट्रम्प सांगत असला तरी प्रत्यक्षात मात्र त्याला विलक्षण आर्थिक कोंडीचा सामना करावा लागत होता म्हणूनच बँकांनी जर आपल्या नाड्या आवळल्या तर याचा उलट परिणाम होईल आणि आपण सरळ हात वर करून मोकळे होऊ अशी धमकी त्यानं दिली.

अखेर १९९० सालच्या जून महिन्याच्या अखेरीला ट्रम्प आणि त्याला कर्ज दिलेल्या बँका यांनी परिस्थितीतून मार्ग काढायचं ठरवलं. यासाठी ट्रम्पनं आपल्या मालमत्ता विकून पैसे उभे करावेत, अशा अटी त्यांनी घातल्या. इतकंच नव्हे तर ट्रम्पनं स्वतः दरमहा किती रक्कम खर्च करावी यावर त्यांनी बंधन घातलं. सुरुवातीला काही महिने हा आकडा साडेचार लाख डॉलर्सचा होता. अर्थात एवढी रक्कम एका महिन्यातच काय पण कित्येक वर्षांमध्ये खर्च करण्याची कल्पना तरी किती लोक करू शकतील हा भाग वेगळा! नंतर हा आकडा घटवून तीन लाख डॉलर्सवर आणला गेला. ट्रम्पच्या दृष्टीनं हे अत्यंत अपमानास्पद होतं. काही विदेशी बँकांना मात्र या अटी नामंजूर होत्या. ट्रम्पवर पुरेशी बंधनं घातली गेली नसल्याचं त्यांचं

म्हणणं होतं. त्यांनी ट्रम्पला वाढीव कर्ज देण्याला किंवा त्याच्यावरच्या अटी शिथील करण्याला नकार दिला. नाइलाजानं ट्रम्पनं त्यांना जपानमध्ये फोन केला आणि त्यांची सपशेल माफी मागितली. आपल्याला आणखी मुदत मिळाली, तर आपण परत एकदा भन्नाट यश मिळवू आणि आपल्या डोक्यावरची कर्ज फेडू असं त्यानं या बँक अधिकाऱ्यांना सांगितलं. अखेर या विदेशी बँक अधिकाऱ्यांनी ट्रम्पला आणखी एक संधी द्यायचं ठरवलं. ट्रम्पचं घर, त्याचं जहाज, त्याची इतर मालमत्ता या सगळ्या गोष्टी बँकांकडे तारण ठेवण्यात आल्या.

नेहमीप्रमाणेच आपली दयनीय अवस्था झाकून ठेवत ट्रम्पनं उलट आपला हा विजय असल्याचं नंतर सांगितलं. सगळं जग कोसळत असताना आपण अत्यंत चतुराईनं बँकांना आपल्याला हवं तसं वळवून घेतल्याचा दावा त्यानं केला. प्रत्यक्षात ट्रम्पनं उधळपट्टी बंद करावी आणि जबाबदारीनं पैसे वापरावेत यासाठी एक मुख्य वित्तीय अधिकारी नेमावा, अशी मागणी बँकांनी केली. मेम्फिस इथं एका हॉटेल आणि कॅसिनोमध्ये सध्या काम करत असलेला आणि न्यू यॉर्कला परतण्यासाठी उत्सुक असलेला स्टीव्ह बोलेनबॅच याला ट्रम्पनं या पदावर नेमावं, असं एका बँक अधिकाऱ्यानं ट्रम्पला सुचवलं. ट्रम्प त्याला अजिबात ओळखत नसूनही त्यानं त्याला कामावर घेण्यासाठीचा प्रस्ताव दिला. बोलेनबॅचनं तो स्वीकारला; पण नोकरीवर रुजू होतानाच आपल्याला मोठा बोनस हवा असल्याचं सांगितलं, तेव्हा त्याला खरी परिस्थिती समजली. आपल्याला मोठा बोनस देण्याची ट्रम्पची परिस्थितीच नसल्याचं कटू सत्य त्याला उमगलं. अखेर बँकांबरोबर काही करार करून बोलेनबॅचला हा बोनस देण्याची ट्रम्पनं व्यवस्था केली.

आपली एकूण मालमत्ता ३०० कोटी डॉलर्सची असल्याचं ट्रम्पनं बोलेनबॅचला सांगितलं. त्यानं आपल्या कामाची सूत्रं हाती घेतल्यावर मात्र तो गोंधळात पडला. ट्रम्पच्या कंपन्यांमध्ये एकूण तीन हिशेबनीस होते. त्या तिघांनाही ट्रम्पच्या व्यवसायाच्या आर्थिक गोष्टींची काही अंशी ओळख होती; पण कुणालाच संपूर्ण परिस्थिती माहीत नव्हती. सगळ्या व्यवसायाची एकत्र गणितं मांडणारी कुठलीच कागदपत्रं उपलब्ध नव्हती. हे एकदम अतर्क्यच होतं. कुठल्याही व्यावसायिकाकडे आपल्या संपूर्ण व्यवसायासंबंधीची एकत्र माहिती आणि आकडेवारी असणं अत्यंत गरजेचं असतं. खरं म्हणजे ही अगदी मूलभूत गोष्ट आहे. बोलेनबॅचनं तातडीनं विखुरलेली माहिती एकत्र आणून तिचा अर्थ लावण्यासाठीची धडपड सुरू केली. माहितीचे तुकडे जोडले जायला लागले. विखुरलेली मालमत्ता, विखुरलेली कर्जं, विखुरलेली देणी हे सगळं एकत्र यायला लागलं. यातून ट्रम्पची परिस्थिती अधिकच खालावलेली असल्याचं लक्षात आलं. आपल्या जहाजासाठी घेतलेल्या कर्जाचा हप्ता ट्रम्प न भरू शकल्यामुळे बँकांनी त्याला धारेवर धरलं. ट्रम्पनं उलट बँकांनी

किमान आपल्या जहाजाच्या विम्याचा हप्ता भरण्यासाठी आपल्याला पैसे द्यावेत, अशी मागणी केली. याचं कारण म्हणजे समजा ही विमा पॉलिसी संपली आणि या जहाजाला अपघात झाला तर यातून आणखी मोठं नुकसान बँकांना सोसावं लागेल असं ट्रम्प म्हणाला. आपल्या पाच हेलिकॉप्टर्सवरच्या कर्जांचे इतके हप्ते ट्रम्पनं चुकवले की, अखेर त्यांची जप्ती करण्यावाचून दुसरा पर्याय आपल्यासमोर नसल्याचं बँकांनी ट्रम्पला सांगितलं. यामुळे अत्यंत बालिशपणे ट्रम्पनं ही हेलिकॉप्टर्स अनेक दिवस न्यू यॉर्कमध्ये कुठंतरी गुप्त जागी लपवून ठेवली! अखेर बँका ट्रम्पशी अत्यंत कडकपणे वागायला लागल्यानंतर नाइलाजानं ट्रम्पनं या जागेची माहिती बँकांना दिली.

दरम्यान, बँकांशी ट्रम्पनं केलेल्या करारानंतरही ट्रम्प संकटातून बाहेर आला असं अजिबातच म्हणता येत नसल्याचं बोलेनबॅचच्या लक्षात आलं. याचं कारण म्हणजे अटलांटिक सिटीमधल्या तीन कॅसिनोंवरच्या १३० कोटी डॉलर्सच्या एकत्रित कर्जाचा विचार यात झाला नव्हता. या रकमेपैकी ६७ कोटी ५० लाख डॉलर्स ट्रम्पनं 'जंक बाँड्स' विकून उभे केले होते. आता 'ताजमहाल कॅसिनो'मधून चांगलं उत्पन्न मिळत असलं तरी मुळात या कर्जांवरचं व्याजच इतकं जास्त होतं की, ते भरणंसुद्धा मुश्कील झालं होतं. तातडीनं ट्रम्पनं या 'जंक बाँड्स'वरच्या कर्जांशी संबंधित असलेली चर्चा बँकांबरोबर सुरू केली. आता या बाँड्सचा खरा 'दर्जा' गुंतवणूकदारांच्या लक्षात आलेला असल्यामुळे त्यांचा भाव ६६ टक्क्यांनी घसरला होता! म्हणजेच समजा एका बाँडची मूळ किंमत एक डॉलर असल्याचं गृहीत धरलं, तर आता बाजारात हा बाँड ३३ सेंट्सना मिळत होता. यामुळे अनेक मूळ बाँडधारकांनी हे बाँड्स ट्रम्पकडून विकत घेतल्यानंतर इतरांना विकून टाकले होते. हे 'इतर' म्हणजे खराब दर्जाची गुंतवणूक आपल्या पदरात घेऊन त्यातून निरनिराळ्या मार्गांनी नफेखोरी करणाऱ्या कंपन्या होत्या. जे बाँडधारक शिल्लक होते त्यांनी ट्रम्पनं नेमलेले काही प्रतिनिधी आणि बोलेनबॅच यांच्याशी चर्चा केली. जर आपण आपल्या बाँड्सवर अपेक्षित असलेल्या १४ टक्क्यांहून कमी व्याज ट्रम्पकडून घ्यायची तयारी दाखवली, तर त्याच्या मोबदल्यात आपल्याला ट्रम्पच्या कंपनीकडून 'ताजमहाल कॅसिनो'च्या मालकी हक्कांपैकी किती हिस्सा मिळू शकतो, याची चाचपणी त्यांनी केली. ट्रम्प मात्र याला अजिबात तयार नव्हता. आपण बाँडधारकांना कबूल केलेलं व्याज द्यायला तर असमर्थ आहोत; पण याच्या मोबदल्यात त्यांनी आपल्याकडून काही मागता कामा नये, असा त्याचा अजब पवित्रा होता. साहजिकच हे गुंतवणूकदार पार खवळले. त्यांनी ट्रम्पशी बोलणं थांबवलं आणि त्याला दिवाळखोरीच्या उंबरठ्यावर नेलं म्हणजेच ट्रम्पनं आपली मालमत्ता विकून बाँडधारकांचं व्याज देणं भाग पडण्याची परिस्थिती उद्भवली.

अखेर ट्रम्पला आपण 'ताजमहाल कॅसिनो'मधून बेदखल केलं, तर या कॅसिनोचं मूल्य अजूनच घसरेल या भीतीपोटी बाँडधारकांपैकी काही प्रभावशाली मंडळींनी ट्रम्पला आणखी काही काळ संधी द्यायचं मान्य केलं.

या काळात ट्रम्पचा 'कॅसल कॅसिनो' जप्त होण्याच्या मार्गावर होता. ट्रम्पनं कर्जाचे हप्ते चुकवण्याची 'हॅट्रिक' केल्यामुळे परिस्थिती अत्यंत गंभीर झाली होती. यातून ट्रम्पला त्याचे वडील फ्रेड यांनी बाहेर काढलं. स्वतःच्या खात्यातून फ्रेडनं ट्रम्पच्या खात्यात पैसे पाठवले आणि अगदी शेवटच्या क्षणी ट्रम्प वाचला. या मदतीनं ट्रम्प फार काळ वाचू शकला नाही. अखेर 'ताजमहाल कॅसिनो' वाचवण्यासाठी ज्या प्रकारचा करार ट्रम्पला करावा लागला त्याच प्रकारचा करार त्याला 'कॅसल कॅसिनो' आणि 'प्लाझा हॉटेल अँड कॅसिनो'च्या बाबतीतही करावा लागला.

ट्रम्पसाठी काम करणाऱ्या कंपन्यांनाही ट्रम्पच्या आर्थिक दुरवस्थेचा फटका बसला. मार्क कटलर नावाच्या माणसानं 'अटलांटिक सिटी'मध्ये डोनाल्ड ट्रम्पचं नाव अगदी उंचावरच्या फलकावर कायमसाठी प्रकाशमान व्हावं यासाठी 'निऑन साईन' तयार करण्याचं काम ट्रम्पसाठी केलं होतं. यासाठी २५ लाख डॉलर्सचा करार त्यानं ट्रम्पशी केला. सुरुवातीला टप्प्याटप्प्यानं होत जाणाऱ्या कामाचा मोबदला कटलरनं मागितला की, त्याला तो लगेचच मिळायचा. 'ताजमहाल कॅसिनो' खुला व्हायला दोन महिने शिल्लक असण्याच्या सुमाराला मात्र परिस्थिती पार बदलली. ट्रम्पकडून कटलरला ३ लाख ०३ हजार डॉलर्स येणं होतं. त्यात सातत्यानं चालढकल होत राहिली. इतरही अनेक कंपन्यांची देणी ट्रम्पनं थकवल्याचं त्याच्या लक्षात येताच त्यांनी एकत्र येऊन ट्रम्पकडे यासाठीची मागणी करायला सुरुवात केली. सगळ्यांच्या एकंदर देण्याचा आकडा ५ कोटी ४० लाख डॉलर्स इतका प्रचंड होता! ज्या कंपन्यांना आपण पैसे देणं आहोत त्यातल्या प्रत्येकाला आपण देणं असलेल्या रकमेच्या एक तृतियांश रक्कम देण्याची तयारी ट्रम्पनं दाखवली. उरलेली रक्कम देण्याऐवजी १० वर्षं मुदतीचे बाँड्स आपण देऊ शकतो, असं त्यानं या कंपन्यांना सांगितलं. कटलर हे नुकसान पचवू शकण्याच्या अवस्थेत नव्हता. आधीच अमेरिकेची एकूण आर्थिक परिस्थिती बिकट होती. त्यात अशा प्रकारचा धक्का पचवून आपल्या ५० कर्मचाऱ्यांना पगार कसा द्यायचा, असा प्रश्न त्याच्यासमोर होता. आपल्या पुरवठादारांची देणीही त्यानं थकवली होती. अखेर आपल्या मुलीच्या महाविद्यालयीन शिक्षणासाठी राखून ठेवलेले पैसे त्यानं या कामासाठी वापरले, तरीही हे अपुरंच ठरलं. या प्रसंगामुळे आर्थिक आणि मानसिक अशा दोन्ही आघाड्यांवर आपण पुरते खचून गेलो असल्याचं तो म्हणाला. १९९१ सालच्या

मे महिन्यात त्यानंच दिवाळखोरी जाहीर केली. आपली कंपनी विकून त्यानं आपली कर्जं कशीबशी फेडली.

वाया गेलेल्या एखाद्या मुलाला मार्गावर आणण्यासाठी त्याला नित्यनेमानं जसं भेटून त्याचं नक्की काय सुरू आहे याचा आढावा घ्यावा त्या पद्धतीनं बँक अधिकारी दर शुक्रवारी ट्रम्पला भेटत. त्यानं गेल्या आठवड्यात आपल्यावरचं आर्थिक संकट दूर करण्यासाठी काय केलं आणि वैयक्तिक आयुष्यात काय काय खर्च केले याचा हिशेब त्याला या अधिकाऱ्यांपुढे सादर करावा लागे. अशी नाजूक परिस्थिती असताना ट्रम्पनं मार्ला मेपल्सला अडीच लाख?? डॉलर्सची अंगठी भेट दिल्याचं दृश्य टीव्हीवर झळकलं. यामुळे बँक अधिकारी पार चवताळले. एकीकडे ट्रम्प पै-पैला मोताद झालेला असताना हा काय प्रकार आहे हे त्यांना समजेना. नेहमीच्याच बेफिकिरीनं आपल्याला फुकट प्रसिद्धीच्या मोबदल्यात सराफानं ही अंगठी कर्जाऊ दिली असल्याचं ट्रम्पनं त्यांना सांगितलं. याच्या काही महिने आधी इवानाशी घटस्फोट घेण्याच्या मोबदल्यात आपण तिला १ कोटी डॉलर्सचा चेक देत असल्याचं ट्रम्पच्या वकिलानं हा चेक जाहीरपणे फडफडवत सांगितलं होतं. बँकांनी त्याला दिलेलं कर्ज त्याचा व्यवसाय पुन्हा योग्य मार्गावर आणण्यासाठीचं होतं. ट्रम्प हे पैसे अशा गोष्टीसाठी वापरेल हे त्यांच्या ध्यानीमनीसुद्धा नव्हतं! आपल्या आर्थिक अडचणींसाठी एकूण अर्थव्यवस्थेला जबाबदार धरत असताना ट्रम्प किती बेजबाबदारपणे वागायचा याचे हे उत्तम नमुने आहेत. हीच वृत्ती ट्रम्पनं आपल्या विमानसेवा व्यवसायाच्या बाबतीतसुद्धा कायम ठेवली होती. १९९२ सालच्या एप्रिल महिन्यात ट्रम्पच्या विमानसेवा उद्योगाला घरघर लागल्याचं स्पष्ट झालं. आपल्या नेहमीच्या सवयीप्रमाणं ट्रम्पनं आपल्या कंपनीनं विकत घेतलेल्या 'बोईंग ७२७' विमानांच्या शेपटीच्या ठिकाणी आपल्या आडनावाचं पहिलं अक्षर म्हणजेच 'टी' मोठ्या अक्षरात झळकवलं होतं. आता हे अक्षर तिथून काढण्याची नामुश्की आली.

पुढची तीन वर्षं हीच परिस्थिती कायम राहिली. मिळतील तिथून ट्रम्प कर्जं घेत राहिला. तसंच त्यानं आपल्या वडिलांकडूनही वारंवार पैसे उधार घेतले. तसंच त्यानं बाँड्सही विकायला काढले, तरीही जवळपास दिवाळखोरीत असलेल्या त्याच्या तिन्ही कॅसिनोंची मालकी त्याच्याकडेच होती. आता अमेरिकी अर्थव्यवस्था सुधारणेच्या मार्गावर होती. यामुळे आपणही आपल्यावरच्या संकटातून मुक्त होणार अशी खात्री त्याला वाटायला लागली. ट्रम्पच्या कॅसिनोंमध्ये आता जास्त मोठ्या संख्येनं जुगारी लोक यायला लागले. आपल्या डोक्यावर साठलेलं कर्ज फेडण्याच्या हेतूनं ट्रम्पनं एक नवीच शक्कल लढवली. 'ट्रम्प प्लाझा अँड कॅसिनो'ची मालकी त्यानं एका कंपनीच्या नावावर केली. ही कंपनी त्यानं शेअरबाजारात उतरवली.

अनेक फसव्या लोकांनी आजवर हा मार्ग अवलंबला आहे; त्यामुळे यात नवं असं काहीच नव्हतं. ट्रम्पची ही कंपनी त्याच्या यापुढच्या कॅसिनोंचं कामकाजही हाताळणार असं सांगण्यात येत असे. ट्रम्पची ही योजना सुरुवातीला तरी अगदी यशस्वी ठरली. प्रतिशेअर १४ डॉलर्सच्या हिशेबानं या कंपनीनं गुंतवणूकदारांकडून १४ कोटी डॉलर्स उभे केले. याच्या जोडीला ट्रम्पनं नव्यानं १५ कोटी ५० लाख डॉलर्स मूल्याचे 'कॅसिनो जंक बाँड्स' विकले. यातून ट्रम्पला आपल्यावरच्या कर्जापैकी ८ कोटी ८० लाख डॉलर्सचं कर्ज फेडण्यात यश आलं. १९९६ साली ट्रम्पच्या कंपनीच्या एका शेअरची किंमत ३६ डॉलर्सवर गेली. यामुळे ट्रम्पच्या या कंपनीमधल्या शेअर्सच्या एकूण मूल्याचा आकडा २९ कोटी डॉलर्सवर गेला. यामुळे १९८९ सालानंतर प्रथमच ट्रम्प 'फोर्ब्ज' मासिकाच्या ४०० सगळ्यात श्रीमंत लोकांमध्ये समावेश करण्यात आला. तरीसुद्धा ट्रम्प असमाधानीच होता. आपल्या विमानातून त्यानं या मासिकाच्या संपादकाला फोन केला आणि आपली संपत्ती या मासिकाच्या अंदाजापेक्षा 'किमान ४ पट जास्त' असल्याचा दावा केला.

नव्यानं उभ्या केलेल्या सार्वजनिक कंपनीचा फायदा उठवून ट्रम्पनं आपली चलाखी दाखवली. या कंपनीनं प्रचंड कर्ज डोक्यावर असलेल्या 'ताजमहाल' आणि 'कॅसल' या कॅसिनोंची खरेदी महाग दरानं केली. याचाच अर्थ या व्यवहारातला ग्राहक आणि विक्रेता या दोन्ही भूमिकांमध्ये ट्रम्पच होता! आपल्याच कर्जबाजारी कॅसिनोंची खरेदी ट्रम्पनं आपल्याच कंपनीद्वारे खूप जास्त पैसे मोजून केली. आपल्या मर्जीनुसार या कॅसिनोंची किंमत ठरवण्याचा हक्क स्वाभाविकपणे ट्रम्पकडेच होता. 'कॅसल'च्या खऱ्या किमतीपेक्षा सुमारे १० कोटी डॉलर्स जास्त किंमत लावून ट्रम्पच्या कंपनीनं हा कॅसिनो विकत घेतल्याचं आर्थिक विश्लेषकांचं मत होतं. यातून सगळे खर्च वजा जाता ट्रम्पच्या खिशात ८ कोटी ८० लाख डॉलर्स फुकटच आले. तसंच 'कॅसल'चं १७० कोटी डॉलर्सचं कर्ज आता ट्रम्पच्या डोक्यावरून हटलं आणि ते ट्रम्पनं स्थापन केलेल्या कंपनीच्या म्हणजेच या कंपनीच्या शेअरधारकांच्या डोक्यावर आलं! आपोआपच या कंपनीनं आपला बहुतेक सगळा पैसा या कर्जाचं व्याज देण्यातच खर्चायला सुरुवात केली. वैतागलेल्या गुंतवणूकदारांनी आपल्याकडचे शेअर्स संधी मिळताच आणि बरेचदा नुकसान सोसूनही विकून टाकायला सुरुवात केली. १९९६ साली एका शेअरची किंमत तिच्या सर्वोच्च पातळीच्या एक तृतियांश किमतीवर म्हणजे १२ डॉलर्सवर आली. अशा परिस्थितीत 'या कंपनीचं कामकाज चालवण्यासाठी' कंपनीनं ट्रम्पला ७० लाख डॉलर्सचा पगार आणि ५० लाख डॉलर्सचा 'बोनस' या वर्षासाठी दिला! इतकी वर्षं ट्रम्प आपले सगळे व्यवहार जगापासून लपवून मोठमोठ्या बाता मारू शकत असे. आता मात्र ही कंपनी सार्वजनिक असल्यामुळे म्हणजेच तिची नोंदणी

शेअरबाजारात झालेली असल्यामुळे ट्रम्पला आधीपेक्षा खूप जास्त प्रमाणात खरी आकडेवारी जाहीर करणं भाग पडलं, तरीही ट्रम्पनं बनाव करणं, धूळफेक करणारी आकडेवारी पुरवत राहणं, आपल्या कंपनीच्या उत्पन्नाविषयी आणि नफ्याविषयी मोठमोठे अंदाज जाहीर करणं असे प्रकार सुरूच ठेवले. यावर अनेक विश्लेषकांनी टीका केली. अखेर १९९८ साली कंपनीच्या पैशांची अफरातफर करण्याच्या कारणांवरून अमेरिकी अर्थ मंत्रालयाच्या संबंधित विभागानं ट्रम्पला ४ लाख ७७ हजार डॉलर्सचा दंड ठोठावला. याखेरीज आपल्या प्रतिस्पर्ध्यांनी कॅसिनो उभे करू नयेत यासाठी त्यांच्या जाहिरातींना प्रतिबंध करण्याच्या आरोपावरून ट्रम्प आणि त्याचे भागीदार यांनी २००० साली अडीच लाख डॉलर्स भरून प्रकरण मिटवून टाकलं.

१९९५ ते २००५ या दशकाच्या काळात ट्रम्प आपल्या कंपनीचा अध्यक्ष होता. यातल्या एकाही वर्षी कंपनीला फायदा होऊ शकला नाही. सातत्यानं कंपनी नुकसानातच होती. या काळात कंपनीनं सुमारे १०० कोटी डॉलर्सचं नुकसान सोसलं! ३५ डॉलर्सवरून एका शेअरची किंमत १७ सेंट्स इतकी घसरली! १९९५ साली जर एखाद्या गुंतवणूकदारानं ट्रम्पच्या कंपनीमध्ये १०० डॉलर्सची गुंतवणूक केली असती तर २००५ साली वैतागून हे शेअर्स विकताना त्याच्या हाती ४ डॉलर्स पडले असते! २००४ साली तर ही कंपनी दिवाळखोरी जाहीर करणार असल्याच्या बातम्या पसरल्यामुळे शेअरबाजार नियंत्रकानं या कंपनीच्या शेअर्सची विक्री थांबवली! ट्रम्पच्या 'महान' कारकिर्दीमधला अशा प्रकारचा हा पाचवा प्रसंग होता. आता कंपनीच्या आर्थिक व्यवहारांची पुनर्रचना करण्यावाचून दुसरा पर्याय नव्हता. नियमांनुसार कंपनीची मालमत्ता आधी बाँडधारकांना मिळणं गरजेचं होतं. त्यानंतरच शेअरधारकांचा हक्क विचारात घेतला जाणार होता. यामुळे शेअरधारकांकडे असलेला कंपनीचा ४० टक्के हिस्सा आता फक्त ५ टक्क्यांवर आला! यामधला फरक असलेली रक्कम बाँडधारकांचं थकलेलं व्याज आणि त्यांचं मूळ मुद्दल परत करण्यात गेली. कहर म्हणजे अशा परिस्थितीत अक्षरशः निलाजरेपणानं ट्रम्पनं २० लाख डॉलर्स वार्षिक पगार आणि इतर सोयीसुविधा कंपनीकडून घेणं सुरूच ठेवलं. ट्रम्पनं या कंपनीचा वापर 'खाजगी पिगी बँकेसारखा केला' असं कंपनीच्या अगदी सुरुवातीच्या एका शेअरधारकानं निराशेनं म्हटलं. इतरांचा वापर करून आपलं भलं करण्याची ट्रम्पची वृत्ती इथंही अगदी उठून दिसल्याची टीका त्यानं केली; पण अर्थातच त्याचा काही उपयोग नव्हता. त्याच्यासारखंच अनेक जणांचं हजारो-लाखो डॉलर्सचं नुकसान ट्रम्पमुळे झालं. १९९५ ते २००९ या काळात या कंपनीचा अध्यक्ष असलेल्या ट्रम्पनं कंपनीतून ४ कोटी ४० लाख डॉलर्स पगार आणि भत्ते म्हणून उचलले. इतकंच नव्हे तर या कंपनीनं २००६ ते २००९ या

काळात 'ट्रम्प'चा ब्रँड असलेल्या एकूण १७ लाख डॉलर्स किमतीच्या वस्तूंची खरेदी केली. यातले १२ लाख डॉलर्स तर ट्रम्पच्या ब्रँडचं थंडगार पाणी विकत घेण्यासाठी उधळण्यात आले! 'कॅसल' या ट्रम्पच्या कॅसिनोचं बारसं 'मरिना' असं करण्यात आलं. १९९६ साली ट्रम्पच्या कंपनीनं ५२ कोटी ५० लाख डॉलर्सना विकत घेतलेला हा नुकसानदायी कॅसिनो कंपनीनं २०११ साली ३ कोटी ८० लाख डॉलर्सना विकला! या सगळ्याविषयी ट्रम्पला अजिबात लाज वाटत नसे. उलट वर मान करून तो 'यातून आपल्या व्यवसायाला कसा फायदा मिळाला' हेच सांगत राही. अर्थातच कर्जबाजारी झालेला ट्रम्प आता सुस्थितीत आला. त्याचे शेअरधारक हवालदिल झाल्याचं सोयरसूतक त्याला नव्हतंच. अगदी 'फोर्ब्ज'नंही २००४ साली ट्रम्पची एकूण मालमत्ता २६० कोटी डॉलर्स असण्याचा अंदाज व्यक्त केला.

इतरांना फसवून आपली प्रगती साधणं ट्रम्पच्या दृष्टीनं तसं नवीन अजिबातच नव्हतं!

प्रकरण १०

रिॲलिटी शो

फुकटची प्रसिद्धी मिळवण्यासाठी आणि इतरांना भलंबुरं बोलण्यासाठी ट्रम्प अगदी सुरुवातीपासूनच प्रसिद्ध होता. त्याच्यामधल्या प्रमाणाबाहेरच्या 'ईगो'ला सुखावणाऱ्या गोष्टी घडवून आणण्यासाठीही तो गाजला होता. मार्क बर्नेट नावाच्या टीव्ही निर्मात्यानं ट्रम्पला अशीच सुसंधी लवकरच मिळवून दिली. बर्नेट हा मूळचा ब्रिटिश माणूस होता. काही काळ तो समुद्रकिनारी पर्यटकांना टी शर्ट्स विकण्याचं काम करत असे. तेही काम हातून गेल्यावर त्यानं मोठ्या हिकमतीनं 'सर्व्हायव्हर' नावाचा 'टीव्ही रिॲलिटी शो' सुरू केला. अत्यंत दुर्गम ठिकाणी सुंदर स्त्री-पुरुष निसर्गाशी आणि एकमेकांशी झगडतात आणि त्यामधला कुणीतरी शेवटी ही स्पर्धा जिंकतो, असं या कार्यक्रमाचं स्वरूप होतं. उबगवाण्या 'बिग बॉस'सारख्या कार्यक्रमांची नांदीच होती, असं म्हणता येईल. बर्नेटची घरची मंडळी न्यू यॉर्कमध्ये होती. तो मात्र चित्रीकरणाच्या निमित्तानं सतत बाहेर असे. यामुळे त्याचं कौटुंबिक सौख्य पूर्णपणे हरपलं होतं. स्वाभाविकपणे न्यू यॉर्कला परतण्याचा ध्यास त्यानं घेतला. न्यू यॉर्कमध्येच 'सर्व्हायव्हर' मालिकेच्या शेवटच्या भागाचं चित्रीकरण सुरू असताना बर्नेटला ट्रम्पची एक इमारत दिसली. जंगलात साप, मगरी आणि इतर श्वापदं यांच्या भीतीच्या छायेमध्ये असताना आपल्या मालिकेचं चित्रीकरण करूनही बर्नेट काहीसा वैतागला होता. आता आपण न्यू यॉर्कमध्येच आपली नवी मालिका काढण्याची कल्पना त्याला ट्रम्पची इमारत बघून सुचली. यामागचं दुसरं कारण म्हणजे मुंग्यांची एक रांगही बर्नेटनं बघितली होती. आता ट्रम्पच्या एखाद्या व्यवसायात महत्त्वाचं पद मिळवण्यासाठी समजा लोकांनी रांग लावली आणि

त्यांच्यामधून ट्रम्पनं एखाद्या माणसाची निवड केली, तर अशी 'रिॲलिटी शो'ची मालिका लोकांना खूप आवडेल असं बर्नेटला वाटलं.

त्या काळात ट्रम्प 'रिॲलिटी टीव्ही' बघत नसे. त्याविषयी त्यानं जे काही ऐकलं होतं तेही त्याला फारसं पसंत पडलं नव्हतं. समाजातल्या खालच्या घटकांमधल्यांनाच हा प्रकार आवडतो आणि हा त्यांच्यासाठीच आहे असं त्याचं मत होतं. उच्चभ्रू वर्गाला आवडण्यासारखं त्यात फारसं काही नाही, असं त्याचं मत होतं, तसंच या कार्यक्रमाच्या चित्रीकरणामध्ये आपला खूप वेळ जाईल, अशी भीतीही त्याला सतावत होती. भेटायला आलेल्या बर्नेटला त्यानं तसं सांगितलं. बर्नेटनं एका भागाचं चित्रीकरण आपण काही तासांमध्येच आटोपू आणि सगळ्या मालिकेचं चित्रीकरण 'ट्रम्प टॉवर'मध्येच करू असं सांगून ट्रम्पच्या मनातली भीती दूर केली. हळूहळू ट्रम्पला या मालिकेचं महत्त्व पटलं. स्वतःची विलक्षण जाहिरात करणं, आपल्या मालकीचं विमान कार्यक्रमात दाखवणं, 'ट्रम्प टॉवर'सकट आपल्या इतर मालमत्तांविषयी बढाया मारणं हे सगळं टीव्हीच्या माध्यमातून आपल्याला फुकटात करता येईल, हे त्यानं ओळखलं. त्यानं 'द ॲप्रेंटिस' या मालिकेच्या निर्मितीला होकार दर्शवला. या मालिकेच्या हक्कांपैकी निम्मा हिस्साही ट्रम्पच्या वाट्याला आला, तसंच प्रत्येक भागासाठी त्याला १ लाख डॉलर्सही मिळत.

पहिल्या भागाचं चित्रीकरण सुरू झालं. यात सहभागी होण्यासाठी तब्बल २ लाख १५ हजार लोकांनी अर्ज केले होते. यापैकी फक्त १६ जण पहिल्या भागासाठी निवडले जाणार होते. या १६ जणांना प्रश्न विचारून त्यांच्यापैकी एकाला त्या भागातून काढून टाकणं हे ट्रम्पचं काम असणार होतं म्हणजेच पहिल्या आठवड्यात १६, दुसऱ्यात १५, तिसऱ्यात १४ असं करत करत सहभागी होणारे लोक कमी होत जाणार होते. शेवटी उरलेला माणूस ही स्पर्धा जिंकला असं याचं स्वरूप होतं. यानंतर पुन्हा नवे १६ लोक ट्रम्पसह नव्या मालिकेत सहभागी होणार होते. हे चालत राहणार होतं. यात ट्रम्पची भूमिका सौम्य असणं अपेक्षित होतं. हा कार्यक्रम मुख्यत्वे त्याचा नव्हे, तर कार्यक्रमात सहभागी होणाऱ्या लोकांचा असणार होता. प्रत्यक्षात मात्र ट्रम्पनं तो खाऊन टाकला. अपेक्षेप्रमाणेच ट्रम्पनं त्यात स्वतःचा व्यवसाय, त्यात कमावलेलं यश, मालमत्ता या सगळ्यांविषयी प्रचंड प्रमाणात सांगितलं. आपल्या यशाची गुरुकिल्ली इतरांनाही द्यावी हा या कार्यक्रमामागचा मुख्य हेतू असल्याचं तो टीव्हीवर सांगे. ज्या माणसाला पहिल्या भागाच्या शेवटी काढून टाकायचं होतं त्या माणसाला हे सांगताना ट्रम्प 'यू आर फायर्ड' असं म्हणाला. त्याचं हे वाक्य चित्रीकरण करणाऱ्या सगळ्यांना खूप आवडलं आणि त्यांनी ट्रम्पचं कौतुक केलं. त्याच क्षणी ट्रम्पचं हे वाक्य या कार्यक्रमामध्ये कायम वापरलं जाणार हे नक्की झालं.

हा कार्यक्रम तसा लोकप्रिय झाला. त्याचे १४ 'हंगाम' झाले म्हणजेच प्रत्येकी १६ भागांच्या १४ मालिका झाल्या. याचा ट्रम्पला खूप फायदा झाला. एक तर त्याचं नाव सर्वदूर पसरलंच; पण शिवाय स्वार्थीपणा दूर सारून ट्रम्प युवकांना मार्गदर्शन करतो, त्यांच्या चुका दाखवतो, अशी त्याची प्रतिमाही रुजली, तसंच स्पष्टवक्तेपणा, अकारण स्तुती टाळणं असे गुणही त्याच्यात आहेत, असं लोकांना वाटायला लागलं. एकूणच आत्मविश्वासानं भारलेला, उद्योजक म्हणून मुरलेला, आपला अधिकार योग्य प्रकारे गाजवणारा आणि भराभर परिणामकारक कामं उरकणारा माणूस अशी त्याची प्रतिमा झाली. २०१५ साली आपल्या राष्ट्रपतिपदाच्या निवडणुकीच्या प्रचारादरम्यान ट्रम्पनं इतर ठिकाणांहून अमेरिकेत स्थलांतरित झालेल्या लोकांची घृणास्पद भाषेत निंदा केल्यानंतर 'एनबीसी' टीव्ही चॅनेलनं ट्रम्पला या कार्यक्रमातून काढून टाकलं.

आपल्या टीव्ही-दर्शनाचा फायदा उठवून २००५ साली ट्रम्पनं एक नवाच बेत आखला. 'ट्रम्प टॉवर'मध्ये आयोजित केलेल्या एका पत्रकार परिषदेत त्यानं 'ट्रम्प युनिव्हर्सिटी' नावाचं विद्यापीठ सुरू करत असल्याची घोषणा केली. याविषयी बोलताना 'जर मला कुणी खूप पैसे कमावणं किंवा खूप ज्ञान वाटणं असे दोन पर्याय दिले, तर मी त्यामधला कुठलाही पर्याय अगदी आनंदानं स्वीकारेन,' असं अगदी उदात्त स्वरात तो म्हणाला. हा काळ आर्थिक भरभराटीचा होता. अनेक जणांना घरांच्या किमती वाढत चाललेल्या दिसत असल्यामुळे घर विकत घेऊन आपण श्रीमंत व्हावं, असं वाटत होतं. आपल्या विद्यापीठातून लोकांना यासाठीचा मार्ग दाखवला जाईल असं ट्रम्पनं जाहीर केलं. आपल्या विद्यापीठात आपण यश कसं मिळवायचं ही एकच गोष्ट लोकांना शिकवणार असल्याचं तो म्हणत असे. ट्रम्पच्या दुर्दैवानं त्याचा हा प्रकल्प सुरू होताच जागांच्या किमती काही प्रमाणात घसरल्या आणि लवकरच त्या कोसळल्या. यामुळे ट्रम्पसमोर प्रश्न निर्माण झाला. आपल्या विद्यापीठाचं नेमकं काय करायचं हे ठरवणं त्याच्या दृष्टीनं गरजेचं होतं. नेहमीप्रमाणंच ट्रम्पनं आपली भाषा बदलली. आता खराब परिस्थितीतून मार्ग काढून म्हणजेच आर्थिक मंदीच्या काळातही कशी कमाई करायची हे आपण शिकवणार असल्याचं ट्रम्पनं सांगितलं. या विद्यापीठाची जाहिरात करण्यासाठी फुकट सेमिनार्स आयोजित करण्यात आले.

जे लोक या कामासाठी ट्रम्पनं नेमले होते, त्यांना आपलं काम नीटपणे करता यावं यासाठी एक मार्गदर्शनपर पुस्तिका ट्रम्पनं दिली. त्यात लोकांना आपल्या जाळ्यात कसं ओढायचं याविषयीच्या टिप्स होत्या. तसंच जे लोक औत्सुक्य दाखवतील त्यांनी सगळ्यात महागड्या अभ्यासक्रमामध्ये प्रवेश घेण्यासाठी त्यांना कशी आमिषं दाखवायची याविषयीचंही भाष्य होतं. तीन दिवसांचा एक छोटा

उपक्रम राबवण्यात येणार होता. त्याची प्रवेश फी तब्बल १४९५ डॉलर्स होती. फुकटच्या 'सेमिनार'ला येणाऱ्या लोकांनी या ३ दिवसांच्या उपक्रमाला यावं यासाठी त्यांना भुरळ कशी घालायची याविषयी त्यात सांगण्यात आलं होतं. तसंच जे लोक या ३ दिवसांच्या उपक्रमाला हजेरी लावतील त्यांनी यानंतर ९९९५ ते ३४९९५ डॉलर्स फी असलेल्या महागड्या अभ्यासक्रमांमध्ये प्रवेश घ्यावा, यासाठी काय करायचं हेही त्यात नमूद करण्यात आलं होतं. ट्रम्पच्या विद्यापीठाकडून जेव्हा संभाव्य 'विद्यार्थ्यांना' म्हणजेच लोकांना भरण्यासाठी म्हणून फॉर्म्स देण्यात आलं, तेव्हा या फॉर्म्समध्ये इतर माहितीबरोबरच या लोकांनी आपल्या मालमत्तेचे तपशील भरावेत, असं सांगण्यात आलं. आपली मालमत्ता कशी वाढवावी आणि त्यासाठी नेमकी कशी गुंतवणूक करावी हे आपल्याला ट्रम्पचं विद्यापीठ शिकवणार असल्यामुळे हे तपशील त्यांच्यासाठी आवश्यकच आहेत, असं लोकांना वाटणं स्वाभाविक होतं. प्रत्यक्षात या लोकांपैकी सगळ्यात महागड्या म्हणजे ३४९९५ डॉलर्सच्या अभ्यासक्रमाला यातले कुठले मासे गळाला लागू शकतील, याचा अंदाज घेण्यासाठी ही माहिती भरून घेण्यात आली होती!

'लाँग आयलंड' इथं राहणाऱ्या बॉब गिलिओ नावाच्या निवृत्त आणि श्रीमंत माणसानं इतर काही जणांसारखीच ट्रम्पच्या विद्यापीठाच्या सगळ्यात महागड्या अभ्यासक्रमामध्ये प्रवेश घेतला. यातून खरं म्हणजे आपण जवळपास काहीच नवं शिकलो नाही आणि नुसती २-३ प्रशस्तिपत्रकं गोळा केली, असं नंतर तो म्हणाला. आपली ट्रम्पनं चक्क फसवणूक केली आणि यामुळे आपण खूप चिडलो, असं विधानही त्यानं केलं. नंतर ट्रम्पविरोधातल्या काही जाहिरातींमध्ये गिलिओ आनंदानं सहभागी झाला. गिलिओचं एवढ्यावर समाधान झालं नाही. त्यानं आपल्यासारख्या काही लोकांच्या साथीनं ट्रम्पवर फसवणुकीचा दावा ठोकला. २०१३ साली न्यू यॉर्कमधल्या सरकारी न्यायालयानं ट्रम्पकडून ४ कोटी डॉलर्सच्या नुकसानभरपाईची मागणी केली. न्यू यॉर्क राज्यामध्ये 'शैक्षणिक संस्था' म्हणून काम करण्यासाठी आवश्यक असलेल्या अटींची पूर्तता अजिबात न करता स्वतःला 'विद्यापीठ' म्हणवून घेणाऱ्या या संस्थेनं तब्बल ५००० लोकांची दिशाभूल केल्याचे आरोप ट्रम्प आणि त्याच्या विद्यापीठावर ठेवण्यात आले. नेहमीप्रमाणेच अनेक वर्षं चालढकल केल्यानंतर अखेर 'ट्रम्प युनिव्हर्सिटी'चं नामकरण करण्यात आलं आणि २०१० साली ही संस्थाच बंद करण्यात आली. ट्रम्पवर खटला दाखल करणाऱ्यांनी अगदी सुरुवातीपासूनच ट्रम्पनं आपली फसवणूक केल्याचा दावा केला. उदाहरणार्थ आपल्याकडे सर्वोत्तम प्रशिक्षक असतील असं, ट्रम्पनं म्हटलं होतं. प्रत्यक्षात अगदी सर्वसाधारण दर्जाचे आणि अजिबात माहिती नसलेले लोक प्रशिक्षक म्हणून काम करत असल्याचं फिर्यादींनी

नमूद केलं, तसंच या प्रकल्पाचा मुख्य आणि एकमेव उद्देश अभ्यासक्रमांमध्ये नोंदणी करणाऱ्यांचा फायदा करून देण्याचा असून, स्वतः ट्रम्पला यातून कसलाच लाभ होणं अपेक्षित नसल्याचं सांगण्यात आलं होतं. इतकंच नव्हे तर आपल्याला या कामातून फायदा झालाच, तर आपण तो सामाजिक कार्यांसाठी वापरू असं ट्रम्पनं जाहीर केलं होतं. एक डॉलरही त्यानं दिला नाही. सुमारे २५ टक्के विद्यार्थ्यांनी आपली फसवणूक झाल्यामुळे आपल्याला आपण भरलेली फी परत मिळावी असा अर्जही केला. एकूणच ट्रम्पच्या विद्यापीठानं शिक्षण कमी आणि भोंदूगिरी जास्त केली हे नक्की!

अर्थात एकीकडे अशा प्रकारचे उद्योग करून पैसे कमावण्यासाठी ट्रम्प प्रयत्नशील असला तरी आपल्या मूळ 'रिअल इस्टेट'च्या उद्योगाकडे दुर्लक्ष करून चालणार नाही, याची ट्रम्पला कल्पना होतीच. अमेरिकेमध्ये आपल्याला मिळालेली लोकप्रियता पुरे असं म्हणून त्यानं आता अमेरिकेबाहेरही आपलं लक्ष वळवलं. १९९९ साली दक्षिण कोरियामध्ये 'ट्रम्प वर्ल्ड' नावाचे सहा निवासी मनोरे तयार करण्याच्या प्रकल्पाची सुरुवात झाली. त्याच्याच पुढच्या वर्षी जर्मनीच्या बर्लिन शहरात ९० कोटी डॉलर्स खर्चून त्यानं 'ट्रम्प टॉवर' उभा करण्याचं काम हाती घेतलं. २००३ साली कॅनडाच्या टोरांटो शहरात ७० मजली 'ट्रम्प इंटरनॅशनल हॉटेल अँड टॉवर' उभा करण्यासाठीची मंजुरी त्यानं मिळवली. त्याच वर्षी कॅरिबिअन बेटांमध्ये गोल्फसाठीचं मैदान उभं करण्याचा प्रकल्प त्यानं सुरू केला. नव्या शतकात त्यानं याखेरीज दुबई, इस्राईल, पनामा, स्कॉटलंड, मेक्सिको, डॉमिनिक प्रजासत्ताक आणि तुर्कस्थान इथंही ट्रम्पचं नाव सोनेरी अक्षरांमध्ये मोठमोठ्या इमारतींवर कोरलं जाण्याची सुरुवात झाली. २०११-१५ या काळात ट्रम्पनं आणखी डझनभर देशांमध्ये प्रकल्प उभे करण्याचे मनसुबे जाहीर केले. राष्ट्रपतिपदासाठी उभा असताना ट्रम्प इंडोनेशियामध्ये असाच एक प्रकल्प उभा करण्यामध्ये मग्न होता. सगळ्यात महत्त्वाची गोष्ट म्हणजे या सगळ्या प्रकल्पांमध्ये ट्रम्पची भूमिका फक्त आपलं नाव वापरू देण्याची परवानगी देण्याची होती! सगळं काम त्या-त्या देशामधले उद्योजक करणार होते. त्यांनी आपल्या इमारतीला ट्रम्पचं नाव देणं आणि हे नाव मोठ्या सोनेरी अक्षरांमध्ये आपल्या इमारतीवर झळकवणं यासाठी ते ट्रम्पला पैसे देणार होते! यासाठी ट्रम्प त्यांच्याकडून लाखो डॉलर्स वसूल करत होता. साहजिकच प्रत्यक्षात या प्रकल्पांचं काय होणार याच्याशी ट्रम्पला काहीच देणंघेणं नव्हतं. अनेक उद्योजक आपापल्या देशांमध्ये ट्रम्पचं नाव वापरून विलक्षण पस्तावले. त्यांची घरं विकली गेली नाहीत; पण त्यांना कराराप्रमाणे ट्रम्पला लाखो डॉलर्स देणं भाग होतं. भारतातही अशा इमारती उभ्या करण्यासाठीचा प्रकल्प घोषित करण्यात आला. त्याच्या उद्घाटनासाठी ट्रम्प भारतात येऊन गेला होता.

२००७ साली ट्रम्पनं 'बॅटल ऑफ द बिलिऑनेयर्स' नावाच्या एका नव्या उबगवाण्या कार्यक्रमामध्ये ट्रम्पनं हजेरी लावायला सुरुवात केली. डोनाल्ड ट्रम्प आणि व्हिन्स मॅकमहोन हे दोघं यात सहभागी होणार असं ठरलं. हा मॅकमहोन स्वतः पूर्वी व्यावसायिक कुस्तीपटू होता. नंतर तो अभिनेता, निर्माता बनला. शिवाय 'डब्ल्यू डब्ल्यू एफ' म्हणून प्रसिद्ध असलेल्या लुटूपुटूंच्या कुस्त्यांच्या सामन्यांच्या आयोजनाचाही तो प्रमुख होता. ट्रम्प आणि मॅकमहोन यांच्यात ही स्पर्धा असणार होती. ती जो जिंकेल तो पराभूत खेळाडूचं डोकं सगळ्यांसमोर भादरणार असं अत्यंत वाह्यात बक्षीस विजेत्याला मिळणार होतं. अर्थात प्रत्यक्षात हे दोघंही रिंगणात कुस्ती खेळण्यासाठी उतरणार नव्हते. त्यांचे प्रतिनिधी एकमेकांशी झुंजणार होते. ट्रम्प आणि मॅकमहोन या दोघांनीही या विचित्र स्पर्धेचा वापर आपल्या मनातल्या असभ्य गोष्टी जगासमोर आणण्यासाठी केला. उदाहरणार्थ 'माझ्या द्राक्षांचा आकार खूप मोठा असल्यामुळे आपणच ही स्पर्धा जिंकणार' असं मॅकमहोन म्हणाला. त्याचा इशारा अर्थातच स्वतःच्या वृषणांकडे होता. यावर उत्तर म्हणून 'माझ्या ट्रम्प टॉवरसमोर तुझी द्राक्षं एकदम चिमुकली आहेत' असं ट्रम्प म्हणाला. प्रेक्षक बेभान होऊन चिरकले. यावर ट्रम्पनं 'तुला थोडी हवी आहेत का?' असं मॅकमहोनला विचारलं. यानंतर ट्रम्पनं खुर्चीत बसलेल्या मॅकमहोनला मागं ढकललं. त्याबरोबर मॅकमहोन त्याच्या खुर्चीसहीत वेडावाकडा झाला आणि त्याच्या पार्श्वभागावर खाली पडला. प्रेक्षक पुन्हा जोरात ओरडले आणि समालोचकानं 'डोनाल्ड ट्रम्पनं मॅकमहोनला त्याच्या कोट्यवधी डॉलर्स किमतीच्या पार्श्वभागावर आदळलं' असं म्हटलं. दुसऱ्या एका प्रसंगी ट्रम्पनं 'मी तुझ्यापेक्षा उंच, देखणा, जास्त ताकदवान आहे ... मी तुझ्या पार्श्वभागावर चांगला प्रहार करणार आहे ...' असे उद्गार मॅकमहोनला उद्देशून काढले. नंतर एकदा मॅकमहोननं ट्रम्पच्या गालाला हात लावला असताना ट्रम्पनं त्याच्या सणसणीत मुस्काडात ठेवून दिली. हे सगळं ठरलेल्या संहितेप्रमाणे होत असे. दोघंही दिग्दर्शकानं दिलेल्या सूचनांनुसार काम करत असत. उबगवाणे प्रकार करणं, किळसवाणी भाषा वापरणं, हीन कृती करणं यांची त्यात रेलचेल असे. यातूनच आपल्याला सर्वसामान्य अमेरिकी माणसाला अभिप्रेत असलेला आक्रमकपणा, शिवराळपणा दाखवणं शक्य होत असल्याचं ट्रम्पच्या लक्षात आलं. एकीकडे त्यांना आपल्या तथाकथित संपत्तीविषयी प्रचंड कुतूहल वाटतं आणि दुसरीकडे असा माणूस एकदम रांगडा असल्याचं बघून ते अजूनच खूश होतात ही गोष्ट त्याच्या मनावर ठसली. आपली भूमिका ट्रम्पनं अगदी व्यवस्थितपणे पार पाडली. दिग्दर्शकानं सांगितल्यानुसार या मालिकेच्या शेवटच्या भागात ट्रम्प आणि मॅकमहोन हे दोघंही एकमेकांशी लढत असल्याचं भासवत खाली पडले.

त्यानंतर ट्रम्पनं मॅकमहोनच्या चेहऱ्यावर ठोसा मारला. अखेर ट्रम्प जिंकला. त्यानं बॅटरीवर चालणारा आणि नेहमीचा असे दोन्ही वस्तरे वापरून रिंगमध्ये मॅकमहोनचं डोकं भादरलं. पुढच्याच दिवशी एका टीव्ही कार्यक्रमामध्ये टक्कल आणि काळा डोळा घेऊन मॅकमहोन अवतरला. आपण पराभूत झालो असल्याचं नाटक व्यवस्थितपणे करत आणि आपला अभिमान पुरता नष्ट झाला असल्याचं भासवत त्यानं ट्रम्प कसा महान आहे याचे गोडवे गायले!

अर्थातच अशा प्रकारे आपली प्रसिद्धी करत राहणं डोनाल्ड ट्रम्पसाठी नवं अजिबात नव्हतं. १९९४ साली 'द फ्रेश प्रिन्स ऑफ बेल-एअर' नावाच्या विनोदी मालिकेत तो टीव्हीवर अवतरला होता. या मालिकेत एकदा दाराची घंटा वाजते. घरातला नोकर दार उघडतो आणि 'मिस्टर आणि मिसेस ट्रम्प यांचं स्वागत करताना मला प्रचंड आनंद होतो आहे' असं म्हणतो. अचानकपणे अवतरलेला डोनाल्ड ट्रम्प आणि त्याची तेव्हाची पत्नी मार्ला मेपल्स यांना बघून स्टुडिओमध्ये जमलेले लोक आणि टीव्हीवरचे लाखो प्रेक्षक या सगळ्यांना एकदम आश्चर्य वाटतं. या कार्यक्रमामधलं एक पात्र 'बाप रे! खराखुरा डोनाल्ड! अरे देवा!' असं म्हणतो आणि बेशुद्ध पडतो. दुसरं एक पात्र डोनाल्ड ट्रम्पचा हात आपल्या हातांमध्ये घेऊन 'तू प्रत्यक्षात तर अजूनच श्रीमंत दिसतोस' असं म्हणतो. या मालिकेनं नंतर प्रसिद्ध झालेल्या विल स्मिथ या अत्यंत उत्कृष्ट दर्जाच्या कृष्णवर्णीय हॉलिवूड अभिनेत्याची कारकीर्द घडवली. प्रचंड यशस्वी उद्योजक आणि तितकाच यशस्वी लेखक अशी आपली प्रतिमा बनवण्यात ट्रम्पनं कुठंही कमतरता ठेवलेली नसल्यामुळे लोक त्याच्याकडे 'सेलिब्रिटी' म्हणून बघत. आपल्या कार्यक्रमांमध्ये त्यानं सहभागी व्हावं यासाठी निर्मातेही प्रयत्नशील असत. काही चित्रपटांमध्येही तो काही क्षणांसाठी अवतरला. उदाहरणार्थ 'घोस्ट्स कांट डू इट' नावाच्या चित्रपटात सुप्रसिद्ध अभिनेत्री बो डेरेकच्या काही दृश्यांमध्ये तो झळकला. त्यानं इतकं वाईट काम केलं की गंमत म्हणून जाहीर केल्या जाणाऱ्या 'सगळ्यात खराब कामगिरीसाठीच्या' पुरस्कारांमधला 'सगळ्यात खराब साहाय्यक अभिनेता' हा पुरस्कार त्याच्या नावानं जाहीर करण्यात आला.

२२ जानेवारी २००५ हा दिवस ट्रम्पच्या आयुष्यातल्या 'रिॲलिटी शो'सारखाच होता. याचं कारण म्हणजे या दिवशी ट्रम्प मेलानिया नॉस हिच्याशी लग्न करणार होता. त्याची ही तिसरी पत्नी. ५ फूट ११ इंच उंचीची मेलानिया हीसुद्धा मॉडेलच होती. पूर्वीच्या युगोस्लावियाची मूळ नागरिक असलेली मेलानिया अमेरिकेमध्ये स्थायिक झाली होती. लग्नात मेलानियानं १ लाख डॉलर्स किमतीचा पोशाख घातला. या पोशाखावर १५०० स्फटिकं बसवण्यासाठी अनेक कामगारांनी तब्बल ५५० तास काम केलं! या विवाहाला बिल आणि हिलरी क्लिंटन, न्यू यॉर्कचा

गव्हर्नर रुडी ज्युलियानी, अभिनेता अर्नोल्ड श्वार्झनगर, पॉप गायक एल्टन जॉन यांच्यासह अनेक प्रसिद्ध लोक हजर होते. आपले आधीचे दोन विवाह फसल्यानंतर ५८ वर्षीय डोनाल्ड ट्रम्प परत एकदा लग्नाच्या फेऱ्यात अडकत होता. ३४ वर्षं वयाची मेलानिया आपल्या विश्वात खूश होती. डोनाल्ड ट्रम्पसारखी ती प्रसिद्धीला हपापल्यासारखी वाटत नव्हती. तसंच पत्नी म्हणून तिच्या डोनाल्ड ट्रम्पकडून खूप साऱ्या अपेक्षा असतील, असंही दिसत नव्हतं म्हणजेच डोनाल्ड ट्रम्पच्या दृष्टीनं ती अगदी आदर्श पत्नी ठरेल असं वाटत होतं. मेलानिया इतकी अबोल वाटायची की, आधीच्या लग्नांमधून डोनाल्ड ट्रम्पच्या घरी जन्मलेली त्याची आता मोठी झालेली मुलं तिला 'चित्र' म्हणत. तिचं जन्मनाव मेलानिया नॉस होतं. युगोस्लावियामध्ये अत्यंत दडपशाहीचं वातावरण असल्यामुळे कंटाळून तिनं इतर देशांमध्ये जायचं ठरवलं. यासाठी मॉडेल बनण्याचा पर्याय स्वीकारावा असं तिच्या मनात होतं. सुरुवातीला मिलान, पॅरिस अशा युरोपीय देशांमध्ये मॉडेलिंग केल्यानंतर १९९०च्या मध्यावर ती न्यू यॉर्कमध्ये आली. तिला खूप प्रकाशझोतात राहायला आवडत नसे. मॅनहॅटनच्या झगझगाटापासून ती दूर राही. मिळणाऱ्या पैशांमधली शक्य तितकी रक्कम ती बचत करायची म्हणून साठवून ठेवत असे, तरीही १९९८ सालच्या 'किट कॅट क्लब' या ठिकाणच्या एका पार्टीमध्ये ती आली. मार्ला मेपल्सपासून नुकताच विभक्त झालेला डोनाल्ड ट्रम्प तिथे नॉर्वेमधल्या एका सुंदर तरुणीबरोबर आला होता. मेलानियाकडे बघताच ट्रम्प तिच्याकडे आकर्षित झाला आणि त्यानं तिचा फोन नंबर मागितला. मेलानिया आपल्याला हवीच असल्याचं त्यानं आपल्या जवळच्या लोकांना सांगितलं. मेलानियाला मात्र ट्रम्पचं हे वागणं पसंत पडलं नाही. तिनं त्याच्या आक्रमकतेला प्रतिसाद दिला नाही, तरीही ट्रम्पनं तिचा पिच्छा पुरवला आणि हळूहळू मेलानिया त्याच्याकडे आकृष्ट झाली. लवकरच त्यांचं प्रेमप्रकरण सुरू झालं. मायकेल जॅक्सन, मायकेल डग्लस, सिलिन डिऑन, कॅथरिन झिटा-जोन्स यांच्यासारख्या जगप्रसिद्ध लोकांशी ट्रम्पनं लवकरच मेलानियाची ओळख करून दिली. यानं मेलानिया एकदम प्रभावित होईल, असं ट्रम्पला वाटत असलं तरी मेलानियावर मात्र याचा कसलाच परिणाम झाला नाही. निष्पापपणे 'मी स्वतःच सेलिब्रिटी असताना इतर सेलिब्रिटींचा माझ्यावर कसला प्रभाव पडणार?' असं विधान तिनं केलं!

मेलानियाबरोबर फिरतानाची ट्रम्पची छायाचित्रं आता प्रसिद्ध होत होती. मेलानिया ही अत्यंत यशस्वी मॉडेल असल्याचं ट्रम्प सगळ्यांना सांगत असला तरी प्रत्यक्षात तिची कारकीर्द बेताचीच होती. उलट ट्रम्पबरोबर तिचं प्रकरण सुरू झाल्यावर 'स्पोर्ट्स इलस्ट्रेटेड' मासिकानं बिकिनी घातलेल्या मेलानियाची छायाचित्रं छापली; हेच तिचं सगळ्यात मोठं यश ठरलं. २००० सालच्या जानेवारी महिन्यात

'जीक्यू' मासिकाच्या ब्रिटिश आवृत्तीच्या मुखपृष्ठावर ट्रम्पच्या मालकीच्या 'बोईंग ७४७' विमानामधल्या पलंगावर जाडजूड लोकरीचा अंगरखा घातलेल्या अवस्थेत पहुडलेली मेलानिया होती. तिच्या अंगावर इतर कुठलंही वस्त्र नसावं असं वाटत होतं. मुखपृष्ठावरचा मथळा Sex at 30000 feet असा होता! याच मासिकाच्या आत मेलानियाची अत्यंत तंग कपड्यांमधली इतरही छायाचित्रं होती.

डोनाल्ड ट्रम्पशी लग्न झाल्यावर सुरुवातीला मेलानियानं काही फुटकळ कामं केली; पण २००६ साली बॅरन या मुलाचा तिच्या पोटी जन्म झाल्यापासून तिनं आपलं सगळं लक्ष घरगुती कामांमध्ये घालायला सुरुवात केली. त्याच वर्षी तिला अमेरिकी नागरिकत्वही मिळालं. कित्येकदा डोनाल्ड ट्रम्प खूप कामात असल्यामुळे बॅरनसह ती एकटीच सहलीला जात असे. तिचे आई-वडीलसुद्धा 'ट्रम्प टॉवर'मध्ये राहायला आले. बॅरनला वाढवताना मेलानियाला त्यांची मदत होत असे. ट्रम्पची अनुपस्थिती मेलानियाला अजिबातच अस्वस्थ करत नसे. आपण दोघंही एकदम स्वतंत्र व्यक्तिमत्त्वं असल्याचं ती सांगे. आपण दोघंही एकमेकांच्या कामात आणि आयुष्यात ढवळाढवळ करत नसल्याचं ती म्हणे. असं असलं तरी आपण ट्रम्पसमोर अजिबात दबत नसल्याचं ती आपल्या बोलण्यातून सुचवे. आपलं व्यक्तिमत्त्व पूर्णपणे स्वतंत्र आहे आणि आपण कुणाच्या सांगण्यानुसार झुकणारे नसल्याचं ती स्पष्टपणे सांगत असे. म्हणजेच ट्रम्पच्या घरातली बाहुली बनून राहणं आपल्याला मंजूर नसल्याचं तिला म्हणायचं होतं. आपण लाजाळू किंवा खूप शांत नसलो तरी आपल्याला विनाकारण आक्रस्ताळेपणा करणं किंवा प्रसिद्धीसाठी धडपडणं जमत नसल्याचं ती मुलाखतकारांना सांगत असे.

सतत टीव्हीवरच्या 'रिॲलिटी शो'सारखं आयुष्य जगणारा ट्रम्प मेलानियामुळे जरा स्वस्थ झाला हे नक्की.

प्रकरण ११

राष्ट्रपतिपदाची आस

डोनाल्ड ट्रम्पचे ९३ वर्षांचे वडील फ्रेड ट्रम्प यांचं निधन २५ जून १९९९ रोजी झालं. त्याच्या ५ वर्षं आधी फ्रेड ट्रम्पला 'अल्झायमर' या आजारानं ग्रासलं असल्याची चिन्हं दिसत होती. फ्रेड ट्रम्पला पूर्णपणे माहीत असलेल्या सुप्रसिद्ध 'एम्पायर स्टेट बिल्डिंग'च्या खालची जमीन आपण विकत घेतली असल्याचं डोनाल्ड ट्रम्पनं अभिमानानं सांगितलं होतं. यावर विस्मरणाची सुरुवात नुकतीच झालेल्या फ्रेड ट्रम्पनं ही इमारत खूप उंच असल्यासारखं आपल्याला वाटत असल्याचं उत्तर दिलं. तसंच या इमारतीमध्ये नक्की किती घरं आहेत, असा प्रश्न त्यानं केला. प्रत्यक्षात या जगप्रसिद्ध इमारतीमध्ये १०२ मजले आहेत. अनेक वर्षं ही इमारत जगातली सगळ्यात उंच इमारत म्हणून ओळखली जाई, तसंच मोठमोठ्या कंपन्यांची मुख्यालयं तिथं आहेत. साहजिकच आपल्या वडिलांना विस्मरणानं ग्रासायला सुरुवात केली असल्याचं डोनाल्ड ट्रम्पला जाणवलं. हळूहळू 'अल्झायमर'चा विळखा घट्ट होत गेला. आता तर फ्रेड ट्रम्प या जगातच नव्हता. आपल्या वडिलांच्या मृत्यूनंतर अमेरिकी राष्ट्रपतिपदासाठी उमेदवारी जाहीर करण्याच्या निर्णयावर आपण मनात शिक्कामोर्तब केलं असं ट्रम्प म्हणाला.

डोनाल्ड ट्रम्पला नुसतं श्रीमंत होण्यात नव्हे, तर आपलं वर्चस्व निर्माण करण्यात आणि सत्ता मिळवण्यात खूप स्वारस्य असल्याचं रॉना बॅरेट या महिला मुलाखतकाराच्या लक्षात आलं होतं. ट्रम्पच्या अगदी पहिल्या काही टीव्ही मुलाखतींपैकी ही एक मुलाखत होती. ती कधीच प्रसारित करण्यात आली नाही. बॅरेटनं यानंतर ट्रम्पला वादग्रस्त निर्णय घेण्याविषयीचं त्याचं मत विचारलं. याचं थेट उत्तर न देता ट्रम्पनं अमेरिकेला प्रभावी नेतृत्व लाभत नसल्याविषयी खंत व्यक्त

केली. महागाई प्रचंड वाढली होती. तेलाचे दर गगनाला भिडले होते. इराणमध्ये १९७९ साली झालेल्या इस्लामी क्रांतीच्या वेळी इराणी लोकांनी तेहरानमधल्या अमेरिकी दूतावासावर कब्जा करून ४ डझनांहून जास्त अमेरिकी कर्मचाऱ्यांना ताब्यात घेतल्याला तब्बल दोन वर्षं होत आली होती. आपण इतर देशांसमोर कणाहीन असल्यासारखं वागत असल्याबद्दल ट्रम्पनं खंत व्यक्त केली.

त्या वर्षीच्या राष्ट्रपतिपदाच्या निवडणुकीच्या एक महिना आधी ही मुलाखत झाली होती. ट्रम्पनं डेमोक्रॅटिक पक्षाचा उमेदवार जिमी कार्टर याला देणगी दिली आणि त्याचा प्रतिस्पर्धी रिपब्लिकन पक्षाचा उमेदवार रोनाल्ड रीगन याला प्रचारनिधी गोळा करण्याच्या कामात मदत केली. माजी अभिनेता रोनाल्ड रीगन 'लेट्स मेक अमेरिका ग्रेट अगेन' या ब्रीदवाक्यासह मतदारांना आकर्षून घेत होता. या पार्श्वभूमीवर ट्रम्प करत असलेली विधानं बॅरेट या मुलाखतकाराला महत्त्वाची वाटली. भविष्यात अमेरिकी राष्ट्रपतिपदाच्या शर्यतीत उतरायला आवडेल का, असा थेट प्रश्न तिनं ट्रम्पला विचारला. ट्रम्पनं याला साफ नकार दिला. आजचं युग 'चमको' लोकांचं असल्याचं तो म्हणाला! अब्राहम लिंकन दिसायला कुरूप असल्यामुळे आजच्या युगात तो निवडून आला नसता असं उत्तर ट्रम्पनं दिलं. आपल्याला उत्कृष्ट राष्ट्रपती बनण्याची क्षमता असलेले अनेक लोक माहीत आहेत, मात्र असे लोक राष्ट्रपतिपदाच्या शर्यतीत उतरणं शक्य नसल्याचंही तो म्हणाला. याचं कारण म्हणजे सगळी माध्यमं सातत्यानं या उमेदवारांवर इतकं बारीक लक्ष ठेवून असतात की, त्यांना या भानगडीतच पडायला नकोसं वाटतं असल्याचा त्याचा दावा होता. खरं म्हणजे एक समर्थ राष्ट्रपती या देशाला पुन्हा प्रगतिपथावर नेऊ शकतो, असं आपल्याला वाटतं असं त्यानं नमूद केलं.

डोनाल्ड ट्रम्प तसा थेट राजकारणापासून दूर असला तरी आधीपासूनच फ्रेड ट्रम्पमुळे त्याची राजकारणी लोकांशी ओळख होती. आपल्याला अनुकूल ठरतील, असे राजकारणी लोक निवडून यावेत यासाठी फ्रेड ट्रम्प या लोकांना देणग्या देत असे. हा निधी त्यांच्या प्रचारामध्ये वापरला जाई. अमेरिकेमध्ये अशी पद्धत आधीपासूनच रुजली आहे. नंतर डोनाल्ड ट्रम्पसुद्धा अशा प्रकारे आपल्याला हवा तो नेता निवडून आणण्यासाठी प्रयत्नशील असे. कुठल्याही उमेदवाराची राजकीय भूमिका किंवा त्याचा पक्ष याच्याशी डोनाल्ड ट्रम्पला अजिबात देणंघेणं नसे. कधीकधी तर तो एकमेकांशी लढणाऱ्या दोन्ही उमेदवारांना आर्थिक मदत करत असे! जो माणूस आपल्या कामात अडथळे आणणार नाही आणि उलट आपल्याला मदत करेल, असा माणूस निवडून आला पाहिजे एवढंच डोनाल्ड ट्रम्पचं उद्दिष्ट असे. यासाठी कायद्यांमधून तो वाटही काढे. न्यू यॉर्कमधल्या कायद्यानुसार कुणालाही वैयक्तिक पातळीवर कमाल ५० हजार डॉलर्स आणि कंपनीला ५ हजार डॉलर्सची

देणगी निवडणुकीला उभ्या असणाऱ्या उमेदवारांना देता येत असे. ट्रम्पनं तब्बल दीड लाख डॉलर्सच्या देणग्या दिल्या! साहजिकच या प्रकरणाची चौकशी झाली, तरीसुद्धा ट्रम्प यातून बचावला; याचं कारण म्हणजे मोठ्या हुशारीनं ट्रम्पनं आपल्या नावावर असलेल्या असंख्य कंपन्यांमधून परवानगी असलेल्या रकमांच्या देणग्या दिल्याचं कागदोपत्री दाखवलं. जसजसा डोनाल्ड ट्रम्पच्या व्यवसायाचा विस्तार न्यू यॉर्कच्या पलीकडे झाला तसतशी त्याची देणगी देण्याची पातळीही बदलली. आता स्थानिक पातळीवरच्या उमेदवारांना देणग्या देण्याऐवजी तो राज्य आणि राष्ट्रीय पातळीवरच्या उमेदवारांना देणग्या देत असे. १९८८ साली ट्रम्पनं ७२ हजार डॉलर्सची देणगी राष्ट्रीय पातळीवरच्या निवडणुकांसाठी दिली. प्रत्यक्षात त्याला २५ हजार डॉलर्सपर्यंतचीच देणगी देण्याची परवानगी होती. नियमभंग केल्यामुळे त्याला १५ हजार डॉलर्सचा दंड करण्यात आला. या खेपेला मात्र ट्रम्प कुठल्याही पळवाटेच्या सबबीखाली या दंडातून आपली सुटका करून घेऊ शकला नव्हता.

न्यू हॅम्पशर राज्यातल्या पोर्ट्समथ गावातल्या मायकेल डनबर नावाच्या फर्निचर व्यावसायिकाला ट्रम्पमध्ये खूप क्षमता आहे, असं वाटत असे. तो रिपब्लिकन पक्षाचा अत्यंत उत्साही कार्यकर्तासुद्धा होता. १९८८ सालच्या राष्ट्रपतिपदाच्या निवडणुकीसाठी ट्रम्प हा रिपब्लिकन पक्षाचा उमेदवार बनू शकतो, असं त्याला वाटलं. 'वॉल स्ट्रीट जर्नल' या उद्योग आणि व्यवसाय यांच्याशी संबंधित असलेल्या दैनिकामध्ये ट्रम्पच्या व्यवसायासंबंधीच्या बातम्या नियमितपणे छापून येत. या बातम्या डनबर वाचत असे. यातूनच ट्रम्पला आपल्या पक्षानं उमेदवारी दिली पाहिजे, असं डनबरचं मत झालं. त्यानं रिपब्लिकन पक्षामधल्या नेत्यांना यासंबंधीची पत्रंही पाठवली. या मंडळींनी डनबरला हसण्यावारी नेलं; पण डनबरनं नाउमेद न होता स्थानिक रोटरी क्लबमध्ये भाषण करण्यासाठी ट्रम्पला आमंत्रित केलं. ट्रम्पलाही या प्रस्तावामध्ये रस वाटला. यासाठीची चर्चा करण्यासाठी ट्रम्पनं डनबरला 'ट्रम्प टॉवर'मध्ये बोलावलं. या इमारतीची भव्यता बघून डनबर अजूनच हरखून गेला. ट्रम्पविषयीचं त्याचं मत अजूनच चांगलं झालं. ट्रम्पनं डनबरचा प्रस्ताव मान्य केला आणि आपण आपल्या खाजगी हेलिकॉप्टरनं या भाषणासाठी येऊ असं त्याला सांगितलं. यानंतर काही आठवडे उलटून गेल्यावर ट्रम्पनं 'न्यू यॉर्क टाइम्स', 'वॉशिंग्टन पोस्ट', 'बॉस्टन ग्लोब' अशा वर्तमानपत्रांमध्ये पान-पानभर जाहिराती दिल्या. यात ट्रम्पनं अमेरिकेच्या परराष्ट्र धोरणांवर भाष्य केलं होतं. ही वर्तमानपत्रं 'न्यू हॅम्पशर' राज्यामधले लोक जास्त करून वाचत असल्यामुळे आपलं भाषण ऐकायला येण्यापूर्वीच आपल्याला या सगळ्यातलं कळतं असं लोकांना वाटावं, असा ट्रम्पचा या जाहिरातींमागचा उद्देश होता. या जाहिरातींमध्ये 'कणखर' भूमिका स्वीकारून अमेरिका आपलं परराष्ट्र धोरण ठीकठाक करू शकते, असं ट्रम्पनं म्हटलं

होतं. या जाहिरातींसाठी ट्रम्पनं ९५ हजार डॉलर्स खर्च केले. सौदी अरेबिया आणि जपान या देशांच्या सुरक्षिततेसाठी अमेरिका का खर्च करते, असा सवाल ट्रम्पनं विचारला होता. हेच मुद्दे ट्रम्पनं नंतर अनेक ठिकाणी मांडले. जर या देशांची सुरक्षितता जपायचीच असेल, तर या देशांनी त्यासाठीचा खर्च सोसला पाहिजे, असं ट्रम्पचं म्हणणं होतं. हे देश अमेरिकेचा फायदा उठवून अमेरिकेचीच थट्टा करतात, असं ट्रम्पला वाटत होतं. अमेरिका आणि सोव्हिएत युनियन यांच्यामधल्या शीतयुद्धाच्या काळात अण्वस्त्रस्पर्धाही टोकाला जाऊन पोहोचली होती. हा प्रश्न सोडवण्यासाठी आपण सोव्हिएत युनियनशी योग्य ती चर्चा करू शकतो, अशी बढाई त्यानं मारली. काही लोक कुठलेही प्रश्न सोडवण्यासाठीची क्षमता घेऊनच जन्मतात; त्यामधले आपण एक आहोत, असं तो लोकांना सांगत असे. अण्वस्त्र, क्षेपणास्त्रं याविषयी आपल्याला काहीही माहीत नसलं तरी त्यामधलं सगळं काही समजून घेण्यासाठी आपल्याला फक्त दीड तास पुरेसा असल्याचं तो म्हणाला!

ट्रम्पच्या जाहिराती ज्या दिवशी वर्तमानपत्रांमध्ये छापून आल्या त्याच दिवशी ट्रम्प निवडणुकीला उभा राहणार असल्याची चर्चा सुरू झाली. याविषयी विचारणा झाल्यावर ट्रम्पच्या एका प्रवक्त्यानं 'डोनाल्ड ट्रम्प महापौर, गव्हर्नर, संसदपटू (सीनेटर) यापैकी कुठल्याही पदाच्या निवडणुकीला उभा राहणार नाही,' असं स्पष्टपणे सांगितलं. या यादीतून अमेरिकी राष्ट्रपतिपद वगळण्यात आल्यामुळे अनेक जणांच्या भुवया आश्चर्यानं उंचावल्या असत्या म्हणूनच या प्रवक्त्यानं 'राष्ट्रपतिपदाच्या उमेदवारीविषयी आत्ता कुठलंही भाष्य केलं जाणार नाही,' असं म्हटलं. या आगीत 'न्यू यॉर्क टाइम्स' या वर्तमानपत्रानं 'ट्रम्पनं आपल्या उमेदवारीविषयी पुसटसा इशारा दिला आहे' असा मथळा असलेली बातमी छापून आगीत तेल ओतलं.

२२ ऑक्टोबर १९८७च्या सकाळी ट्रम्पचं हेलिकॉप्टर न्यू हॅम्पशरमध्ये उतरलं. तिथून ठरलेल्या रेस्तराँमध्ये रोटरी क्लबच्या वतीनं भाषण करण्यासाठी ट्रम्प आला. त्या ठिकाणी लोक 'राष्ट्रपतिपदासाठी ट्रम्पला मत द्या' अशा अर्थाचे फलक घेऊन उभे होते. आपल्या भाषणात ट्रम्पनं आपल्या जाहिरातींमध्ये केलेल्या भाष्याचाच आधार घेतला, तसंच 'मी चांगला असल्यामुळे मला मत द्या असं म्हणणाऱ्या राष्ट्रपतिपदासाठीच्या उमेदवारांना आपण सगळेच कंटाळून गेलो आहोत,' असं ट्रम्प म्हणाला. हे सगळं झाल्यावर मात्र ट्रम्पनं केलेल्या विधानामुळे डनबर खचला. ट्रम्पनं 'मला राष्ट्रपतिपदासाठीच्या शर्यतीत उतरायचं नाही,' असं स्पष्टपणे सांगितलं. असं असेल तर मुळात ट्रम्पनं इथं येण्यासाठीचं आमंत्रण का स्वीकारलं, असा प्रश्न डनबरला पडला. केवळ आपल्या पुढच्या पुस्तकाचा प्रचार करण्यासाठी ट्रम्पनं या संधीचा फायदा उठवला असावा, असं त्याला वाटलं.

अशा प्रकारे ट्रम्पची राष्ट्रपतिपदासाठीच्या शर्यतीतली धाव संपली असली तरी तो खूप श्रीमंत आहे म्हणून सगळे राजकीय नेते त्याच्याकडून देणग्या मिळवण्यासाठी प्रयत्नशील असत. १९ नोव्हेंबर १९८७ या दिवशी अमेरिकी राष्ट्रपती रोनाल्ड रीगन याच्या खास मर्जीतल्या एका माणसानं रीगनला महत्त्वाची माहिती पुरवली. डोनाल्ड ट्रम्प लवकरच प्रतिस्पर्धी डेमोक्रॅटिक पक्षाच्या निवडणूक निधी गोळा करण्यासाठीच्या यंत्रणेचा अध्यक्ष बनण्यासाठीच्या हालचाली सुरू असल्याचं त्यानं रीगनला सांगितलं. ट्रम्प हा अत्यंत प्रभावी माणूस असून जर हे प्रत्यक्षात घडलं तर याचा आपल्या रिपब्लिकन पक्षाला मोठा तोटा होऊ शकतो, असा इशारा त्यानं रीगनला दिला. हे टाळण्यासाठी ट्रम्पशी तातडीनं संपर्क साधण्याची गरज त्यानं अधोरेखित केली. शिवाय ट्रम्पला प्रचंड 'ईगो' असल्यामुळे स्वतः रीगननं त्याला फोन केला, तर तो खूश होईल आणि आपल्या म्हणण्याला मान देईल, असा त्या माणसाचा अंदाज होता. दरम्यान, डेमोक्रॅटिक पक्षानं खरोखरच ट्रम्पला निवडणुकीसाठी निधी गोळा करण्याच्या कामाचं अध्यक्षपद स्वीकारण्याचं आमंत्रण दिलं; पण ट्रम्पनं ते धुडकावून लावलं. यामुळे रिपब्लिकन पक्षाच्या मान्यवर नेत्यांनी देणग्यांसाठी ट्रम्पची खुशामत करण्याचं काम सुरू ठेवलं. कुख्यात माजी राष्ट्रपती रिचर्ड निक्सननं ट्रम्पला एक पत्र लिहिलं. त्यात आपल्या पत्नीनं ट्रम्पला टीव्हीवरच्या एका कार्यक्रमात बोलताना बघितलं असल्याचं आणि यामुळे ती खूप प्रभावित झाली असल्याचं निक्सननं नमूद केलं. तसंच भविष्यात ट्रम्प कधी राष्ट्रपतिदाच्या निवडणुकीसाठी उभा राहिला, तर तो नक्कीच निवडून येईल, अशी आपल्याला खात्री वाटत असल्याचंही निक्सननं या पत्रात लिहिलं.

अशा घटनांमुळे ट्रम्प खूश होई. तो अजून राष्ट्रपतिपदासाठीच्या शर्यतीत नसला तरी लोकांना काय वाटतं आणि भविष्यात या शर्यतीत उतरण्याच्या शक्यतेविषयी कोण काय म्हणतं हे तो चाचपत राही. अमेरिकेचं परराष्ट्र धोरण, व्यापाराशी संबंधित असलेले आंतरराष्ट्रीय कायदे याविषयी तो आता जास्त मोकळेपणानं बोलायला लागला. तसंच मुद्दामच तो पत्रकार परिषदा भरवे आणि संधी मिळेल तिथं हे मुद्दे धरून लावे म्हणूनच १९८८ साली 'ऑप्रा विन्फ्री शो' या अत्यंत लोकप्रिय कार्यक्रमात जेव्हा ट्रम्प सहभागी झाला आणि या विषयांवर बोलत राहिला तेव्हा विन्फ्रीनं 'हे बोलणं मला राजकीय स्वरूपाचं आणि राष्ट्रपतिपदामध्ये रस असलेल्या माणसाच्या बोलण्यासारखं वाटतं,' असे उद्गार काढले. यावर ट्रम्प म्हणाला, 'मला खरं म्हणजे यात पडण्याची इच्छा नाही ... पण या देशात जे सुरू आहे ते बघून मी अक्षरशः थकून गेलो आहे ... जर परिस्थिती खूपच बिघडली तर मी राष्ट्रपतिपदाच्या शर्यतीत उतरणारच नाही असं म्हणणार नाही...' यानंतर काही महिन्यांनी ट्रम्पनं रिपब्लिकन पक्षाच्या राष्ट्रीय पातळीवरच्या अधिवेशनाला प्रथमच

हजेरी लावली. या अधिवेशनात पक्षाचा येऊ घातलेल्या राष्ट्रपतिपदासाठीच्या निवडणुकीचा उमेदवार जाहीर केला जातो. या वेळच्या अधिवेशनात जॉर्ज एच. डब्ल्यू. बुशची उमेदवार म्हणून निवड झाली. प्रसिद्ध टीव्ही पत्रकार लॅरी किंग यानं ट्रम्पला तो तिथं नक्की का आला आहे, असा प्रश्न विचारला. यावर 'हे सगळं कसं चालतं हे मला समजून घ्यायचं होतं,' असं उत्तर ट्रम्पनं दिलं.

त्या वर्षीच्या निवडणुकीत जॉर्ज एच. डब्ल्यू. बुश या रिपब्लिकन उमेदवारानं डेमोक्रॅटिक पक्षाचा उमेदवार आणि मॅसॅच्युसेट्स राज्याचा गव्हर्नर मायकेल ड्युकॅकिस याला पराभूत करून राष्ट्रपतिपदावर शिक्कामोर्तब केलं. आपल्या प्रचारादरम्यान बुशनं सातत्यानं ड्युकॅकिस गुन्हेगारीवर नियंत्रण ठेवण्यात अपयशी ठरला असल्याची जोरदार टीका केली. याचं कारण म्हणजे एका गौरवर्णीय स्त्रीवर एका कृष्णवर्णीय माणसानं मॅसॅच्युसेट्स राज्यात बलात्कार केल्याची घटना घडली होती. या घटनेमुळे ड्युकॅकिस दुबळा असल्याचं सिद्ध होतं, असं बुश म्हणत राहिला. लोकांच्या मनावर हे पुरतं ठसलं. बुशला याचा खूप फायदा झाला. अशाच एका घटनेचा फायदा काही महिन्यांनी ट्रम्पनं उठवला. १९ एप्रिल १९८९ रोजी न्यू यॉर्कच्या 'सेंट्रल पार्क' इथं एक यशस्वी गौरवर्णीय महिला व्यायाम करायला आलेली असताना तिच्यावर बलात्कार करण्यात आला आणि नंतर तिला खूप मारहाण करून जवळपास मृतावस्थेत फेकून देण्यात आलं. १४ ते १६ या वयोगटातले ४ कृष्णवर्णीय आणि एक दक्षिण अमेरिकी वंशाचा अशा ५ जणांना पोलिसांनी संशयित म्हणून ताब्यात घेतलं. या घटनेला काही दिवस झाल्यानंतर न्यू यॉर्कमध्ये खूप खप असलेल्या चार दैनिकांमध्ये ट्रम्पनं पानभर जाहिरात दिली. यात वाढत्या बेबंद गुन्हेगारीला आळा घालण्यासाठी अमेरिकेनं बंद केलेली फाशीची शिक्षा पुन्हा एकदा सुरू केली पाहिजे, असं ट्रम्प म्हणत होता. न्यू यॉर्कचा महापौर एड कॉखवर कडाडून टीका करण्याची संधी ट्रम्प शोधतच होता; त्याला या निमित्तानं ती संधी मिळाली. कॉखनं ट्रम्पच्या आर्थिक गैरव्यवहारांविषयी आणि करचुकवेगिरीविषयी कारवाई केलेली असल्यामुळे ट्रम्पच्या दृष्टीनं तो मोठा शत्रू होता.

ट्रम्पच्या या जाहिरातींमध्ये त्याचा संधिसाधूपणा आणि वर्णद्वेष उघडपणे दिसत असल्याचं कृष्णवर्णीय लोकांना जाणवलं. कृष्णवर्णीय लोकांचं प्रतिनिधित्व करणाऱ्या एका संघटनेच्या प्रमुखानं ट्रम्पला अशा जाहिराती दिल्याबद्दल बिनशर्त माफी मागण्यासाठीचं आवाहन केलं. ट्रम्पला मात्र याच्याशी काही देणंघेणं नव्हतं. न्यू यॉर्कमधल्या अडचणींचे प्रतिनिधी म्हणून आपण अटक करण्यात आलेल्या ५ आरोपींकडे बघू शकत असल्याचं त्यानं जाहिराती छापून आलेल्या दिवशीच टीव्हीवरच्या एका कार्यक्रमात सांगितलं. आपण या आणि अशा प्रवृत्तीच्या

लोकांची निंदा करतो आणि अशा गोष्टींविषयी अत्यंत मोकळेपणानं बोलण्याची धमक आपल्यात असल्याचं तो म्हणाला. इतकंच नव्हे तर आपल्याकडे खूप पैसे असल्यामुळे आपल्याला कुठल्याही दबावाविना आपली मतं मांडणं शक्य असल्याचा उल्लेखही त्यानं केला. त्याच्या या विधानांमुळे आधीच तप्त असलेलं वातावरण अजूनच तापलं. ट्रम्पनं मात्र आपल्या बोलण्यातून आपण वर्णद्वेषी असल्याचा अर्थ कुणी काढू नये असं सांगितलं. इतकंच नव्हे तर 'एनबीसी' टीव्ही चॅनेलवरच्या एका कार्यक्रमात 'शिक्षित कृष्णवर्णीय लोकांना खरं म्हणजे गौरवर्णीय लोकांच्या मानानं जास्त संधी मिळतात... त्यांच्यासाठी जास्त नोकऱ्या उपलब्ध असतात ... कृष्णवर्णीयांना मात्र आपल्याला अमुकअमुक बाबतीमध्ये संधी मिळत नाही असं वाटत राहतं ... मी मात्र उलट म्हणतो ... जर माझी कारकीर्द आज सुरू होणार असती तर मी शिक्षण घेतलेला कृष्णवर्णीय माणूस असणं जास्त फायदेशीर ठरलं असतं ...' असं तो म्हणाला. काही जणांनी ट्रम्पचं हे विधान अत्यंत निरर्थक आणि तकलादू असल्याची टीका केली.

दरम्यान, बलात्कार आणि हल्ला यानंतर मरणाच्या दारात पोहोचलेली स्त्री कशीबशी वाचली; मात्र पहिल्यासारखी उभी राहू शकली नाही. या घटनेला जबाबदार धरल्या गेलेल्या आरोपींना ६-१३ वर्षांच्या कैदेची शिक्षा ठोठावण्यात आली. या घटनेला अनेक वर्षं उलटून गेल्यानंतर वेगळ्याच एका माणसानं या स्त्रीवर बलात्कार केला असल्याचं सिद्ध झालं. साहजिकच ज्यांना या आरोपासाठी तुरुंगात टाकण्यात आलं होतं, ते तरुण निष्पाप असल्याचं निष्पन्न झालं. आता या तरुणांनी आपल्यावर अन्याय झाल्याप्रकरणी न्यू यॉर्कच्या शासनावर खटला दाखल केला. न्यू यॉर्क राज्याच्या वतीनं त्यांना एकत्रितरीत्या ४ कोटी १० लाख डॉलर्सची नुकसानभरपाई देण्यात आली. ट्रम्पनं मात्र या निर्णयाविषयी तीव्र नाराजी व्यक्त केली. या तरुणांवरचे हे आरोप सिद्ध झाले नसले तरी हे तरुण अगदी निष्पाप आहेत, असं कुणीच म्हणू शकणार नसल्याचं विधान त्यानं केलं म्हणूनच त्यांना कसलीच नुकसानभरपाई देण्याची गरज नसल्याचं आणि उलट त्यांनी न्यू यॉर्कच्या नागरिकांच्या कराचे पैसे लुटल्याबद्दल माफी मागण्याची गरज असल्याचं ट्रम्प म्हणाला.

यानंतरचे काही महिने ट्रम्प मार्ला मेपल्सबरोबरचं प्रेमप्रकरण आणि आपल्या डोक्यावर वाढत चाललेलं कर्ज या प्रश्नांमध्ये बुडून गेला. साहजिकच राष्ट्रपतिपदासाठी तो इच्छुक असल्याचा विषय मागं पडला. १९९० साली परत एकदा लॅरी किंगनं ट्रम्पला राष्ट्रपतिपदासाठी उत्सुक असण्याविषयी विचारलं असता आपल्याला यात 'शून्य टक्के' रस असल्याचं ट्रम्पनं सांगितलं. अर्थातच ट्रम्प या शर्यतीत थेटपणे उतरत नसला तरी आपल्याला अनुकूल असलेल्या राजकीय

नेत्यांना निधी पुरवत राहणं, देणग्या देणं या गोष्टी त्यानं सुरू ठेवल्या. १९९२ साली बिल क्लिंटन अमेरिकी राष्ट्रपती बनला. लवकरच बिल आणि हिलरी क्लिंटन यांचे डोनाल्ड ट्रम्पशी व्यावसायिक संबंध निर्माण झाले. त्या काळात ट्रम्प अगदी उघडपणे बिल क्लिंटनचं समर्थन करत असे. १९९७ सालच्या डिसेंबर महिन्यात 'सीएनएन' चॅनेलवर एका मुलाखतीत बोलताना ट्रम्पनं 'बिल क्लिंटन एकदम जबरदस्त नेता आहे... त्याची कामगिरी अत्यंत उत्कृष्टच म्हणता येईल ... तो अत्यंत कणखर मनोवृत्तीचा आहे ... माणूस म्हणूनही तो महान आहे...' असं ट्रम्प म्हणाला. या मुलाखतीला एक महिना झाल्यावर बिल क्लिंटनचे मोनिका लुईन्स्की या तरुणीशी लैंगिक संबंध असल्याचं उघडकीला आलं. याचा ट्रम्पवर काहीएक परिणाम झाला नाही. बिल क्लिंटननं त्याच्या वैयक्तिक आयुष्यात काय करावं याच्याशी आपल्याला देणंघेणं नसून अमेरिकी अर्थव्यवस्था सुदृढ करण्यात त्याला यश आलं हेच आपल्या दृष्टीनं पुरेसं असल्याची ट्रम्पची प्रतिक्रिया होती. पॉला जोन्स नावाच्या अर्कान्सा राज्यातल्या एका स्त्रीनंही पूर्वी बिल क्लिंटननं आपल्यावर लैंगिक संबंध ठेवण्याची जबरदस्ती केली असल्याचं जाहीर केलं आणि हे प्रकरण चांगलंच तापलं. याही बाबतीत बिल क्लिंटनला दोषी न धरता ट्रम्पनं उलट पॉला जोन्स हीच या प्रकरणी दोषी असल्याचं सांगितलं. आपण बिल क्लिंटनच्या जागी असतो, तर आपल्यावरही अशाच प्रकारचे आरोप झाले असते, असं ट्रम्प म्हणाला. अमेरिकी संसदेच्या 'हाउस ऑफ रिप्रेझेंटेटिव्हज' या कनिष्ठ सभागृहानं बिल क्लिंटनची हकालपट्टी करण्याच्या निर्णयावर शिक्कामोर्तब करणारं मतदान केलं; मात्र 'सीनेट' या वरिष्ठ सभागृहानं हा निर्णय फेटाळला. यामुळे बिल क्लिंटन बचावला. त्याचा कार्यकाल संपल्यानंतर आपण अमेरिकी राष्ट्रपतिपदावर विराजमान होण्याची शक्यता ट्रम्प पडताळायला लागला.

२००० सालच्या राष्ट्रपतिपदाच्या निवडणुकीसाठी रिपब्लिकन पक्षातर्फे जॉर्ज एच. डब्ल्यू. बुशचा मुलगा जॉर्ज डब्ल्यू. बुश तर डेमोक्रॅटिक पक्षातर्फे अल गोर हे उमेदवार शर्यतीत उतरले होते. या शर्यतीत तिसऱ्याच एखाद्या पक्षातर्फे उतरण्याची ट्रम्पसमोर सुसंधी चालून आली असल्याचं त्याच्या राजकीय निकटवर्तियांचं मत होतं. याचं कारण म्हणजे दोन्ही प्रमुख पक्षांबाहेरच्या एखाद्या उमेदवाराला राष्ट्रपतिपदाची संधी द्यावी, असं अमेरिकी मतदारांना वाटत असल्याचा अंदाज व्यक्त केला जात होता. याचं कारण म्हणजे १९९२ सालच्या निवडणुकीत रॉस पेरॉ नावाच्या प्रसिद्ध उद्योजकानं एकूण मतांपैकी १२ टक्के मतं मिळवली होती आणि अजूनही त्याची लोकप्रियता टिकून राहिली होती.

आपल्या वडिलांच्या अंत्यविधीला साधारण ३ आठवडे झाल्यावर ८ ऑक्टोबर १९९९ रोजी 'लॅरी किंग लाइव्ह' या कार्यक्रमामध्ये बोलताना ट्रम्पनं

आपण रिपब्लिकन पक्षाला रामराम ठोकून 'रिफॉर्म पार्टी' नावाच्या पक्षाचं सदस्यत्व घेत असल्याचं जाहीर केलं. अमेरिकेमध्ये फक्त दोनच मुख्य राजकीय पक्षांच्या हाती सगळी सत्ता एकवटली जाते याचा आपल्याला कंटाळा आलेला असून आपण त्रयस्थ पक्षाच्या वतीनं राष्ट्रपतिपदासाठी उमेदवारी जाहीर करण्यासंबंधीचा विचार करत असल्याचं तो म्हणाला. तसंच आता ट्रम्प आपलं मत साफ बदलून बिल क्लिंटनच्या कारकिर्दीवर कडाडून टीका करायला लागला. क्लिंटनच्या कारकिर्दीविषयी 'गेली ४ वर्षं जे घडलं ते अगदी घृणास्पदच म्हटलं पाहिजे,' असं ट्रम्प म्हणाला. पूर्वी ट्रम्पनं रिपब्लिकन पक्षातर्फे अमेरिकी राष्ट्रपती बनलेल्या रोनाल्ड रीगनवर जोरदार टीका केली होती. आता रीगन आपला आदर्श असल्यासारखं ट्रम्प बोलायला लागला. 'रिफॉर्म पार्टी'च्या वतीनं राष्ट्रपतिपदाच्या शर्यतीत उतरू पाहणारा ट्रम्प एकटाच नव्हता. पॅट बुकानन हा त्याचा प्रतिस्पर्धी होता. बुकाननवर ट्रम्पनं खूप टीका केली. तो एकी साधणारा माणूस नसून उलट लोकांमध्ये फूट पाडण्याचं काम करत असल्याचा ट्रम्पचा आरोप होता. जर ट्रम्पनं राष्ट्रपतिपदासाठी उमेदवारी जाहीर केली, तर त्याचा उपराष्ट्रपतिपदासाठीचा उमेदवार कोण असेल असा प्रश्न लॅरी किंगनं विचारला. या पदासाठी उमेदवार म्हणून अमेरिकी 'टॉक शो' प्रकारच्या टीव्ही कार्यक्रमांमध्ये अभूतपूर्व यश मिळवणाऱ्या ऑप्रा विन्फ्रीचं नाव ट्रम्पनं घेतलं.

या पदासाठी ऑप्रा विन्फ्रीचं नाव घेतल्यामुळे तो खरोखरच या शर्यतीत उतरण्याविषयी गांभीर्यानं विचार करतो आहे का उगीच गंमत म्हणून काहीतरी उद्योग करतो आहे, असा प्रश्न अनेक जणांना पडला. अमेरिकी उपराष्ट्रपतिपद अत्यंत आव्हानात्मक असतं. हे पद ऑप्रा विन्फ्रीसारख्या करमणूक क्षेत्रातल्या स्त्रीकडे सोपवण्याचं विधान तरी ट्रम्प कसा करू शकतो, असं लोक म्हणत होते. बुकानन या आपल्या प्रतिस्पर्ध्यावर त्यानं टीका सुरूच ठेवली. ज्यू, कृष्णवर्णीय, समलिंगी, मेक्सिकी अशा अनेक लोकांविषयी बुकानन अपमानास्पद भाषेत बोलत असे. हे चुकीचं असल्याचं तेव्हा ट्रम्प म्हणे. सगळ्या प्रकारच्या, समुदायाच्या, वंशांच्या लोकांना समान संधी मिळाली पाहिजे, असं त्याचं मत असल्याचं तो भासवत असे. उदाहरणार्थ बिल क्लिंटनच्या काळात अमेरिकी लष्करामध्ये सेवा करण्याची संधी समलिंगी संबंध ठेवणाऱ्यांनाही असेल असं जाहीर करण्यात आलं; पण या लोकांनी उघडपणे आपल्या लैंगिकतेविषयी बोलू नये, अशी अट त्यांना घालण्यात आली होती. त्यांच्यावर अशा प्रकारचं बंधन घालणं चुकीचं असून त्यांनी मोकळेपणानं याविषयी बोलावं, असं आपल्याला वाटत असल्याचं ट्रम्पनं सांगितलं. कहर म्हणजे २०१७ साली याच ट्रम्पनं समलिंगी संबंध ठेवणाऱ्या लोकांनी लष्करामध्ये काम करताना आपल्या लैंगिकतेविषयी बोलणं किंवा न

बोलणं हा मुद्दा तर सोडाच; त्यांना लष्करी सेवेत भरतीच होता येणार नाही असा कायदा केला!

अत्यंत क्लिष्ट, संवेदनशील, नाजूक गोष्टींच्या संदर्भात काय बोललं पाहिजे, आपली भूमिका कशी असली पाहिजे, या गोष्टींची ट्रम्पला अजिबात जाणीव नसे. यातल्या बहुसंख्य गोष्टींची त्याला पुरेशी माहितीसुद्धा नसे. साहजिकच टीव्हीवरच्या एका मुलाखतीदरम्यान गर्भपातासंबंधीच्या एका महत्त्वाच्या आणि नाजूक प्रश्नावर ट्रम्पनं त्या क्षणी वाटेल ते उत्तर देऊन टाकलं. कार्यक्रम संपल्यावर हा प्रश्नच नक्की काय आहे हे आपल्याला नीटसं माहीत नसल्याची कबुली त्यानं आपल्या राजकीय सल्लागारापाशी दिली. २००० सालच्या जानेवारी महिन्यात आपण राष्ट्रपतिपदाच्या शर्यतीत उतरत असल्याचं ट्रम्पनं जाहीर केलं. जर आपण ही निवडणूक जिंकणार अशी आपल्याला खात्री वाटली तरच आपण पुढं जाऊ; अन्यथा लवकर माघार घेऊ असंही तो म्हणाला. काही काळ या संदर्भात प्रयत्न केल्यानंतर १९ फेब्रुवारी २००० या दिवशीच्या 'न्यू यॉर्क टाइम्स'मध्ये एक लेख लिहून आपण अमेरिकेमधल्या दोन्ही मुख्य पक्षांना सोडून तिसऱ्या पक्षातर्फे निवडणूक लढलो, तर ती जिंकणं अशक्य असल्याचं आपल्या लक्षात आलं असल्याचं सांगितलं. याच कारणामुळे आपण हा प्रयत्न सोडून देत असल्याचं त्यानं जाहीर केलं. असं असूनही 'रिफॉर्म पार्टी' या पक्षाच्या अंतर्गत निवडणुकांसाठीच्या उमेदवारांच्या यादीत त्याचं नाव टिकून राहिलं. मिशिगन आणि कॅलिफोर्निया या दोन्ही राज्यांमधल्या मतदारांनी त्याचीच आपल्या पक्षाचा उमेदवार म्हणून निवड केली; पण अर्थातच ट्रम्पनं आधीच आपण ही शर्यत इथेच थांबवणार असल्याचं जाहीर केलेलं असल्यामुळे याचा काही उपयोग झाला नाही.

एकीकडे डोनाल्ड ट्रम्प राजकारणाच्या भानगडीत आपण पडू नये, अशा निष्कर्षाप्रत येत असताना दुसरी एक व्यक्ती नव्यानं राजकारणामध्ये शिरण्याच्या प्रयत्नात होती. माजी राष्ट्रपती बिल क्लिंटनची पत्नी हिलरी क्लिंटन न्यू यॉर्क राज्याच्या 'सीनेटर' पदासाठीची निवडणूक लढवण्यासाठी उत्सुक होती. ट्रम्पनं तिला पूर्ण पाठिंबा दिला. डेमोक्रॅटिक पक्षाच्या न्यू यॉर्क राज्यामधल्या शाखेसाठी निधी गोळा करण्यासाठी एक कार्यक्रम आयोजित करण्याचा घाट घालण्यात आला. हा कार्यक्रम डोनाल्ड ट्रम्प त्याच्या 'ट्रम्प टॉवर'मधल्या आलिशान 'पेंटहाउस'मध्ये आयोजित करू देईल का, असं डेमोक्रॅटिक पक्षाच्या वतीनं ट्रम्पला विचारण्यात आलं. एकूण लोकांची संख्या ५० पेक्षा जास्त भरता कामा नये या अटीवर ट्रम्पनं याला मान्यता दिली. प्रत्यक्षात मात्र जवळपास २५० लोक या कार्यक्रमासाठी जमले. बहुतेक जणांनी हिलरी क्लिंटन आणि डोनाल्ड ट्रम्प यांच्याबरोबर छायाचित्र काढून घेण्याची धडपड केली. या गोंधळात फर्निचर आणि कार्पेट यांच्यावर अन्न

आणि पेयं सांडून त्यांचं नुकसान झालं. यामुळे डेमोक्रॅटिक पक्षाच्या संबंधित अधिकाऱ्यानं ट्रम्पसमोर अक्षरशः गयावया केली. मोठ्या मनानं ट्रम्पनं घडलेला प्रकार सगळ्यांनी विसरून जावा असं सांगितलं. एकूणच सरड्याप्रमाणे आपली राजकीय भूमिका ट्रम्प बदलत असल्याचं आता स्पष्टपणे दिसत होतं. आपल्या दृष्टीनं ज्या क्षणी जे लाभदायी असेल त्यावर आपलं शिक्कामोर्तब करायचा, असं त्याचं साधं-सोपं धोरण होतं. न्यू यॉर्कच्या सीनेटरपदी हिलरी क्लिंटन निवडून आली आणि पुढचं दशकभर ट्रम्पनं तिला नियमांमध्ये बसेल अशी म्हणजे एकूण ४ हजार ७०० डॉलर्सची आर्थिक मदत केली. ट्रम्पनं २००५ साली मेलानियाबरोबर विवाह केला. या विवाहाला बिल आणि हिलरी क्लिंटनला आमंत्रित केलं. हिलरी क्लिंटन तर या सोहळ्यादरम्यान पहिल्या रांगेत बसली होती. हिलरी क्लिंटननं सीनेटर म्हणून जबाबदारी स्वीकारल्यावर ट्रम्पनं डेमोक्रॅटिक पक्षामध्ये प्रवेश केला. यामागचं कारण त्यानं काही वर्षांनंतर सांगितलं. न्यू यॉर्कमध्ये आपण कोणत्याही प्रकारची निवडणूक लढवली तर रिपब्लिकन पक्षाच्या वतीनं ती जिंकणं अशक्यप्राय असल्यामुळे आपण डेमोक्रॅटिक पक्षाचं सदस्यत्व स्वीकारल्याचं तो म्हणाला. प्रत्यक्षात मात्र ट्रम्पचा अंदाज चुकीचा ठरला. मोठ्या उत्साहानं ट्रम्पनं न्यू यॉर्क शहराच्या महापौरपदासाठीच्या शर्यतीत डेमोक्रॅटिक पक्षाच्या उमेदवाराला पाठिंबा दिला आणि त्याच्याबरोबर तो जाहीर कार्यक्रमातही उतरला. कहर म्हणजे हा उमेदवार स्पॅनिश वंशाचा होता. छुपा वर्णद्वेष मनात कायम बाळगणाऱ्या ट्रम्पनं सोयीस्कररीत्या आपली मतं बाजूला ठेवली. प्रत्यक्षात डेमोक्रॅटिक पक्षाच्या या उमेदवाराला रिपब्लिकन पक्षाच्या उमेदवारानं पराभूत करून ट्रम्पचा अंदाज खोटा ठरवला. अर्थात नेहमीप्रमाणेच ट्रम्पनं रिपब्लिकन पक्षालाही देणगी दिली होतीच. अशा प्रकारे देणगी देणं हा आपल्या दृष्टीनं 'व्यावसायिक खर्च' असल्याचं तो म्हणत असे.

नेहमीच्या सराईतपणे रंग बदलून २००० आणि २००४ साली ट्रम्पनं राष्ट्रपतिपदाच्या निवडणुकीमध्ये रिपब्लिकन पक्षाच्या जॉर्ज डब्ल्यू. बुशला आपलं मत दिलं. खरं म्हणजे दुसऱ्या वेळी बुश निवडणुकीला उभा असताना ट्रम्पचा त्याला विरोध होता. इराकमध्ये अमेरिकेनं केलेली घुसखोरी चुकीची असल्याचं तो म्हणत असे. गंमत म्हणजे ११ सप्टेंबर २००२ रोजीच्या एका मुलाखतीत त्यानं बुशनं इराकमध्ये अमेरिकी लष्कर घुसवण्याला आपला पाठिंबा असल्याचं म्हटलं होतं. कालांतरानं नेहमीप्रमाणे त्याचं मत बदललं. बुशच्या राष्ट्रपतिपदासाठीचे दोन्ही कार्यकाल संपुष्टात आल्यावर जॉन मॅक्केन हा रिपब्लिकन सीनेटर २००८ सालच्या निवडणुकीत उमेदवार बनण्याची दाट चिन्हं दिसत होती. मॅक्केनचा इराकमधल्या घुसखोरीला पाठिंबा असल्यामुळे आणि याला लोकांचा विरोध असल्यामुळे तो ही

निवडणूक जिंकू शकणार नसल्याचं मत ट्रम्पनं व्यक्त केलं, तसंच डेमोक्रॅटिक पक्षाच्या वतीनं उमेदवार ठरण्याची दाट शक्यता असलेला बराक ओबामा 'प्रचंड गुणवान' असल्याची प्रशंसाही ट्रम्पनं केली. गंमत म्हणजे तरीसुद्धा आपण मॅक्केनलाच आपलं मत दिल्याचं त्यानं नंतर सांगितलं. एकूणच १९९९ ते २०१२ या काळात ट्रम्पनं तब्बल ७ वेळा पक्षांतर केलं. २०१२ साली त्यानं परत एकदा रिपब्लिकन पक्षात प्रवेश केल्यानंतर राष्ट्रपतिपदाच्या निवडणुकीमध्ये तो उमेदवारी जाहीर करेल, असा अंदाज व्यक्त करण्यात आला. रिपब्लिकन पक्षाच्या पाठीराख्यांच्या सर्वेक्षणामध्ये मिट रॉम्नीला सगळ्यात जास्त पसंती असल्याचं आढळलं. त्याखालोखाल ज्या दोघांमध्ये अत्यंत कडवी स्पर्धा होती त्यामध्ये एक होता डोनाल्ड ट्रम्प.

आता ट्रम्प आपली भूमिका बदलून ओबामावर कडाडून टीका करत होता. अमेरिकी आरोग्यसेवांमध्ये सुधारणा करण्याच्या हेतूनं ओबामानं आणलेलं विधेयक 'ओबामाकेअर' म्हणून ओळखलं जाई. या विधेयकावर ट्रम्प अक्षरशः तुटून पडे. या विधेयकामुळे कुणाचाच फायदा होत नसून उलट अमेरिकी लोकांचे रोजगार हिरावले जात असल्याचं ट्रम्पचं म्हणणं होतं. तसंच ओबामाचा जन्म अमेरिकेमध्ये झालेला नसून तो त्याच्या वडिलांप्रमाणे केनिया इथं जन्मलेला असल्याची अफवा पसरवण्यात ट्रम्प आघाडीवर होता. कहर म्हणजे अशिक्षितांसारखे वागणारे एक पंचमांश अमेरिकी लोक अजूनही यावर विश्वास ठेवतात! ट्रम्प एवढ्यावरच थांबला नाही. ओबामाचा जन्म खरोखरच हवाईमध्ये झाला का यासंबंधीचे पुरावे गोळा करण्यासाठी आपण खाजगी गुप्तहेर नेमल्याचं त्यानं 'एनबीसी' टीव्ही चॅनेलवर सांगितलं. तसंच या लोकांच्या हाती जे लागलं आहे त्याविषयी आपण बोललो तर मोठी खळबळ माजेल असं ट्रम्प म्हणाला. तसंच ओबामानं आपला जन्मदाखला जगासमोर आणावा, असंही ट्रम्पनं सुचवलं.

बराक ओबामानं ट्रम्पच्या या वायफळ उद्योगाकडे बराच काळ साफ दुर्लक्ष केलं; पण जेव्हा खरोखरच जनमानसात आपली प्रतिमा विनाकारण डागाळत चालली असल्याचं त्याच्या लक्षात आलं तेव्हा आपल्या कार्यालयाकरवी त्यानं आपला जन्मदाखला हवाईमधून मुद्दामच मागवला आणि तो जगासमोर ठेवला. असल्या 'फालतू' गोष्टींमध्ये वाया घालवण्यासाठी आपल्यापैकी कुणाकडेच वेळ नसल्याचं ओबामानं सांगितलं. तसंच ट्रम्प सातत्यानं बिनकामाच्या गोष्टी कशा उकरून काढतो आणि निरर्थक मुद्द्यांवरून लोकांचं लक्ष आपल्याकडे वेधून घेण्याचा प्रयत्न करतो, हे त्यानं अत्यंत नेमक्या शब्दांमध्ये मांडलं : 'जरी अलीकडच्या काळात डोनाल्ड ट्रम्पला लोकांच्या टीकेचा आणि निंदेचा सामना करावा लागला असला तरी माझ्या जन्मठिकाणासंबंधीच्या वादविवादाला आता पूर्णविराम मिळाल्यामुळे तोच सगळ्यात जास्त खूश झाला आहे ... याचं कारण

म्हणजे माणूस खरोखरच चंद्रावर जाऊन आला का अशासारख्या अत्यंत महत्त्वाच्या आणि लोकोपयोगी बाबींवर तो आता आपलं लक्ष केंद्रित करू शकतो ...' ओबामानं हाणलेला हा टोमणा एकदम जबरदस्तच होता! या कार्यक्रमाला ट्रम्प हजर होता! ओबामाच्या बोलण्याला उपस्थितांनी टाळ्या आणि हशा असा जोरदार प्रतिसाद दिला. ट्रम्प मात्र आपल्या चेहऱ्यावरची रेघ तसूभरही हलू न देता बसून होता. या घटनेनंतर साधारण १५ दिवसांनी ट्रम्पनं २०१२ सालच्या राष्ट्रपतिपदाच्या शर्यतीत आपण नसल्याचं जाहीर केलं. आपल्याला आपल्या व्यवसायावर लक्ष केंद्रित करायचं असल्याचं कारण त्यानं दिलं. आपण मिट रॉम्नीला पाठिंबा देत असल्याचंही त्यानं सांगितलं. ट्रम्पनं रॉम्नीच्या समर्थनार्थ मुलाखती दिल्या, तसंच ओबामावर त्यानं ट्विटरच्या माध्यमातून प्रचंड टीका केली. मतमोजणीच्या दिवशी ट्रम्प एकदम उत्साहात होता. रॉम्नीच्या विजयाचा उत्सव साजरा करायला आपण उत्सुक असल्याचं त्यानं सांगितलं. ओबामाची अमेरिकी राष्ट्रपतिपदी दुसऱ्यांदा निवड झाल्याचं स्पष्ट झाल्यावर ट्रम्प विलक्षण उखडला. आपला राग ट्विटरवर अनेक संदेश पाठवून त्यानं व्यक्त केला. मुख्य म्हणजे निवडणुकीची प्रक्रियाच डेमोक्रॅटिक पक्षानं आपल्या ताब्यात घेऊन अमेरिकी जनतेची फसवणूक केल्याचा त्याचा आरोप होता. लोकांनी वॉशिंग्टन शहराकडे चाल करून गेलं पाहिजे आणि याचा जाब सत्ताधाऱ्यांना विचारला पाहिजे, असं ट्रम्पनं ट्विटरवर लिहिलं. नंतर जर रॉम्नी आपल्यावर जास्त विसंबून राहिला असता, तर या निवडणुकीत त्यानं ओबामाचा पराभव केला असता, असं ट्रम्प म्हणाला. रॉम्नीनं असं न करण्यानं आपलं काही नुकसान झालं नसून 'नाहीतरी मी प्रचंड व्यग्र असतो हे सगळ्यांना माहीतच आहे' अशी दर्पोक्ती ट्रम्पनं केली.

२०१२ सालच्या निवडणुकीत रिपब्लिकन पक्षाचा उमेदवार पराभूत झाल्याच्या घटनेला १२ दिवस झाल्यावर ट्रम्पनं अमेरिकेत पेटंटची नोंदणी करणाऱ्या अधिकृत संस्थेकडे आपल्या नावावर एक विधान पेटंट म्हणून नोंदवलं. ते विधान होतं Make America Great Again.

प्रकरण १२

अकल्पित झंझावात

२०१६ सालच्या राष्ट्रपतिपदाच्या शर्यतीत आपण असल्याचं जाहीर करताना 'मी खूप श्रीमंत आहे,' असं ट्रम्प सांगायला लागला. २०१४ सालच्या आकडेवारीनुसार ट्रम्पची एकूण संपत्ती ८७० कोटी डॉलर्सची असल्याचं त्याच्या निवडणूक प्रचार यंत्रणेमधील लोक मतदारांना सांगत. यापूर्वी श्रीमंत लोकांनी अमेरिकी राष्ट्रपतिपदाच्या शर्यतीत कधीच भाग घेतला नव्हता, असं अजिबातच नाही. अगदी पहिला अमेरिकी राष्ट्रपती जॉर्ज वॉशिंग्टन गुलामांचा वापर करून उभ्या केलेल्या शेतीउद्योगाच्या आधारे खूप श्रीमंत झाला होता, तसंच अगदी अलीकडचा म्हणजे २०१२ सालचा रिपब्लिकन पक्षाचा उमेदवार मिट रॉम्नी 'बेन कॅपिटल' नावाच्या वॉल स्ट्रीटवरच्या कंपनीत काम करून धनाढ्य झाला होता. ट्रम्पनं आपल्या श्रीमंतीचं तुणतुणं वाजवण्याचं मुख्य कारण म्हणजे आपण स्वतःच्या हिमतीवर झगडून श्रीमंत झालो असल्याचं मतदारांच्या मनावर बिंबवण्यासाठी धडपडणं होतं. रॉम्नीनं मॅसॅच्युसेट्स राज्याचा गव्हर्नर म्हणून जबाबदारी सांभाळली होती. ट्रम्पला मात्र कुठल्याच राजकीय किंवा प्रशासकीय कामाचा अनुभव नव्हता. हा मुद्दा आपल्या विरोधात महत्त्वाचा ठरू शकतो याची जाणीव असल्यामुळे अत्यंत काळजीपूर्वकरीत्या ट्रम्पनं आपण भन्नाट यशस्वी उद्योजक असल्याची प्रतिमा मतदारांच्या मनावर ठसवण्याची योजना आखली होती. थोडक्यात सांगायचं, तर आपल्या कर्तृत्वाच्या जोरावर जसे आपण अफाट यशस्वी उद्योजक बनलो त्याच कर्तृत्वामुळे आपण अमेरिकेला यशोशिखरावर नेणार असल्याचं ट्रम्पला म्हणायचं होतं म्हणूनच 'मला माझ्या संपत्तीचा अभिमान वाटतो ... मी अद्वितीय स्वरूपाचं यश मिळवलं आहे ...' असं तो उघडपणे म्हणत असे.

ट्रम्पनं आपल्या संपत्तीविषयी प्रचंड गाजावाजा सुरू केला असला तरी त्याच्या कारकिर्दीच्या सुरुवातीपासूनच त्याला अडचणीत टाकणारा मुद्दा बाहेर आला. ट्रम्पची खरी संपत्ती नक्की किती आहे, हे सिद्ध करण्यासाठी त्याच्याकडे काय पुरावा आहे, असा प्रश्न विचारला जायला लागला. दरम्यान, आपली संपत्ती ८७० कोटी डॉलर्सची नसून, ती १००० कोटी डॉलर्सपेक्षा जास्त असल्याचं तो आता म्हणत असे. इतकंच नव्हे तर राष्ट्रपतिपदाच्या शर्यतीत उतरण्यासाठी ट्रम्पला नियमांनुसार सरकारी फॉर्म भरावा लागला; त्यात आपली संपत्ती जाहीर करण्यासाठीची पुरेशी सोय नसल्याचं त्याच्या प्रचार यंत्रणेमधले लोक म्हणाले! आपली संपत्ती किती आहे याविषयी कुणी बोचरे प्रश्न विचारणं ट्रम्पला कधीच सहन होत नसे. एक तर तो अशा लोकांवर कडाडून टीका करे किंवा त्यांना न्यायालयात खेचे. आताही तो आपल्या संपत्तीविषयी शंका घेत असलेल्या लोकांचा खालच्या पातळीवरच्या भाषेत उद्धार करायला लागला. आपल्याला कुणासमोर कसलाच खुलासा करण्याची गरज नसल्याचं आणि आपलं उत्तरदायित्व फक्त अमेरिकी जनतेप्रतीच असल्याचं तो वारंवार म्हणत असे.

अर्थातच डोनाल्ड ट्रम्पच्या संपत्तीविषयीची चर्चा काही नवी नव्हती. कित्येक दशकांपासून हा प्रश्न विचारला जात असे. १९७६ साली 'न्यू यॉर्क टाइम्स'मधल्या ट्रम्पवरच्या एका लेखात त्याच्या संपत्तीचा आकडा २० कोटी डॉलर्सचा असल्याचं म्हटलं गेलं. हे खूप विचित्र असल्याचं मत इतर कागदपत्रांच्या छाननीतून आढळलं; कारण न्यू जर्सीमधल्या कॅसिनो व्यवसाय नियंत्रकांना सादर केलेल्या कागदपत्रांमध्ये ट्रम्पनं या वर्षीचं आपलं कर भरल्यानंतरचं उत्पन्न फक्त २४,९५४ डॉलर्स असल्याचं म्हटलं होतं. दर वर्षी डोनाल्ड ट्रम्पला त्याच्या आई-वडिलांकडून डिसेंबर महिन्यात नाताळाची भेट म्हणून ६ हजार डॉलर्सची भेट मिळत असे. शिवाय त्याच्या कुटुंबाच्या 'ट्रस्ट'कडून त्याला मिळत असलेल्या रकमेमध्ये दर वर्षी भरघोस वाढ होत गेली. १९७८ आणि १९७९ या वर्षी डोनाल्ड ट्रम्पनं अजिबातच कर भरला नसल्याचं आढळून आल्यावर याविषयी वादविवाद झाले. 'रिअल इस्टेट'च्या संदर्भातल्या कायद्यांना वाकवून ट्रम्पनं या दोन वर्षांमधलं आपलं उत्पन्न उणे ३८ लाख डॉलर्स असल्याचं दाखवलं. त्याच वर्षी त्यानं त्याच्या वडिलांकडून ७५ लाख डॉलर्सचं कर्ज घेतलं होतं. १९८०च्या दशकात 'ट्रम्प टॉवर'चं काम सुरू झाल्यावर ट्रम्पनं अचानकपणे आपल्या संपत्तीचा आकडा फुगवून सांगायला सुरुवात केली. ट्रम्पची कंपनी खाजगी असल्यामुळे तिचे व्यवहार जाहीर होत नसत. साहजिकच ट्रम्पची संपत्ती नक्की किती आहे, हे जाणून घेणं अवघड असे. 'फोर्ब्ज' मासिकानं १९८२ साली अमेरिकेमधल्या सगळ्यात श्रीमंत लोकांची यादी छापायला सुरुवात केल्यानंतर या यादीत आपलं नाव असलंच पाहिजे, असं ट्रम्पला वाटायला

लागलं. यामुळे तो आपल्या संपत्तीचा आकडा फुगवून सांगायला लागला. उपलब्ध आकडेवारीनुसार 'फोर्ब्ज' मासिकानं ट्रम्पच्या संपत्तीचा कल्पिलेला आकडा आणि ट्रम्पनं स्वतः सांगितलेला आकडा यात खूप तफावत होती. अखेर ट्रम्प आपल्या संपत्तीचा जो आकडा सांगेल त्याला ३ नं भागून त्याच्या संपत्तीचा आकडा आपण गृहीत धरायचा असं 'फोर्ब्ज' मासिकानं ठरवलं! १९८४ साली ट्रम्पच्या संपत्तीचा आकडा ४० कोटी डॉलर्स असेल असा अंदाज या मासिकानं काढला. १९८८ साली हा आकडा १०० कोटी डॉलर्सवर गेला. ट्रम्पच्या डोक्यावर प्रचंड कर्ज असूनसुद्धा तो आपल्या संपत्तीविषयी खूप बढाया मारत राहिला. ट्रम्पच्या या बढायांविषयी ॲबी वॉलख नावाचा 'रिअल इस्टेट'चा अभ्यासक साशंक होता. १९८९ साली टीव्हीवरच्या एका कार्यक्रमात ट्रम्प आपली संपत्ती टिकवून धरू शकेल का, अशी शंका त्यानं व्यक्त केली. आधीच २०० कोटी डॉलर्सचं कर्ज ट्रम्पच्या डोक्यावर असताना आपला व्यवसाय सुरू ठेवण्यासाठी त्याला आणखी ६ कोटी डॉलर्सची गरज असल्याचं वॉलखनं सांगितलं. यामुळे ट्रम्पच्या वल्गनांनिशी छापल्या जाणाऱ्या वर्तमानपत्रांमधल्या मथळ्यांऐवजी आता 'बँका ट्रम्पभोवती विळखा घट्ट करत आहेत' अशा अर्थाचे मथळे दिसायला लागले. गृहबांधणी क्षेत्राला लागलेल्या घरघरीमुळे ट्रम्पचं काही प्रमाणात नुकसान झालं हे खरं असलं तरी आपल्या परिस्थितीला ट्रम्प मुख्यत्वे स्वतःच कारणीभूत असल्याचं वॉलख म्हणत होता. ट्रम्पनं आपला 'ईगो' सुखावण्यासाठी अवास्तव दरानं मालमत्तांची खरेदी केली असल्याचं आणि यासाठी प्रमाणाबाहेर कर्ज घेतल्याचं मुख्य कारण वॉलखनं दिलं.

अशा प्रकारची बदनामी ट्रम्प सहन करणं शक्यच नव्हतं. त्यानं तातडीनं वॉलख आणि त्याची कंपनी या दोघांवर प्रत्येकी २५ कोटी डॉलर्सचा आपली मानहानी केल्यासंबंधीचा दावा ठोकला. वॉलख हे समजल्यावर स्तब्धच झाला. आपलं भविष्य यामुळे बेचिराख होऊ शकतं याची त्याला कल्पना होती. अनेक वर्षांनंतर ट्रम्पला या प्रकरणाविषयी विचारलं असता त्यानं आपल्याला हे काही आठवत नसल्याचं सांगितलं. जर वॉलखनं टीव्हीवर आपल्यावर टीका करणं थांबवलं, तर आपण हा खटला मागं घेऊ असं ट्रम्पच्या वकिलानं वॉलखला सांगितलं. यानंतर स्वतः ट्रम्पनं वॉलखला फोन करून आपल्यावर टीका न करण्यासंबंधी सांगितलं. आपल्यावर टीका करणं म्हणजे न्यू यॉर्कच्या बांधकाम उद्योगावर टीका करणं आहे, असं त्यानं वॉलखला सांगितलं. इतकंच नव्हे तर वॉलखनं आपल्याला भेटायला 'ट्रम्प टॉवर' इथं यावं आणि आपण वॉलखला नोकरी देऊ, असा प्रस्तावही त्यानं दिला. खरोखरच वॉलख काही आठवड्यांनी ट्रम्पला भेटायला आला. ट्रम्पनं वार्षिक १ लाख ७५ हजार डॉलर्स पगाराचा प्रस्ताव वॉलखसमोर ठेवला. त्यानं

तो स्वीकारला. वॉलख आपल्या नोकरीमध्ये पक्का होत असताना ट्रम्पची आर्थिक स्थिती बिघडत चालली होती. बँका आणि बाँडधारक ट्रम्पभोवतीचा आपला फास घट्ट करत चालले होते. ट्रम्पनं अर्थातच सगळं एकदम ठीकठाक सुरू असल्याचा मुखवटा धारण केला होता. आपली संपत्ती ३६० कोटी डॉलर्स असल्याचं त्यानं कॅसिनो नियंत्रकाला दिलेल्या प्रतिज्ञापत्रात म्हटलं होतं. या नियंत्रकानं ट्रम्पच्या डोक्यावरच्या कर्जांचा आकडाही विचारात घेतला आणि त्याच्या संपत्तीचा खरा आकडा फक्त २० कोटी ६० लाख डॉलर्स असल्याचा निष्कर्ष काढला. याचा फायदा उठवून 'फोर्ब्ज' मासिकानं १९९० सालच्या मे महिन्याच्या अंकात ट्रम्पच्या आर्थिक अडचणींविषयी एक लेख छापला, तसंच या वर्षापासून पुढची ६ वर्षं 'फोर्ब्ज'च्या सगळ्यात श्रीमंत लोकांच्या यादीतून ट्रम्पचं नाव वगळलं गेलं. इतकी वर्षं या यादीची आणि ती तयार करणाऱ्या लोकांची स्तुती करणाऱ्या ट्रम्पनं आता या सगळ्यावर कडाडून टीका केली. हा चुकांनी भरलेला आणि अंदाजपंचे तत्त्वांवर चालणारा प्रकार आहे, असं म्हणून त्यानं याला मोडीतच काढलं.

याखेरीज इतर प्रश्नही उद्‌भवले. इतके दिवस आपल्याला आपल्या डोक्यावरच्या कर्जांची अजिबात काळजी वाटत नसल्याचं ट्रम्प म्हणत असे. याचं कारण म्हणजे आपण वैयक्तिक पातळीवर या कर्जांना जबाबदार किंवा तारण नसल्याचं त्याचं म्हणणं होतं. साहजिकच आपण खुशाल दिवाळखोरी जाहीर करून यातून मुक्त होऊ शकतो असं तो सांगत असे. आता मात्र नवाच प्रकार उघडकीला आला. आपल्या कर्जांपैकी ८३ कोटी २० लाख डॉलर्सच्या कर्जाला ट्रम्पनं वैयक्तिक पातळीवर हमी दिली असल्याचं आता निष्पन्न झालं. साहजिकच हे कर्ज फेडण्यात ट्रम्पला अपयश आलं, तर याचा अर्थ त्याची खाजगी संपत्ती जप्त होण्याची आणि तो देशोधडीला लागण्याची दाट शक्यता होती. पुढची वर्षं एकामागून एका कर्जाचं संकट ट्रम्पच्या डोक्यावर घोंघावत राहिलं. चालढकल करून आणि नवनव्या क्लृप्त्या वापरून ट्रम्प कसाबसा यातून बाहेर पडत राहिला. हे सगळं वॉलख बघत होता. पुढची १२ वर्षं तो ट्रम्पबरोबर काम करत होता. मोठे धोके पत्करण्याचा ट्रम्पचा हातखंडा वॉलखला अवाक करून सोडे. या काळात 'रिअल इस्टेट' उद्योगाची अधोगती सुरूच राहिली. यातूनच ट्रम्पला आपली परिस्थिती पूर्वपदावर आणण्यासाठीची सुवर्णसंधी लाभली. एक अत्यंत स्वस्तातली इमारत त्याच्या वाट्याला आली आणि नंतर या इमारतीची किंमत कैकपटींनी वाढली.

अशा चढउतारांमुळे ट्रम्पची संपत्ती नक्की किती आहे, हा मुद्दा २०१५ साली पुन्हापुन्हा आपलं डोकं वर काढत होता. राष्ट्रपतिपदाच्या शर्यतीत ट्रम्प उतरल्यावर त्याच्या सगळ्या तपशिलांची बारकाईनं तपासणी होणं स्वाभाविकच होतं. आपली एकंदर संपत्ती ३३० कोटी डॉलर्स असल्याचा अंदाज त्यानं व्यक्त केला. हा

आकडा कुठून आला याचं स्पष्टीकरण मात्र अजिबात मिळू शकलं नाही. याला एक महिनासुद्धा झालेला नव्हता तेव्हा ट्रम्पनं हा आकडा १००० कोटी डॉलर्सवर नेला! अनेक अनुत्तरित प्रश्न ट्रम्पच्या वैयक्तिक आयकराच्या माहितीतून मिळू शकले असते. अमेरिकेमधल्या प्रथेनुसार गेल्या ४० वर्षांमध्ये राष्ट्रपतिपदासाठीच्या शर्यतीत असलेल्या प्रत्येक उमेदवारानं आपल्या वैयक्तिक आयकरासंबंधीची माहिती जाहीर केली आहे. ही प्रथा आजवर कुणीही तोडलेली नसली तरी तिला आपण कशाला बांधील राहायचं, असा विचार डोनाल्ड ट्रम्पनं केला नसता तरच आश्चर्य वाटलं असतं! ट्रम्पचं नेमकं उत्पन्न किती आहे, त्यानं किती कर भरला आहे, किती देणग्या दिल्या आहेत, अशी सगळीच माहिती यातून मिळू शकत असल्यामुळे ट्रम्पनं ती गुप्त ठेवली. खरं म्हणजे राष्ट्रपतिपदासाठी आपली उमेदवारी जाहीर केल्यावर लगेचच टीव्हीवर आपण आपल्या आयकराविषयीची 'सुंदर आणि भन्नाट' माहिती जाहीर करणार असल्याचं ट्रम्पनं सांगितलं. नंतर मात्र आपण हे 'योग्य वेळ आल्यावर' करू असं तो सांगत राहिला. हे पुस्तक पूर्ण होईपर्यंत तरी ट्रम्पनं ही माहिती जाहीर केलेली नाही. यात काळंबेरं असल्याशिवाय असं करण्याची गरज नाही हे वेगळं सांगायला नको. अत्यंत दुबळी कारणं ट्रम्प यासाठी देत राहिला. आपल्या आयकराची आयकर विभागाकडून छाननी सुरू असल्यामुळे आपण ही माहिती जाहीर करू शकत नाही, असं त्याचं म्हणणं होतं. क्षणभर ट्रम्पवर विश्वास ठेवला तरी आधीच्या सगळ्या वर्षांच्या बाबतीत हा प्रश्न उद्भवत नसल्यामुळे त्यानं आधीच्या वर्षांच्या आयकरासंबंधीची विवरणपत्रं जाहीर का केली नाहीत, याचं उत्तर तो टाळत राहिला. मतदारांना यात अजिबात रस नसल्याचं आणि यातून नवं काहीही हाती लागणार नसल्याचं त्यानं सांगितलं. तसंच खूप पूर्वीपासूनच ट्रम्प आपल्या करचुकवेगिरीचं समर्थन करत असे. आपण 'शक्य तितका कमी कर भरतो' अशी बढाई मारायला त्याला आवडे. इतकंच नव्हे तर याला तो यशस्वीरीत्या व्यवसाय करण्याची 'अमेरिकी पद्धत' म्हणत असे. गंमत म्हणजे हाच ट्रम्प मोठे उद्योगपती करांशी संबंधित असलेल्या कायद्यांमधल्या त्रुटींचा गैरफायदा उठवून करचुकवेगिरी करण्याचा गुन्हा करत असल्याचं सांगून त्यांची निर्भत्सना करत असे. प्रचंड कमाई करूनसुद्धा हे लोक अजिबात कर भरत नाहीत आणि याची त्यांना कसलीच शिक्षाही होत नाही हे अत्यंत चुकीचं असल्याचं विधान तो वारंवार करे.

एकीकडे आपल्या संपत्तीविषयी बढाया मारणारा ट्रम्प दुसरीकडे आपल्या दानशूरपणाविषयीही सातत्यानं सांगत राही. आपल्या राष्ट्रपतिपदाच्या शर्यतीतल्या प्रवेशाच्या वेळी आपण २०११ ते २०१५ या काळात १० कोटी २० लाख डॉलर्सचं दान समाजोपयोगी संस्थांना आणि इतर सामाजिक कार्यांना दिलं

असल्याचं त्यानं सांगितलं. 'वॉशिंग्टन पोस्ट' वर्तमानपत्रानं याची तपासणी केली असता यामधला छदामही ट्रम्पच्या स्वतःच्या संपत्तीमधून किंवा कमाईमधून आलेला नसल्याचं उघडकीला आलं. त्याच्या मालकीच्या गोल्फ कोर्टमध्ये फुकट गोल्फ खेळण्याची संधी त्यानं काही वेळा दिली आणि याचं मूल्य किती हे त्यानं स्वतःच ठरवलं! या सगळ्याची बेरीज १० कोटी २० लाख डॉलर्स एवढी होत होती. ट्रम्प अशा अनेक बालिश गोष्टी करून आपण किती दानशूर आहोत, असं भासवत होता. उदाहरणार्थ सुप्रसिद्ध महिला टेनिसपटू सीरिना विल्यम्सला फ्लॉरिडा राज्यातून व्हर्जिनिया राज्यातल्या तिच्या एका मदतनिधी उभारणीसाठीच्या सामन्याला जाण्यासाठीची वाहनव्यवस्था ट्रम्पनं केली. यातून आपण या मदतनिधीला ११३६.५६ डॉलर्स दिले असल्याचं ट्रम्प म्हणाला! याखेरीज आपल्या नावानं ट्रम्पनं उभ्या केलेल्या 'डोनाल्ड जे ट्रम्प' नावाच्या मदतनिधीतूनही बराचसा निधी दान देण्यात आला होता; पण या निधीला स्वतः ट्रम्पनं एक पैसाही दिला नव्हता. अनेक दानशूर लोकांनी या निधीमध्ये स्वतःचे पैसे ओतले होते. नक्की कुणाला या मदतनिधीनं देणग्या दिल्या, असा प्रश्न ट्रम्पला विचारण्यात आला तेव्हा ट्रम्पनं नेहमीप्रमाणे हे प्रकरण अंगावर शेकेल या भीतीपोटी आक्रमक पवित्रा स्वीकारला. आपण या प्रश्नाचं उत्तर कुणाला देण्याला बांधील नसल्याचं सांगून त्यानं ते टाळलं.

यापूर्वीसुद्धा ट्रम्पनं राष्ट्रपतिपदाच्या शर्यतीत उडी घेतली होती; पण ती लगेचच मागंही घेतली होती. याही खेपेला तो असंच काहीसं करणार असा बहुतेक जणांचा अंदाज होता. त्याचे विचित्र हावभाव, इतरांना तुच्छ लेखून बोलणं, बाता मारणं, खोट्या गोष्टी दामटून सांगणं, आपल्या महाभयंकर 'ईगो'चं क्षणोक्षणी प्रदर्शन करणं यामुळे तो शर्यतीत असेपर्यंत सगळ्यांचं यथेच्छ मनोरंजन होणार म्हणून बहुतेक सगळे जण खूश होते. अमेरिकेमध्ये दररोज रात्री समकालीन घटनांवर खुशखुशीत भाष्य करणारे आणि कुणाचीही तमा न बाळगता वागण्याबोलण्यामधल्या व्यंगांवर बोचरी टीका करणारे कार्यक्रम टीव्हीवर सादर होत असतात. याचा प्रेक्षकवर्ग मोठा असतो. या सगळ्या कार्यक्रमांचं मुख्य आकर्षण आता पुढचे काही महिने ट्रम्प असणार आणि त्यानंतर लोक खऱ्या उमेदवारांकडे वळणार याविषयी कुणाच्याच मनात शंका नव्हती. हे सगळे अंदाज ट्रम्पनं धुळीला मिळवले.

अमेरिकी राष्ट्रपतिपदाच्या निवडणुकीसाठीची सगळी गृहीतकं ट्रम्पनं एका झटक्यात रद्दबातल ठरवली. सगळी समीकरणं त्यानं नव्यानं लिहिली. रिपब्लिकन पक्षाला त्यानं अक्षरशः उभं-आडवं चिरलं. राजकारणामध्ये तो नवखा असला तरी सर्वसामान्य अमेरिकी नागरिकांच्या मनात काय खदखदतं आहे, याचा त्याच्याइतका अचूक अंदाज इतर कुणीच बांधू शकलं नाही. अगदी

मुरलेले मातब्बर राजकारणीसुद्धा त्याच्यासमोर फिके पडले. याच्याखेरीज दुसरा मुद्दा म्हणजे कुठल्याही मुद्द्याच्या तळाशी जाण्याचा कंटाळा, सातत्यानं ट्विटर आणि फेसबुक यासारख्या नवमाध्यमांला चिकटून राहणं, टीव्हीवरच्या नाट्यमय दृश्यांमध्ये बुडून जाणं, टोकाची मतं असणं या आधुनिक काळातल्या दुर्गुणांचा फायदा त्यानं पुरेपूर उठवला. अत्यंत आक्रमकपणे दामटून खोटं बोलत राहणं, हे खोटं आहे हे समोरच्यानं जवळपास सिद्ध करून दाखवलं, तरी आपल्यावर त्याचा कसलाच परिणाम होऊ न देता आपलंच म्हणणं रेटत राहणं, आपण ताकदवान आणि श्रीमंत असेच झालेलो नसून आपल्यामधल्या गुणांमुळेच आपण इथवर आलो आहोत, असं दाखवत राहणं, या गोष्टी ट्रम्पनं सातत्यानं केल्या. कुठलाही उमेदवार बोलणार नाही, अशी हादरवून सोडणारी भाषा त्यानं अनेकदा वापरली. तसंच इतर कुणीही उचलून धरणार नाही, असे वादग्रस्त मुद्दे त्यानं अगदी सहजपणे मांडले. अनेक राजकीय संकल्पना आणि गृहीतकं या गोष्टी त्यानं पार मोडीत काढल्या.

१६ जून २०१५ रोजी ट्रम्पनं रिपब्लिकन पक्षातर्फे आपण राष्ट्रपतिपदाचे उमेदवार बनण्यास उत्सुक असल्याचं जाहीर करण्याच्या आदल्याच दिवशी फ्लॉरिडा राज्याचा माजी गव्हर्नर आणि माजी अमेरिकी राष्ट्रपती जॉर्ज एच. डब्ल्यू. बुशचा मुलगा तसंच जॉर्ज डब्ल्यू. बुशचा धाकटा भाऊ जेब बुश यानंही आपली उमेदवारी जाहीर केली होती. जेब बुशला ही उमेदवारी मिळण्याची दाट शक्यता असल्याचं बव्हंशी लोकांचं मत होतं. गेल्या महिन्यात त्यानं आपल्या निवडणुकीच्या प्रचारासाठी १० कोटी डॉलर्सचा घसघशीत निधी उभा केला होता. डोनाल्ड ट्रम्पनं आपण रिपब्लिकन पक्षाच्या उमेदवारीच्या शर्यतीत असल्याचं जाहीर करताच ही उमेदवारी मिळवण्यासाठी नक्की काय केलं पाहिजे, यासंबंधीचे सगळे कायदेकानून पार मोडीत निघाले. ट्रम्पनं आपली उमेदवारी जाहीर करताना काही फुकट्या लोकांना गर्दी जमवण्यासाठी गोळा केलं होतं. त्यांना फुकट टी शर्ट्स देण्याचं आमिष दाखवण्यात आलं होतं. ट्रम्पच्या प्रचारसमितीचा प्रमुख कॉरी लिवान्डोव्स्की यानं ट्रम्पनं आपली उमेदवारी जाहीर करताना काय बोललं पाहिजे, यासाठी एक भाषण तयार केलं होतं. हा मजकूर ७ मिनिटं बोलण्यासाठीचा होता. ट्रम्पसह लिवान्डोव्स्कीनं एकदा याची रंगीत तालीमही केली. अर्थातच लिवान्डोव्स्कीला त्यातला शब्द न् शब्द पाठ असल्यामुळे जेव्हा ट्रम्प हे भाषण खरोखर द्यायला समोर आला तेव्हा फार तर ७ मिनिटांची १० मिनिटं होतील असा त्याचा अंदाज होता. प्रत्यक्षात १०च काय; पण ३० मिनिटं होऊनसुद्धा ट्रम्प थांबेचना. ट्रम्प तब्बल ४५ मिनिटं बोलला! हे प्रकरण वेगळंच असणार आहे, अशी खूणगाठ लिवान्डोव्स्कीनं आपल्या मनाशी बांधली.

लवकरच अमेरिकेमध्ये ठिकठिकाणी ट्रम्प भाषणं देण्यासाठी जायला लागला. त्याची लिहिलेली भाषणं तो बहुतेक वेळा जवळपास विसरून गेल्यासारखा वेगळंच बोले. लिखित भाषणांमधले काही ठळक मुद्दे फक्त तो वापरे. याच्या जोडीला लोकांच्या लक्षात राहतील, अशी विधानं करणं, आत्मस्तुतीपर वाक्यांची उधळण करणं यांनी त्याची भाषणं भरलेली असत. आपल्याला निवडणुकीच्या प्रचारासाठी कुणाकडून निधी गोळा करण्याची गरज नसून आपणच आपल्या निवडणुकीच्या प्रचाराचा खर्च करणार असल्याचं तो सांगे. आपल्या देशाचे सध्याचे नेते महामूर्ख असल्याचं तो जाहीरपणे सांगे. अमेरिकेला खड्ड्यात घालणाऱ्या व्यापाऱ्यांनी आणि इतर करार करून या नेत्यांनी देशाचं प्रचंड नुकसान केलं असल्याची विधानं तो करे. आयसिससारख्या दहशतवादी संघटनांकडून अमेरिकेला मोठा धोका असल्याचं तो म्हणे. इतर सगळ्या जगाचे प्रश्न आदळण्यासाठी अमेरिकी भूमीचा वापर केला जातो, असा दावा तो करे. सगळ्यांना अभिप्रेत असलेलं 'अमेरिकी स्वप्न' केव्हाच भंगलेलं असून, आपण अमेरिकेला पुन्हा महान बनवू शकतो अशी बढाई तो मारे. मेक्सिकोमधून अमेरिकेत स्थलांतरित होत असलेल्या लोकांना तो आपल्या टीकेचा केंद्रबिंदू बनवे. मेक्सिकोमधून गुन्हेगारी प्रवृत्तीचे, अमली पदार्थांचा व्यापार करणारे, बलात्कारी लोक अमेरिकेत येतात आणि अमेरिकेमध्ये गुन्हेगारी वाढते असं त्याचं म्हणणं होतं म्हणूनच अमेरिकेच्या सीमारेषा मजबूत करून इतर देशांमधून अमेरिकेमध्ये येऊ इच्छिणाऱ्या लोकांवर कडक निर्बंध घालण्याचं आश्वासन तो लोकांना देई. ट्रम्पची भाषणं म्हणजे फुकटचा विनोद असल्याचं बहुतेक सगळे अभ्यासक आणि राजकारणी लोक म्हणायला लागले. ट्रम्प फार काळ असं बोलू शकणार नाही आणि लवकरच त्याला आपल्या जिभेला लगाम घालावा लागेल, असं मत बव्हंशी लोकांनी व्यक्त केलं. प्रत्यक्षात मात्र ट्रम्पला कुणीच आळा घालू शकलं नाही. तो त्याला हवा तसा वागत आणि बोलत राहिला. सभ्यपणा, खरेखोटेपणाची जाण, जाहीरपणे बोलताना भान राखण्याची गरज हे सगळं ट्रम्पच्या बाबतीत लागूच होत नाही, असं स्पष्टपणे दिसत राहिलं. इतकंच नव्हे तर ट्रम्पला हे समजत नाही असं नसून मुद्दामच तो सगळ्यांच्या अंदाजांना छेद देणारं करत-बोलत-वागत राहिला. आपल्याविषयीची ही अनिश्चितताच मतदारांना भावते आणि आपल्या प्रतिस्पर्ध्यांना बुचकळ्यात टाकते याची ट्रम्पला जाणीव होती. सगळ्यांना संभ्रमात ठेवणं हेच त्याचं वेगळेपण ठरलं. त्याच्यामधला आत्मविश्वास कमालीचा होता. दामटून आपल्याला जे वाटतं तेच रेटत राहण्याची त्याची हिंमत भल्याभल्यांना चकित करून सोडणारी आणि हादरवणारी ठरली. राजकीयदृष्ट्या अत्यंत असभ्य मानली जाईल, अशी भाषा तो बेदिक्कतपणे वापरत राहिला. यामुळे आपले प्रतिस्पर्धी जेरीला येतात आणि एक ठरावीक प्रकारचा मतदारवर्ग सुखावतो

हे त्याच्या लक्षात आलं. बहुतेक जण त्याला 'राजकारणी विदूषक' म्हणून बराच काळ वेड्यात काढत राहिले असले, तरी आपण नक्की काय करत आहोत याची त्याला पुरेपूर कल्पना होती. प्रस्थापित राजकारण्यांवर भडकलेल्या अमेरिकी लोकांच्या मनात साचलेल्या भावना त्यांच्याच शब्दांमध्ये आपण बाहेर काढत असल्याचं त्याला माहीत होतं.

ट्रम्पनं आपल्या सुरुवातीच्या भाषणांमध्ये वर्णद्वेषी विधानं केल्याच्या पार्श्वभूमीवर एका गोऱ्या माणसानं नऊ कृष्णवर्णीयांचा खून केल्याची घटना घडली. डेमोक्रॅटिक पक्षाच्या वतीनं राष्ट्रपतिपदाची उमेदवारी मिळवण्यासाठी उत्सुक असलेल्या हिलरी क्लिंटननं ट्रम्पवर जोरदार टीका केली. अशा बेलगाम वक्तव्यांमुळे देशात काय घडतं याचं हे मूर्तिमंत उदाहरण असल्याचं हिलरी म्हणाली. याबरोबर ट्रम्पच्या विरोधात रान पेटलं. अनेक जणांनी त्याच्यावर टीका केली आणि त्याच्याबरोबरचे व्यावसायिक संबंध तोडण्याची घोषणा केली. यामुळे ट्रम्प खवळला आणि आपण कसलीच चूक केली नसल्याचं विधान त्यानं केलं.

२०१५ सालच्या जुलै महिन्याच्या सुरुवातीला ट्रम्पच्या प्रचारासाठीचं पहिलं मोठं भाषण फिनिक्स शहरामध्ये आयोजित करण्यात आलं. अमेरिकेमध्ये अशा भाषणांना तिकिटं विकत घेऊन जावं लागतं. या तिकिटांसाठी हजारो लोकांची गर्दी झाल्यामुळे आयोजकांना कार्यक्रमाचं ठिकाण बदलून एका मोठ्या हॉलमध्ये हे भाषण आयोजित करण्याचा निर्णय घ्यावा लागला. ११ जुलैच्या या कार्यक्रमाला प्रत्यक्षात ४००० लोकांनी हजेरी लावली आणि काही हजार लोक जागेअभावी हॉलच्या बाहेरच उभे राहिले. प्रेक्षकांमधूनच एका 'कॅट वॉक' करणाऱ्यांसह व्यासपीठावर संथ गतीनं ट्रम्प चालत आला. प्रेक्षकांची संख्या बघून तो जरा आश्चर्यचकित झाल्यासारखं वाटत होतं. तसं तो म्हणालाही. इतके लोक आपलं भाषण ऐकायला जमणं हेच आपल्या लोकप्रियतेचं आणि भविष्यातल्या यशाचं गमक असल्याची त्याला जाणीव झाली. त्याला पुरता चेव आला होता. आपण अमेरिकेमध्ये बेकायदेशीररीत्या राहणाऱ्या मूळ मेक्सिकन लोकांना राष्ट्रपती झाल्यावर त्यांच्या देशात हाकलून देणार असल्याची त्यानं घोषणा केली. तेवढ्यात एका प्रेक्षकानं 'भिंत बांध' असं ओरडून त्याला सांगितलं. साहजिकच ट्रम्पच्या वादग्रस्त बोलण्यामुळे आधीच मूर्ख असलेल्या काही लोकांना चेव चढत असल्याविषयी रिपब्लिकन पक्षाचा सीनेट जॉन मॅक्केन यानं भीती व्यक्त केली. यानंतर एका आठवडा उलटून गेल्यावर ट्रम्पला एका मुलाखतीत या घटनाक्रमाविषयी विचारण्यात आलं. मॅक्केननं ज्या अमेरिकी लोकांना मूर्ख म्हणून संबोधलं आहे, तेच अमेरिकी लोक खरं म्हणजे महान असल्याचं उत्तर ट्रम्पनं दिलं. तसंच २००८ सालच्या राष्ट्रपतिपदाच्या निवडणुकीत पराभव पत्करावा लागलेला मॅक्केनच खरं म्हणजे पराभूत मनःस्थितीचा

माणूस असल्याची टीका ट्रम्पनं केली. उपस्थित प्रेक्षक हसले. मॅक्केन अमेरिकेतर्फे व्हिएतनाम युद्धात लढला होता. याचा संदर्भ पकडून मुलाखतकारानं 'मॅक्केन पराभूत झालेला माणूस नाही ... त्यानं युद्धामध्ये पराक्रम गाजवलेला आहे ... युद्धामध्ये पराक्रम गाजवलेला आहे ... युद्धामध्ये पराक्रम गाजवलेला आहे ...' असा गजरच केला. थंडपणे ट्रम्पनं हा मुद्दा खोडून काढला. मॅक्केन व्हिएतनाम युद्धामध्ये शत्रूच्या हाती सापडला असल्याचा संदर्भ देत ट्रम्पनं म्हणूनच आपण त्याला अजिबात 'हीरो' समजत नसल्याचं सांगितलं. जे लोक शत्रूच्या हाती लागत नाहीत तेच आपल्या दृष्टीनं पराक्रमी असतात, असं ट्रम्प म्हणाला. ट्रम्पची मुलाखत संपल्यावर त्याचा हादरून गेलेला प्रचारप्रमुख कॉरी लिवान्डोव्स्की त्याला व्यासपीठाच्या मागच्या बाजूला भेटला. ट्रम्प मुलाखतीत जे बोलला ते अत्यंत स्फोटक असून त्यानं आपल्या विधानांविषयी स्पष्टीकरण द्यावं, असं या प्रचारप्रमुखानं त्याला सांगितलं. यावर ट्रम्पनं एक पत्रकार परिषद घेतली. पत्रकारांनी त्याच्यावर आक्रमक प्रश्नांचा मारा केला. आपलं म्हणणं अजिबात मागं न घेता ट्रम्पनं उलट आपण म्हणालो ते योग्यच असल्याचं ठासून सांगितलं.

या घटनाक्रमामुळे ट्रम्पची राष्ट्रपतिपदासाठीची आशा इथंच संपुष्टात येणार, असं काही जणांना वाटलं. इतर काही जण मात्र ट्रम्प नक्की काय करू पाहतो आहे हे जाणत असल्यामुळे त्यांनी अशी उलटसुलट विधानं करून ट्रम्प जास्त मतदारांना आपल्याकडे आकर्षून घेईल, असं मत मांडलं. रिपब्लिकन पक्षातर्फे उमेदवारी मिळवण्यासाठी रिंगणात असलेल्या १७ जणांपैकी ट्रम्प लोकप्रियतेच्या बाबतीत सगळ्यात आघाडीवर जाऊन पोहोचला. आता ट्रम्पला आणखी चेव चढला. २०१५ सालच्या ऑगस्ट महिन्याच्या पहिल्या आठवड्यात ट्रम्पसमोर पुढचं आव्हान येऊन ठेपलं. रिपब्लिकन पक्षातर्फे उमेदवारी मिळवण्यासाठी प्रयत्नशील असलेल्या सगळ्या उमेदवारांशी जाहीर चर्चा घडवून आणण्याचा कार्यक्रम 'फॉक्स टीव्ही' चॅनेलनं आयोजित केला. या कार्यक्रमाचं सूत्रसंचालनही या चॅनेलच्या लोकप्रिय निवेदकांकडे होतं. त्यामधली एक मेगन केली नावाची महिला पत्रकार होती; पण याविषयी थोडक्यात उल्लेख येईलच. ट्रम्पसाठी हा नवा प्रकार होता. त्यानं 'रिॲलिटी टीव्ही'मध्ये भरपूर काम केलं असलं तरी राजकीय चर्चांच्या संदर्भातला हा अनुभव त्याच्यासाठी पहिलावहिलाच होता. उमेदवारांच्या यादीत ट्रम्प लोकप्रियतेच्या जोरावर पहिल्या क्रमांकावर असल्यामुळे त्याला व्यासपीठावर मधली जागा मिळाली, तसंच पहिला प्रश्नही अप्रत्यक्षरीत्या त्याच्याच दिशेनं आला. सूत्रसंचालकानं 'तुमच्यापैकी एकाची रिपब्लिकन पक्षाचा उमेदवार म्हणून निवड होणार आहे ... निवड झालेल्या उमेदवाराला पाठिंबा न देता तुमच्यापैकी जे कोण स्वतंत्र उमेदवार म्हणून त्याच्याशी लढण्यासाठी रिंगणात उतरू इच्छितात त्यांनी

आपला हात वर करावा ...' असं म्हटलं. एकट्या ट्रम्पनं आपला हात वर केला! १४ वर्षांमध्ये ७ वेळा आपला पक्ष बदलणाऱ्या ट्रम्पनं रिपब्लिकन पक्षाला मतदान करणाऱ्या लोकांसमोर असं करणं म्हणजे अत्यंत मोठा धोका पत्करण्यासारखं होतं. हा माणूस आपल्या पक्षाशी एकनिष्ठ राहण्याची शपथ घेत नसल्याचं यामुळे तो जाहीरपणे सांगत होता. अनेक लोक यामुळे अवाक झाले. त्या रात्रीचा सगळ्यात अवघड प्रश्न केलीनं विचारला. ट्रम्प स्त्रियांना उद्देशून 'जाडजूड डुकऱ्या, कुत्र्या, लाळघोट्या, घृणास्पद जनावरं' अशी दूषणं का लावतो, असा सवाल केलीनं केला. या प्रश्नाला बगल देण्यासाठी 'फक्त रोझी ओडोनेलसाठी आपण ही विशेषणं वापरतो' असं ट्रम्प म्हणाला. याची पार्श्वभूमी म्हणजे पूर्वी ट्रम्पनं घेतलेल्या एका निर्णयाविषयी रोझी ओडोनेल या टीव्हीवरच्या विनोदी अभिनेत्रीनं ट्रम्पवर कडाडून टीका केली होती, तसंच ट्रम्प भ्रष्ट, खोटारडा आणि ईगोनं भरलेला असल्याची विधानंही तिनं केली होती. ट्रम्पनं तिच्यावर उलट टीका केली आणि तेव्हापासून त्यांचे संबंध अत्यंत खराब झाले. ट्रम्पच्या या उत्तरानं समाधान न झालेल्या केलीनं त्याला पुन्हा हाच प्रश्न विचारला. यावर ट्रम्पनं 'या देशातली मुख्य अडचण म्हणजे सगळ्यांना काय बोलणं सुरक्षित आहे, याचा विचार करून कृत्रिमरीत्या बोलावं लागत असण्याची आहे,' असं म्हटलं. मनातून तो केलीवर प्रचंड भडकला होता; पण त्यानं कसंबसं स्वतःवरचं नियंत्रण ढळू दिलं नाही. कार्यक्रम संपल्यावर मात्र तो नुसता सुटलाच. केली आपली मोहीम थांबवण्यासाठी प्रयत्न करत असल्याची टीका त्यानं केली, तसंच केली इतक्या उघडपणे पक्षपात करत होती की 'तिच्या डोळ्यांमधून रक्त ओघळत होतं ... तिच्या आणखी कशाकशातून रक्त येत असावं ...' असं तो म्हणाला! केलीच्या मासिक पाळीविषयी ट्रम्पनं हा अत्यंत उबगवाणा आणि लज्जास्पद स्वरूपाचा उल्लेख केला होता. यामुळे सगळे अवाक झाले. पत्रकार ट्रम्पवर तुटून पडले; पण सर्वसामान्य लोकांना त्याचं काही वाटलं नाही, तेव्हा आपण केलीचं नाक किंवा तिचे कान यांच्याविषयी बोलत असल्याची सारवासारव त्यानं केली. परत एकदा ट्रम्प सगळ्यांना अक्षरशः थक्क करून सोडणारी विधानं करूनसुद्धा सहीसलामत बचावला होता.

पुढचे काही महिने ट्रम्प अमेरिकेच्या वृत्तविश्वाच्या अगदी केंद्रस्थानी राहिला. सातत्यानं त्याचं नाव निरनिराळ्या कारणांनी टीव्ही, वर्तमानपत्रं, नियतकालिकं आणि इंटरनेट असं सगळीकडे चर्चेत राहिलं. 'फॉक्स टीव्ही'वरचा त्याचा कार्यक्रम तब्बल २ कोटी ४० लाख लोकांनी बघितला आणि हा एक नवा विक्रमच ठरला. टीव्हीवर आता त्याच्या सभा 'लाइव्ह' दाखवल्या जात असत. ट्रम्प कुठं काय बोलला याविषयी सातत्यानं बोललं जाई. ट्विटरवरची ट्रम्पची हालचालही सातत्यानं टिपली जात असे. कधीकधी तर ट्रम्प मध्यरात्रीसुद्धा ट्विटरवर काहीतरी लिहित

असे. बहुतेक वेळा त्याची विधानं वादग्रस्त आणि आक्षेपार्ह असत. एकीकडे माध्यमांचा उल्लेख तो 'खोटारडे' असा करत असला तरी सातत्यानं माध्यमांवर आपण झळकत राहण्याची खबरदारी मात्र तो घेत असे. साहजिकच अत्यंत आक्रमक भाषा आणि कशाचाही मुलाहिजा न बाळगता कुणाबद्दलही काही बोलत राहणारा ट्रम्प एकीकडे तर दुसरीकडे अत्यंत पारंपरिक पद्धतीनं आपली प्रचारमोहीम चालवण्याच्या प्रयत्नात असलेले त्याचे उरलेले सगळे रिपब्लिकन प्रतिस्पर्धी असा परस्परविरोधी प्रवास सुरू झाला. हे प्रतिस्पर्धी अत्यंत काळजीपूर्वकरीत्या बोलणं, आपण कसं जबाबदारीनं वागतो, असं दाखवण्याचा प्रयत्न करणं, आपल्या रिपब्लिकन प्रतिस्पर्ध्यांविषयी अपशब्द न वापरण्याची काळजी घेणं अशा गोष्टी सातत्यानं करत. ट्रम्प मात्र या सगळ्यांहून एकदम वेगळा ठरत असे. यामुळे देशभरात सगळीकडे ट्रम्पविषयीच चर्चा सुरू राहिली. कुणीही कुठल्याही संदर्भातला प्रश्न विचारला तर त्यात प्रत्यक्ष-अप्रत्यक्षपणे ट्रम्प हमखास डोकावे.

डेमोक्रॅटिक आणि रिपब्लिकन या दोन्ही मुख्य राजकीय पक्षांना कंटाळलेल्या अमेरिकी नागरिकांसमोर ट्रम्प हा आशेचा नवा किरण होता. सगळे राजकारणी लोक नालायक आहेत आणि ते फक्त आपलं आणि आपल्या निकटवर्तीयांचं भलं करण्याच्या नादात मग्न असतात, असं ट्रम्प म्हणत असे. त्याचं हे बोलणं सर्वसामान्य नागरिकांना आपलंसं वाटे. मोठमोठ्या सभा घेणं, जे चर्चेत असेल त्याविषयी बेधडकपणे बोलणं, आपल्याला आव्हान देणाऱ्यावर सर्वशक्तीनिशी तुटून पडणं, असं अत्यंत आक्रमक धोरण ट्रम्पनं राबवलं. साहजिकच ट्रम्प टीव्हीवर इतक्या मोठ्या प्रमाणात झळकायला लागला की, त्याला टीव्हीवर स्वतःच्या जाहिराती देण्याची गरजच उरली नाही. ट्रम्पच्या सभांना ५ हजार, १० हजार, २० हजार अशा संख्येनं लोक जमत. अमेरिकेमध्ये हा खूप मोठा आकडा मानला जातो. इतर रिपब्लिकन उमेदवारांना या मानानं अगदी थंड प्रतिसाद मिळे. याचं उत्तम उदाहरण म्हणजे ऑगस्ट महिन्याच्या एका रात्री न्यू हॅम्पशरमधल्या ट्रम्पच्या सभेला सुमारे २००० लोक हजर असताना तिथून ३० किलोमीटर्सवर सभा घेणाऱ्या जेब बुशसमोरच्या लोकांची संख्या १५० पेक्षा कमी होती! आपल्या खाजगी विमानानं सभांच्या ठिकाणी येणारा ट्रम्प स्वतःला गरिबांचा तारणहार म्हणवून घेई. ट्रम्प कशासाठीही माफी मागत नसे. आपल्या हातून कुठलीही चूक कधीच घडली नसल्यासारखा त्याचा आविर्भाव असे. रिपब्लिकन पक्षाच्या तत्त्वांना हरताळ फासण्याचं त्याचं हे धोरण सनसनाटी असलं तरी मतदारांना विलक्षण आकर्षून घेणारं होतं. त्याचा हट्टी स्वभाव आणि काहीही झालं तरी आपल्याच म्हणण्यावर अडून राहण्याचा त्याचा अट्टाहास इतर उमेदवारांमध्ये अजिबात दिसत नसे. हा विक्षिप्तपणा अत्यंत वेगळा असल्यामुळे लोकांना भावत असे.

निवडणुकीच्या प्रचारासाठीची फळी उभी करण्याच्या संदर्भातही ट्रम्पचं वेगळेपण अगदी उठून दिसे. इतर सगळ्या उमेदवारांकडे सल्लागारांसकट इतर कर्मचाऱ्यांची एक फळीच असे. ट्रम्पनं मात्र आपल्या प्रचारयंत्रणेत फक्त पाच मुख्य पूर्णवेळ कर्मचाऱ्यांना नेमलं. त्यांच्या दिमतीला असलेले एक डझनभर सहकारी इतर कामं बघत. यामुळे ट्रम्पचे प्रतिस्पर्धी आणि राजकीय विश्लेषक यांनी ट्रम्पला वेड्यात काढलं. अशी दुबळी यंत्रणा राबवून ट्रम्प रिपब्लिकन पक्षाची उमेदवारी मिळवण्याची स्वप्नं तरी कशी बघू शकतो, असा बहुतेक जणांचा सवाल होता. ट्रम्पनं मात्र आपण आपल्या नेहमीच्या व्यावसायिक हुशारीच्या आधारेच इतक्या कमी कर्मचाऱ्यांच्या मदतीनं आपला प्रचार प्रभावी केला असल्याचं सांगितलं. जसं आपल्या उद्योगात आपण वायफळ खर्च टाळून कामात अजिबात कसूर न करता विलक्षण नफा कमावला तसाच हा प्रकार असल्याचं तो म्हणाला.

इतर उमेदवार आपल्या प्रतिस्पर्ध्यांविषयीची खास माहिती पत्रकारांना गुप्तपणे देत असत. ट्रम्प मात्र अगदी उघडपणे आपल्या प्रतिस्पर्धी उमेदवारांची यथेच्छ निंदा करे. त्यांच्या भानगडी बाहेर काढणं, त्यांच्या कच्च्या दुव्यांविषयी कसलाही आडपडदा न ठेवता अगदी मोकळेपणानं त्याविषयी बोलणं हे सगळं तो सहजपणे करत राही. टेड क्रूझ हा ट्रम्पचा रिपब्लिकन पक्षाच्या उमेदवारीसाठी तुल्यबळ प्रतिस्पर्धी ठरू शकतो असं मानलं जाई. क्रूझ आपल्या पत्नीला फसवून अनेक स्त्रियांबरोबर संबंध ठेवणारा मनुष्य असल्याचं ट्रम्पनं आपल्या सभांमध्ये जाहीरपणे सांगितलं, तसंच अनेक स्त्रियांशी जबरस्तीनं लैंगिक संबंध ठेवल्याच्या आरोपांवरून त्यानं माजी राष्ट्रपती बिल क्लिंटनवर जोरदार टीका केली. इतकंच नव्हे तर माजी राष्ट्रपती जॉन एफ. केनेडीचा खून करणारा माणूस आणि टेड क्रूझचे वडील यांचे घनिष्ट संबंध होते, असा बिनबुडाचा आरोपही ट्रम्पनं केला.

रिपब्लिकन पक्षातल्या आपल्या प्रतिस्पर्ध्यांच्या आव्हानाला ट्रम्पनं एकामागून एक प्रहार करत मोडीत काढलं. याची सुरुवात जेब बुशपासून झाली. खरं म्हणजे जेब बुश हाच आपल्या घराण्याच्या राजकीय पार्श्वभूमीमुळे रिपब्लिकन पक्षातर्फे उमेदवारी मिळवण्यासाठीचा मुख्य दावेदार मानला जाई. ट्रम्पनं त्याला 'लो एनर्जी जेब' असं लेबल चिटकवलं. जेब बुशमध्ये ऊर्जा अजिबात नसून, तो ओढूनताणून या शर्यतीत उभा राहण्याचा कसा दयनीय प्रयत्न करतो आहे, हे सातत्यानं ट्रम्प मतदारांना भासवत राहिला. ट्रम्पची घसरती भाषा घसरतच राहिली. नंतर छोट्या चणीच्या मार्को रुबियो या उमेदवाराला ट्रम्पनं 'लिटल मार्को' म्हणून हिणवायला सुरुवात केली. तसंच टेड क्रूझ खोटारडा आहे, हे लोकांच्या मनावर ठसवण्यासाठी त्यानं क्रूझला 'लायिंग टेड' म्हणून खिजवलं. खरं म्हणजे याची सुरुवात एका भाषणात झाली. जेब बुशवर टीका करताना ट्रम्पनं सहजच 'लो एनर्जी जेब' असे

शब्द वापरले. त्यासरशी सभेला जमलेल्या लोकांनी त्याला अक्षरशः डोक्यावर घेतलं. याला नक्की कसं प्रत्युत्तर द्यावं हे जेब बुशच्या प्रचारफळीला समजलं नाही. ते पार गोंधळून गेले. आपण आक्रमक भूमिका स्वीकारावी आणि ट्रम्पलाही काहीतरी विशेषण चिटकवावं, असं काही जणांचं म्हणणं पडलं. इतरांनी मात्र ट्रम्पकडे साफ दुर्लक्ष करणं योग्य असल्याचं मत नोंदवलं. अखेर गोंधळून जात त्यांनी काहीच केलं नाही आणि जेब बुश फ्लॉरिडा राज्याचा गव्हर्नर असताना त्यानं कशा प्रकारे उत्तम कामगिरी करून दाखवली याच मुद्द्यावर आपण लक्ष केंद्रित करायचं असा निर्णय घेतला. रिपब्लिकन पक्षाला पाठिंबा देणाऱ्या मतदारांना मात्र हे रुचलं नाही. ते नेहमीच्या भाषणबाजीला कंटाळून गेले होते. ही चूक जेब बुशच्या स्वप्नांचा चुराडा करणारी ठरली.

जेब बुशच्या उलट पवित्रा टेक्सास राज्याचा माजी गव्हर्नर असलेल्या रिक पेरीनं घेतला. २०१२ सालीसुद्धा त्यानं रिपब्लिकन पक्षाची उमेदवारी मिळवण्याचा प्रयत्न केला होता; पण तो साफ फसल्यामुळे तो नव्यानं रिंगणात होता. खरं म्हणजे ट्रम्पचं वादळ यायच्या आधीपासूनच पेरीची २०१६ सालची मोहीमसुद्धा घसरणीला लागली होती. साहजिकच आपण रिंगणातून बाहेर पडणार याची जाणीव असल्यामुळे ट्रम्पच्या आक्रमणासमोर न झुकता आक्रमकतेनंच त्याला उत्तर देण्याचं त्यानं ठरवलं. नाहीतरी आपल्याकडे गमावण्यासारखं काहीच नाही; मग विनाकारणच बचावात्मक धोरण कशाला स्वीकारायचं, असा त्याचा विचार होता. पेरीनं ट्रम्पला 'लोकांच्या भावना भडकवणारा, कपटी, बेअक्कल' अशी विशेषणं लावली! इतकंच नव्हे तर ट्रम्प हा 'रिपब्लिकन पक्षाच्या परंपरावादी संस्कृतीला विळखा घालू पाहणारा कर्करोग' असल्याची संभावना पेरीनं केली. ट्रम्पनं याकडे साफ दुर्लक्ष केलं. लवकरच आपोआपच पेरी स्पर्धेबाहेर फेकला गेला.

२०१५ सालच्या सप्टेंबर महिन्याच्या सुरुवातीला रिक पेरी रिपब्लिकन पक्षाच्या उमेदवारांच्या शर्यतीतून बाहेर पडल्यानंतर काही दिवसांमध्ये स्कॉट वॉकर हा उमेदवारही त्याच मार्गानं गेला. वॉकर अशा प्रकारे स्पर्धेतून बाहेर पडणं मात्र धक्कादायक होतं. विस्कॉन्सिन राज्याचा हा गव्हर्नर बिकट परिस्थितीचा सामना करून इथवर पोहोचला होता. रिपब्लिकन पक्षाचे मतदार त्याच्याकडे कणखर नेता म्हणून बघत असत. वॉकरचं व्यक्तिमत्त्व मात्र आक्रमक नव्हतं. ट्रम्पच्या विखारानं त्याला पार जाळून टाकलं. उमेदवारीच्या शर्यतीतून बाहेर पडताना त्यानं आपल्या अजून शर्यतीत असलेल्या १५ प्रतिस्पर्ध्यांना ट्रम्पसारख्या माणसाला रिपब्लिकन पक्षाची तत्त्वं उद्ध्वस्त करू न देण्याचं म्हणजेच या पक्षातर्फे उमेदवारी मिळू न देण्याचं आवाहन केलं. अर्थातच याचा काही उपयोग झाला नाही. पारपंरिक राजकारण्यांना रिपब्लिकन मतदार कंटाळलेले असल्याचं

स्पष्टपणे दिसत होतं. लाखो लोकांच्या नोकऱ्या गेलेल्या असून, कुटुंबंच्या कुटुंबं उद्‌ध्वस्त झालेली असून, कुठल्याही राजकीय नेत्याला त्याच्याशी काही देणंघेणं नसल्यासारखं चित्र होतं. यामुळे जनतेमध्ये विलक्षण असंतोष पसरला होता. साहजिकच अनेक सर्वेक्षणांमध्ये ट्रम्प आणि मेंदूविकारतज्ज्ञ असलेला डॉक्टर बेन कार्सन या दोघांना मिळून जवळपास निम्म्या मतदारांची पसंती असल्याचं दिसून आलं, तरीही जसजसं निवडणुकीचं वातावरण तापत जाईल तसतसं मतदार पुन्हा अनुभवी राजकारणी लोकांनाच झुकतं माप देतील, असा अंदाज विश्लेषकांनी व्यक्त केला.

१३ नोव्हेंबर २०१५च्या रात्री पॅरिसमध्ये बॉम्बस्फोट झाला आणि त्यापाठोपाठ आयसिसच्या विचारसरणीनं भारून गेलेल्या दहशतवाद्यांनी रेस्तराँ आणि एक हॉल इथं बेछूट गोळीबार करून १३० लोकांना ठार मारलं. याच्या काही दिवस आधी फ्रान्सनं सीरियामधून स्थलांतरित झालेल्या लोकांना बाहेर काढावं आणि नव्यानं कुणालाच तिथं स्थलांतरित होण्याची परवानगी देता कामा नये, असं मत मांडलं होतं. पॅरिसमधली घटना घडल्यावर काही तासांनी ट्रम्पचं प्रचारासाठीचं भाषण ठरलं होतं. आपल्या भाषणात ट्रम्पनं ओबामावर कडाडून टीका केली. सीरियामधल्या यादवी युद्धामुळे आपला जीव वाचवून कसंबसं बाहेर पडलेल्या निर्वासितांपैकी १० हजार जणांना अमेरिकेमध्ये आश्रय दिला जाईल, असं मानवतवादी भूमिकेतून ओबामानं जाहीर केलं होतं. हा आकडा ट्रम्पनं आपल्या नेहमीच्या सवयीनुसार २५ पटींनी वाढवून अडीच लाखांवर नेला. ट्रम्पच्या घणाघाताबरोबरच अमेरिकी जनतेचं त्याच्याविषयीचं मत आणखी अनुकूल होत असल्याचं सर्वेक्षणांमध्ये दिसून आलं. यामुळे डेमोक्रॅटिक पक्ष हादरला. यानंतर काही आठवडे झाल्यावर अमेरिकेमध्ये दहशतवादी घटना घडली. कॅलिफोर्निया राज्यातल्या बर्नार्दिनो इथं एका जोडप्यानं गोळीबार करून १४ जणांना ठार तर २० पेक्षा जास्त जणांना गंभीर जखमी केलं. ट्रम्पच्या विखारी प्रचाराला आयतं कोलितच मिळालं. या सगळ्याच्या मुळाशी 'इस्लामी मूलतत्त्ववाद' असल्याचं सांगून आपण तो ठेचून काढू असं तो म्हणाला. दोन्ही पक्षांचे इतर सगळे उमेदवार बेताबेतानं, सांभाळून आणि टोकाची भाषा न वापरता या घटनांविषयी बोलत असताना ट्रम्प मात्र एकदम बेधडकपणे अमेरिकी जनतेमधल्या काही जणांची भाषा बोलत होता. आपण मुसलमान लोकांना अमेरिकेत येऊच देणार नाही, असं ट्रम्पनं एका सभेत जाहीर केलं. ट्रम्पच्या प्रचारयंत्रणेमधल्या काही जणांना हे जरा जास्तीच होतं आहे, अशी भीती वाटत होती; पण ट्रम्पचं बोलणं होताच उपस्थितांनी टाळ्यांचा कडकडाट केला. ट्रम्पला लोकांच्या मनातली खदखद समजत असल्याचा जणू हा पुरावाच होता.

जेमतेम सहा महिन्यांच्या काळात रिपब्लिकन पक्षातर्फे राष्ट्रपतिपदाची उमेदवारी मिळवण्यासाठीच्या शर्यतीचा चेहरामोहरा ट्रम्पनं पार बदलून टाकला. आता मात्र परीक्षेचा काळ होता. अमेरिकेच्या निवडणूक प्रक्रियेनुसार आता राज्याराज्यात रिपब्लिकन पक्षाच्या उमेदवारांमध्ये मतदान होणार होतं म्हणजेच एकामागून एका राज्यात सगळ्या उमेदवारांपैकी कोण पहिल्या क्रमांकावर येतो हे ठरणार होतं. यातून जो उमेदवार सगळ्यात जास्त राज्यांमधून जास्तीत जास्त मतांसह पहिल्या क्रमांकावर येईल तो या निवडणुकीत रिपब्लिकन पक्षातर्फे उमेदवार ठरेल असा नियम असतो. याची सुरुवात आयोवा राज्यापासून झाली. या राज्यात पारंपरिक विचारसरणीचे जास्त मतदार असल्यामुळे ट्रम्पला इथं विजय मिळण्याची शक्यता कमी असल्याचं बोललं जाई. प्रत्यक्षात मात्र ट्रम्पनं अत्यंत आक्रमक प्रचार करून आपणच आयोवा जिंकणार अशी हवा निर्माण केली. अखेर त्याचे हे प्रयत्न अपुरे पडले आणि टेड क्रूझनं त्याच्यावर मात केली. अगदी शेवटपर्यंत ट्रम्प आपला हा पराभव विसरू शकला नाही. आयोवातला पराभव त्याच्या अगदी जिव्हारी लागला. दरम्यान, जेब बुश शर्यतीत मागं पडण्याची चिन्हं दिसत होती. टेड क्रूझ आणि मार्को रुबियो मात्र ट्रम्पला जोरदार लढाई देतील, अशी चिन्हं दिसत होती. तितक्यात एका चर्चासत्रादरम्यान रुबियो त्याच्यावरच्या दुसऱ्या उमेदवाराकडून झालेल्या शाब्दिक हल्ल्यात एकदम गार पडल्यासारखा वाटला. यामुळे त्याच्याविषयीचं मत एकदम प्रतिकूल झालं. पुढची लढत न्यू हॅम्पशरमध्ये होती. इथं ट्रम्प विजयी ठरेल असा अंदाज होता. प्रत्यक्षात घडलंही तसंच. या विजयामुळे आपण खरोखरच रिपब्लिकन पक्षाचे उमेदवार तर बनू शकतोच; पण नंतर डेमोक्रॅटिक पक्षाच्या उमेदवाराला हरवून राष्ट्रपतीसुद्धा होऊ शकतो, असा आत्मविश्वास आपल्यामध्ये निर्माण झाल्याचं ट्रम्पनं नंतर सांगितलं. नंतरच्या साऊथ कॅरोलिना राज्यात मात्र ट्रम्प विजयी ठरण्याची शक्यता बरीच कमी वाटत होती. हे राज्य परंपरावादी ख्रिश्चन लोकांनी भरलेलं असल्यामुळे ट्रम्पसारखा माणूस मतदारांना कितपत पसंत पडेल याची खात्री नव्हती. तसंच ट्रम्पनं या काळातल्या एका वादविवाद कार्यक्रमात जॉर्ज डब्ल्यू. बुशला उद्देशून काढलेले उद्गारही मतदारांना फारसे पसंत नसल्याचं दिसून आलं. अर्थातच हे सगळे नियम इतरांना लागू होते; ट्रम्पला नव्हे. साहजिकच ट्रम्पनं या राज्यात दणदणीत विजय मिळवून आश्चर्याचा धक्का दिला. आपल्या शर्यतीवर १० कोटी डॉलर्स खर्च केलेला जेब बुश आता या लढतीत इतका मागं पडला होता की, त्यानं आपण शर्यतीतून बाहेर पडत असल्याचं सुज्ञपणे जाहीर केलं. आता ट्रम्पला रोखणं अवघड असल्याचं शर्यतीत अजून टिकून राहिलेल्या प्रतिस्पर्ध्यांना पुरतं कळून चुकलं होतं. खास करून टेड क्रूझच्या दृष्टीनं हा मोठा धक्का होता. अमेरिकेमधल्या दक्षिण भागातल्या राज्यांमध्ये

क्रूझ बहुतेक ठिकाणी दणदणीत विजय मिळवेल, अशी शक्यता सुरुवातीपासून वर्तवली जात होती. आता मात्र क्रूझच्या पायाखालची वाळू वेगानं सरकत होती. ट्रम्पनं यापाठोपाठ अलाबामा, अर्कान्सा, जॉर्जिया, टेनेसी, व्हर्जिनिया, मॅसॅच्युसेट्स आणि व्हरमाँट इथं बाजी मारली. क्रूझच्या वाट्याला त्याच्या स्वतःचं राज्य टेक्सास आणि ओक्लाहोमा हीच दोन राज्यं आली.

अचानकपणे ट्रम्पनं मारलेल्या मुसंडीमुळे रिपब्लिकन पक्षात विलक्षण खळबळ माजली. एका बाहेरच्या आणि राजकारणाचा अजिबात अनुभव नसलेल्या माणसानं रिपब्लिकन पक्षाची फळी उद्ध्वस्त करून आणि अनुभवी राजकारणी लोकांना पार मागं सारून पक्षाची उमेदवारी मिळवण्याच्या दिशेनं मारलेली झेप अभूतपूर्व होती. आता ट्रम्पला रोखणं अशक्य असल्याचं कटू सत्य पचवणं अनेक जणांना जड व्हायला लागलं. ओबामाविरुद्ध राष्ट्रपतिपदाची निवडणूक हरलेल्या मिट रॉम्नीच्या नेतृत्वाखाली रिपब्लिकन नेत्यांनी ट्रम्पला जोरदार प्रतिकार करायचं ठरवलं. ट्रम्प हा अयशस्वी उद्योजक आणि अत्यंत खोटारडा माणूस असल्याची जहरी टीका करत रॉम्नीनं त्याच्यामध्ये राष्ट्रपती होण्याची पात्रता अजिबात नसल्याचं विधान केलं. काहीही करून ट्रम्पला पराभूत करण्याचं आवाहन रॉम्नीनं केलं. ट्रम्पच्या मनात मात्र वेगळंच काही सुरू होतं. १५ मार्च २०१६ रोजी फ्लॉरिडा राज्यातल्या निवडणुकीनंतर मार्को रुबियोला स्पर्धेतून बाहेर फेकण्याचे बेत तो रचत होता. रुबियो हा अमेरिकी संसदेमध्ये फ्लॉरिडा राज्याचा सीनेटर म्हणून निवडून आला होता. उत्कृष्ट वक्ता म्हणून ओळखल्या जाणाऱ्या रुबियोची अवस्था आता मात्र दोलायमान होती. ट्रम्पचा सामना तो कसा करणार याविषयी अनेक जणांना कुतूहल होतं. ट्रम्पच्या आक्रमकतेचा सामना आक्रमकतेनंच करण्याचा सुरुवातीला त्यानं प्रयत्न केला. ह्युस्टन शहरातल्या वादविवाद कार्यक्रमात रुबियोनं ट्रम्पवर कडाडून टीका केली. यानंतर त्यानं कुत्सितपणे ट्रम्पचा उल्लेख 'फसवा माणूस' असा केला. नंतर डेट्रॉईट शहरात रुबियोनं ट्रम्पचे हात एकदम छोटे असल्याचं म्हटलं आणि त्यानंतर ही 'उदात्त' चर्चा चक्क या दोघांच्या लिंगाच्या आकारांवर घसरली! या लज्जास्पद शाब्दिक द्वंद्वानंतर ट्रम्पला काहीच फरक पडला नाही; रुबियोची मोहीम मात्र वेगानं अडचणींच्या चक्रात सापडत गेली. फ्लॉरिडामध्ये ट्रम्पनं त्याचा दणदणीत पराभव केला. निराश झालेल्या रुबियोनं शर्यतीतून बाहेर पडण्याची घोषणा केली.

यानंतर शिकागोमध्ये ट्रम्पच्या सभेच्या आधी ट्रम्पचे समर्थक आणि त्याचे विरोधक एकमेकांना भिडले. वातावरण प्रचंड तापलं. ट्रम्पचं भाषण रद्द करावं लागलं. ट्रम्पनं फोनवरून टीव्ही चॅनेल्सना मुलाखती दिल्या आणि आपल्या विरोधकांना दूषणं दिली. याच्या पुढच्या दिवशी ओहायोमध्ये ट्रम्पचं भाषण

होतं. प्रेक्षागारातून एक जण उठून व्यासपीठावर जाण्याचा प्रयत्न करत असताना त्याला थांबवण्यात आलं. ट्रम्पची भाषणं आता तर विलक्षण आक्रमक झाली होती. आपले प्रतिस्पर्धी, विरोधक आणि माध्यमं या सगळ्यांना ट्रम्प तिखट भाषेत शिव्यांची लाखोली घालायला लागला. त्याच्या सभांमध्ये अडथळा आणू पाहणाऱ्या लोकांना तिथून बाहेर काढलं गेलं. ट्रम्पच याला चिथावणी देत असे. व्यासपीठावरून 'त्यांना बाहेर काढा' किंवा 'पूर्वी अशा लोकांना बाहेर पडताना स्ट्रेचरवरून नेलं जायचं' अशा शब्दांमध्ये ट्रम्प आपल्या समर्थकांना चेतवे. इतकंच नव्हे तर आपल्या सभेत निदर्शनं करणाऱ्या माणसाच्या 'तोंडावर ठोसा हाणावा' असं आपल्याला वाटत असल्याचं तो जाहीर सभेत बोले. जेव्हा ट्रम्पनंच आपल्या सभांमध्ये हाणामारी होण्यासारखी परिस्थिती निर्माण केली आहे का, असा प्रश्न त्याला विचारण्यात आला, तेव्हा आपल्यामुळे हे अजिबात घडत नसल्याचं त्यानं सांगितलं.

२०१६ सालचा मार्च महिना संपण्याच्या सुमाराला ट्रम्पला नमवण्याचा नाद टेड क्रूझ आणि जॉन कसिच या दोघांचा अपवाद वगळता इतर सगळ्या रिपब्लिकन प्रतिस्पर्ध्यांनी सोडला होता. हे सगळे आता स्पर्धेबाहेर फेकले गेले होते. क्रूझनं काही राज्यं जिंकली होती; तर कसिचनं फक्त आपलं स्वतःचं ओहायो राज्य जिंकलं होतं. आता ट्रम्प जरी या तिघांमध्ये वरचढ ठरला तरी जुलै महिन्यात होऊ घातलेल्या रिपब्लिकन पक्षाच्या अधिवेशनात ट्रम्पची निर्विवाद निवड होऊ न देता तिथे लढत घडवून आणण्यासाठी काही जणांनी प्रयत्न सुरू केले. दरम्यान, विस्कॉन्सिन राज्यात टेड क्रूझनं काहीशा अनपेक्षितपणे ट्रम्पचा पराभव केला, तरीसुद्धा या राज्याला फारसं महत्त्व नसल्याचं विश्लेषक म्हणत होते. क्रूझनं विस्कॉन्सिनमध्ये बाजी मारल्यामुळे रिपब्लिकन पक्षाच्या अधिवेशनात ट्रम्पसमोर क्रूझला मतदानाच्या नव्या फेरीसाठी उभं करण्यासाठीच्या प्रयत्नांना जोर चढला. यानंतर मात्र ट्रम्पच्या मोहिमेनं पुन्हा जोर पकडला. न्यू यॉर्कपाठोपाठ पेनसिल्व्हेनिया, मेरिलँड, कनेक्टिकट, डेलावेअर आणि ऱ्होड आयलंड ही राज्यं ट्रम्पनं खिशात टाकली. आता इंडियाना राज्यही क्रूझच्या हातून निसटलं, तर ट्रम्पचा विजय निश्चित आहे असं मानलं जात होतं. चतुराईनं क्रूझ आणि कसिच यांनी आता परस्परसामंजस्याचा करार केला. जो उमेदवार जास्त प्रभावी ठरेल त्यानं पुढं जायचं आणि उरलेल्यानं त्याला पाठिंबा द्यायचा असं धोरण त्यांनी ट्रम्पला रोखण्यासाठी म्हणून जाहीर केलं. प्रत्यक्षात हा करार फुसका ठरला. दरम्यान, इंडियाना राज्याचा गव्हर्नर माईक पेन्स यानं आपला पाठिंबा क्रूझला असल्याचं जाहीर केलं (गंमत म्हणजे नंतर हाच पेन्स ट्रम्पराज्यात उपराष्ट्रपती बनला). याचा काही उपयोग झाला नाही. ट्रम्पनं क्रूझचा पराभव केला. काही क्षणांमध्येच क्रूझनं आपण या

शर्यतीतून बाहेर पडत असल्याचं जाहीर केलं. पुढच्याच दिवशी कसिचनंही त्याची री ओढली. आता कॅलिफोर्निया, न्यू जर्सी आणि न्यू मेक्सिको या राज्यांमधल्या लढ्यांना काहीच अर्थ उरला नव्हता; पण तरी त्या झाल्या आणि ट्रम्प सगळीकडे झळकला.

आता ट्रम्पला रोखणं फक्त हिलरी क्लिंटनच्याच हातात होतं!

प्रकरण १३

हाहाकार!

रिपब्लिकन पक्षातर्फे अनपेक्षितरीत्या उमेदवारी मिळवून डोनाल्ड ट्रम्पनं प्रचंड मोठा धक्का दिला. त्याची लढत अशाच प्रकारे डेमोक्रॅटिक पक्षातर्फे उमेदवारी मिळवणाऱ्या प्रतिस्पर्ध्याशी होणार होती. डेमोक्रॅटिक पक्षाच्या वतीनं काही जणांनी आपली उमेदवारी जाहीर केली असली तरी या पक्षाची मुख्य उमेदवार अगदी सुरुवातीपासूनच हिलरी क्लिंटन होती. पूर्वी बिल क्लिंटन अमेरिकी राष्ट्रपती असताना 'फर्स्ट लेडी' असलेली हिलरी क्लिंटन २००८ सालीच राष्ट्रपतिपदाच्या शर्यतीत उतरली होती. त्या वेळी बराक ओबामाच्या झंझावातापुढे ती टिकू शकली नाही आणि डेमोक्रॅटिक पक्षाची उमेदवारही ती म्हणूनच बनू शकली नाही. ओबामानं डेमोक्रॅटिक पक्षाची उमेदवारी मिळवली आणि त्यानंतर रिपब्लिकन पक्षाचा उमेदवार जॉन मॅकेन याला पराभूत करत अमेरिकी राष्ट्रपतिपदावर आपलं नाव कोरलं. ओबामानंच २०१२ सालच्या निवडणुकीत रिपब्लिकन पक्षाच्या मिट रॉम्नीचा पराभव करून पुन्हा राष्ट्रपतिपदावर कब्जा केला. हिलरी क्लिंटननं ओबामाच्या मंत्रिमंडळात परराष्ट्रमंत्री म्हणून काम केलं.

अमेरिकेमधल्या नियमांनुसार ओबामाला तिसऱ्यांदा राष्ट्रपतिपदाच्या निवडणुकीसाठी उभं राहणं शक्य नसल्यामुळे नव्यानं डेमोक्रॅटिक पक्षाचा उमेदवार २०१६ सालच्या निवडणुकीसाठी ठरवण्यासाठीची स्पर्धा सुरू झाली. हिलरी क्लिंटनचं नाव आघाडीवर होतं. शेवटपर्यंत तीच आघाडीवर राहिली. फक्त बर्नी सँडर्स नावाच्या व्हरमाँट राज्याच्या सीनेटरनं तिला कडवी झुंज दिली. अखेर सँडर्सचे प्रयत्न अपुरे ठरले. हिलरी क्लिंटननं डेमोक्रॅटिक पक्षाच्या वतीनं उमेदवारी मिळवली.

हिलरी क्लिंटन आणि डोनाल्ड ट्रम्प यांच्यामधला सामना एकतर्फी होणार आणि हिलरी सहजपणे ट्रम्पवर बाजी मारणार, असा अंदाज व्यक्त केला जात होता. एक तर हिलरी क्लिंटन राजकारणामध्ये बरीच वर्षं होती. न्यू यॉर्क राज्याची गव्हर्नर आणि अमेरिकेची परराष्ट्रमंत्री असा दांडगा अनुभव तिच्यापाशी होता. पूर्वी बिल क्लिंटन ८ वर्षं अमेरिकेचा राष्ट्रपती असताना हिलरीनं 'फर्स्ट लेडी'ची भूमिका समर्थपणे सांभाळली होती. तिच्या प्रचारासाठी डेमोक्रॅटिक पक्षाची सगळी यंत्रणा तर होतीच; पण शिवाय बिल क्लिंटन आणि बराक ओबामा यांच्यासारखे भन्नाट वक्ते तिच्या मदतीला होते. याउलट ट्रम्पला कुणीच वाली नसल्यासारखी परिस्थिती होती. माध्यमांनी पूर्णपणे हिलरीला उचलून धरलं होतं. ट्रम्पची सगळीकडे निंदा होत होती. रिपब्लिकन पक्षामध्ये ट्रम्पनं घुसखोरी केल्यासारखी परिस्थिती असल्यामुळे ट्रम्प तिथंही उपराच होता. रिपब्लिकन पक्षाच्या मोठ्या नेत्यांनी त्याला जणू वाळीत टाकलं होतं. हिलरीचं बोलणं तोलामोलाचं आणि मुद्द्यांना धरून होतं. सगळ्या गोष्टींवरचं तिचं भाष्य सखोल आणि सर्वस्पर्शी होतं. शिवाय ती महिला असल्यामुळे ट्रम्पच्या आक्रस्ताळेपणापुढे तिचा सौम्यपणा उठून दिसत होता, तरीसुद्धा सातत्यानं हिलरी आणि ट्रम्प या दोघांनाही आपली पसंती नसल्याचं अमेरिकी उमेदवार म्हणत होते. या दोघांपैकी कमी वाईट असलेल्याला आपण निवडू असं लोक उघडपणे बोलत.

परराष्ट्रमंत्री असताना हिलरी क्लिंटननं आपल्या खाजगी ई-मेल खात्याचा वापर करून देशाची सुरक्षा धोक्यात आणली असल्याचा मुद्दा यादरम्यान निघाला. अमेरिकेच्या गुप्तचर संस्थेनं या प्रकरणाची चौकशी सुरू केली असल्याच्या बातम्या पसरल्या. दरम्यान, रशियाचा सर्वेसर्वा व्लादिमीर पुतिनवर हिलरीनं सातत्यानं टीका केल्यामुळे ती अमेरिकी राष्ट्रपती होऊ नये यासाठी रशियानं प्रयत्न सुरू केले असल्याच्या बातम्याही पसरल्या. डेमोक्रॅटिक पक्षाचे संगणक रशियन हॅकर्सनी चोरून त्यामधला महत्त्वाचा मजकूर हस्तगत केला असल्याची प्रकरणं उघडकीला यायला लागली. ट्रम्पच्या सभांमध्ये अत्यंत आक्रमक भाषा आणि तिला मिळणारा जोरदार प्रतिसाद यामुळे अनेक लोक हबकले. सप्टेंबर महिन्यात हिलरीनं ट्रम्पच्या समर्थकांवर कडाडून टीका केली. ट्रम्पच्या बाजूनं बोलणाऱ्या लोकांपैकी निम्मे जण 'निषेध करण्याच्या लायकीचे' आहेत असं ती म्हणाली. हे लोक 'वर्णद्वेषी, कट्टरवादी, लिंगभेदी, इस्लामविरोधी' आहेत असा उल्लेख तिनं केला. ट्रम्पनं लगेचच हा मुद्दा उचलून आपल्या समर्थकांवर हिलरी विनाकारण टीका करत असल्याचं सांगितलं. आपली चूक लक्षात येताच आपल्याला ट्रम्पच्या समर्थकांपैकी 'निम्मे' लोक असे आहेत, असं आपल्याला म्हणायचं नसल्याची सारवासारव तिनं केली. ट्रम्पनं मात्र या गोष्टीचा खूप फायदा उठवला. आपल्या सभांमध्ये गर्दी करणाऱ्या

लोकांना तो चिथवायचा. तसंच 'तुम्हाला हिलरी क्लिंटननं काय विशेषणं लावली आहेत माहिती आहे ना?' असं मुद्दाम विचारायचा. लोक आरडाओरडा करायचे. हिलरीची निंदा करायचे. हिलरीनं परराष्ट्रमंत्री असताना स्वतःचं खाजगी ई-मेल खातं वापरण्याचा मुद्दाही ट्रम्पनं उचलून धरला. अशा व्यक्तीच्या हाती राष्ट्रपतिपद देण्याचा धोका अमेरिका पत्करू शकत नाही, असं तो म्हणायला लागला. इतकंच नव्हे, तर हिलरीची कृती म्हणजे गंभीर गुन्हा असून आपण राष्ट्रपती झाल्यावर तिला तुरुंगात डांबणार असल्याचं तो म्हणायला लागला. उपस्थितांना तो 'हिलरीचं मी काय करावं असं वाटतं?' असं विचारे. त्यासरशी प्रेक्षकांमधून 'तिला तुरुंगात टाक' अशा घोषणा होत. यातूनच 'लॉक हर अप' ही कुप्रसिद्ध घोषणा जन्मली.

हिलरी आणि ट्रम्प यांच्यामधला संघर्ष टोकाला जाऊन पोहोचला. बोलण्याची पातळीही घसरली; खास करून ट्रम्पच्या बाजूनं. ७ ऑक्टोबर २०१६ रोजी 'वॉशिंग्टन पोस्ट' वर्तमानपत्रानं २००५ सालच्या एका प्रसंगाची बातमी छापली आणि त्या घटनेचा व्हिडिओही जाहीर केला. यात एका टीव्ही कार्यक्रमासाठी बसमधून जात असताना ट्रम्प आणि त्याचा कार्यक्रमामधला एक सहकारी त्या कार्यक्रमामध्ये सहभागी होणाऱ्या स्त्रियांविषयी अत्यंत गलिच्छ भाषा वापरताना दिसतात. हा व्हिडिओ देशभर पसरला. तो टीव्हीवर दाखवण्यात आला. यामुळे ट्रम्पविषयी प्रचंड चीड सगळीकडे निर्माण झाली. ट्रम्पच्या प्रचारसमितीनं या जुन्या व्हिडिओला फार महत्त्व देऊ नये, अशी विनंती करत घडलेल्या प्रसंगाबद्दल माफी मागितली. अनेक रिपब्लिकन नेत्यांनी ट्रम्पला माघार घ्यायला सांगितलं. त्याच्या जागी त्यानं आपल्या उपराष्ट्रपतिपदासाठी निवडलेल्या माईक पेन्सला हिलरीबरोबरच्या लढतीत उतरवण्याचे बेत आखण्यात आले. ट्रम्पनं मात्र नेहमीप्रमाणेच ठाम भूमिका घेत आपण अजिबात स्पर्धेबाहेर पडणार नसल्याचं जाहीर केलं.

अमेरिकेमधल्या प्रथेप्रमाणे हिलरी क्लिंटन आणि डोनाल्ड ट्रम्प या उमेदवारांमध्ये वादविवादाच्या तीन फेऱ्या झाल्या. तिन्हींमध्ये हिलरीनं बाजी मारल्याचं दिसून आलं. असंच मत यानंतरच्या सर्वेक्षणांमध्येही लोकांनी दिल्याचं दिसून आलं. हिलरीचं पारडं जड असल्याचं स्पष्टपणे दिसत होतं. अखेरच्या क्षणी मात्र पुढे उल्लेख केलेल्या घटनांमुळे डेमोक्रॅटिक पक्षाच्या तोंडचं पाणी पळत असल्याचं दृश्य निर्माण झालं. राष्ट्रपती बराक ओबामानं घाईघाईनं महत्त्वाच्या ठिकाणी हिलरीचा प्रचार करण्यासाठी सभा घेतल्या. तसंच हिलरी आरामात जिंकेल, अशा भ्रमात मतदारांनी घरी न राहता मतदान करायला आवर्जून बाहेर यावं, असं आवाहन त्यानं केलं. जर आपण मतदान न करण्याची चूक केली तर ती आपल्याला प्रचंड महागात पडेल, असा इशारा त्यानं दिला. साहजिकच ट्रम्प ऐन वेळी हिलरीला नमवण्याची भीती डेमोक्रॅटिक पक्षाला वाटत असल्याचं यातून दिसून आलं.

८ नोव्हेंबर २०१६ रोजी ठरल्याप्रमाणं मतदान झालं. ९ नोव्हेंबरच्या पहाटे ३ वाजता ५३८ मतांपैकी बहुमतासाठी आवश्यक असलेली २७० मतं मिळवून डोनाल्ड ट्रम्प अमेरिकेचा राष्ट्रपती झाला असल्याची अविश्वसनीय बातमी जगभर पसरली. सगळं जग अवाक झालं! भल्याभल्यांचे अंदाज चुकवून आणि बलाढ्य प्रतिस्पर्ध्याला नमवून डोनाल्ड ट्रम्प जगामधला सगळ्यात ताकदवान माणूस बनला होता! या निकालाला विरोध करणारे अनेक मोर्चे अमेरिकेत निघाले; पण अर्थातच त्यांचा काही उपयोग नव्हता.

२० जानेवारी २०१७ या दिवशी डोनाल्ड ट्रम्पनं ४५वा अमेरिकी राष्ट्रपती म्हणून शपथ घेतली. ट्रम्पची कारकीर्द सुरुवातीपासूनच वादग्रस्त राहिली. अमेरिकेच्या राष्ट्रीय सुरक्षा परिषदेचा सल्लागार या महत्त्वाच्या पदावरून ट्रम्पनं फेब्रुवारी महिन्यात मायकेल फ्लिनला काढून टाकलं. रशियाबरोबरच्या आपल्या संभाषणाचे तपशील फ्लिननं लपवले असल्याचं आणि या संदर्भात तो अमेरिकी उपराष्ट्रपती माईक पेन्सशी खोटं बोलला असल्याचं कारण ट्रम्पनं दिलं. मे महिन्यात ट्रम्पनं अमेरिकेच्या गुप्तचर विभागाचा प्रमुख जेम्स कॉमीला बडतर्फ केलं. खरं म्हणजे या कॉमीनंच निवडणुकीच्या अगदी अखेरच्या क्षणी हिलरी क्लिंटननं आपलं खाजगी ई-मेल खातं परराष्ट्रमंत्री असताना वापरल्याप्रकरणी तिच्यावर खटला भरला जाण्याची शक्यता असल्याचं विधान केलं होतं. यामुळेही जनमत हिलरीच्या विरोधात मोठ्या प्रमाणात वळलं असावं, असं मानलं जातं. अशा प्रकारे आपल्या निवडीला कारणीभूत असलेल्या कॉमीलाच आता ट्रम्पनं काढलं. यामागचं मुख्य कारण म्हणजे रशियानं अमेरिकी निवडणुकीच्या निकालामध्ये मोठ्या प्रमाणावर लुडबूड केली असल्याप्रकरणी आणि यात स्वतः ट्रम्पसकट त्याच्या प्रचारयंत्रणेचा सहभाग असल्याविषयी कॉमी तपास करत होता, हे असल्याचं मानलं जातं.

मुस्लिमबहुल देशांमधून कुणीही अमेरिकेमध्ये प्रवेश करू नये यासाठीचा कायदा आपण लागू केला असल्याचंही ट्रम्पनं जाहीर केलं. यामुळे मोठं वादळ निर्माण झालं. अनेक ठिकाणी निदर्शनं झाली. ट्रम्पच्या या निकालाला अनेक राज्यांमध्ये आव्हानं देण्यात आली. तिथं ट्रम्पचा निर्णय चुकीचा असल्याचं सांगून त्याला स्थगिती देण्यात आली. मेक्सिकोमधून अवैधपणे येणाऱ्या लोकांना रोखण्यासाठी अमेरिका आणि मेक्सिको या देशांदरम्यान अवाढव्य भिंत बांधण्याची योजना ट्रम्पनं जाहीर केली. आपल्या प्रचारात त्यानं हा मुद्दा वारंवार मांडला होता. हा प्रकार अव्यवहार्य असल्याची टीका अनेक जणांनी केली. भिंत बांधण्याचं काम फारसं पुढं गेलं नाही. उत्तर कोरियानं अण्वस्त्रचाचणी आणि क्षेपणास्त्रांची चाचणी घेण्याचं आपलं काम सुरू ठेवल्यामुळे ट्रम्प प्रचंड भडकला. त्यानं उत्तर कोरियाला अद्दल घडवण्याची भाषा वापरली; पण उत्तर कोरियानंही त्याच्यापुढं

अजिबात नमतं न घेतल्यामुळे काही जणांनी ट्रम्प जगाला तिसऱ्या महायुद्धाकडे नेत असल्याची टीका केली. ओबामानं संमत करून घेतलेलं आरोग्यसेवांविषयीचं 'ओबामाकेअर' हे विधेयक रद्द करून आपण एक नवं विधेयक आणणार असल्याचं ट्रम्पनं आपल्या प्रचारादरम्यान वारंवार सांगितलं होतं. या विधेयकाच्या मंजुरीला आवश्यक असलेलं अत्यंत मोलाचं मत न देता जॉन मॅक्केननं या विधेयकाच्या विरोधात मत दिलं. यामुळे हे विधेयक मंजूर होऊ शकलं नाही आणि ट्रम्पवर नामुष्कीची वेळ आली. खरं म्हणजे याच्या अगदी थोडा काळ आधी मॅक्केनला मेंदूच्या कर्करोगाची लागण झाल्याचं स्पष्ट झालं होतं. त्यावर तातडीची शस्त्रक्रिया केल्याची खूण कपाळावर असताना मॅक्केन अमेरिकी सीनेटमध्ये आला आणि त्यानं या विधेयकाला विरोध करणारं मत दिलं.

एकूणच ट्रम्पच्या स्वभावाला धरूनच त्याचं राष्ट्रपतिपदादरम्यानचं वागणं सुरू राहिलं. यामुळे तो आपली ४ वर्षं पुरी करू शकेल का अशी शंका अधूनमधून व्यक्त केली जाई. ट्रम्प मात्र सातत्यानं आक्रस्ताळेपणा करणं, माध्यमांवर आगपाखड करणं, ट्विटरवर राष्ट्रपतिपदाला न शोभणारी भाषा वापरत राहणं हे प्रकार करत राहिला. २०१७ सालच्या ऑक्टोबर महिन्याच्या सुरुवातीला ट्रम्पच्या कामगिरीविषयी फक्त ३२ टक्के अमेरिकी नागरिकांना समाधान वाटत असल्याचा धक्कादायक अहवाल खरं म्हणजे तसा अनपेक्षित नव्हताच!

असा हा डोनाल्ड ट्रम्प! त्याच्याविषयीचा शेवटचा एक किस्सा. रेक्स टिलरसन या व्यवसाय क्षेत्रातल्या माजी सीईओला ट्रम्पनं आपला परराष्ट्रमंत्री म्हणून निवडलं. त्यानं सुरुवातीला बऱ्यापैकी कामही केलं. उत्तर कोरियाच्या प्रश्नावरून ट्रम्प आणि टिलरसन यांच्यामध्ये एकमत नव्हतं. यामुळे टिलरसन वैतागला आणि त्यानं ट्रम्पच्या मूर्खपणाविषयी उपराष्ट्रपती माईक पेन्स याच्याकडे आपला राग व्यक्त केला, असं माध्यमांनी म्हटलं. हे ट्रम्पला समजताच त्यानं काय करावं? टिलरसन आणि आपली जाहीर बुद्धिमत्ता चाचणी घ्यावी आणि यातूनच कोण जास्त हुशार आहे हे जगाला समजेल असं तो म्हणाला!

धन्य ती अमेरिका... धन्य तो ट्रम्प!

प्रकरण १४

राष्ट्रपतिपदाची ढिसाळ कारकीर्द

डोनाल्ड ट्रम्पची राष्ट्रपतिपदाची कारकीर्द अपेक्षेप्रमाणेच अत्यंत वादग्रस्त ठरली. जानेवारीत राष्ट्रपतिपदाची सूत्रं हाती घेतलेल्या ट्रम्पनं जेमतेम एका महिन्यात म्हणजे १३ फेब्रुवारी २०१७ रोजी राष्ट्रीय सुरक्षा सल्लागाराच्या अत्यंत महत्त्वाच्या पदावरून मायकेल फ्लिनची हकालपट्टी केली. उपराष्ट्रपती माईक पेन्स आणि इतरांशी खोटं बोलल्याचा आरोप फ्लिनवर ठेवण्यात आला. रशियानं ट्रम्पच्या निवडणुकीत अनुकूल भूमिका बजावली असल्याप्रकरणी चौकशी सुरू होती. या संदर्भात फ्लिननं सत्य लपवलं असल्याचं सांगण्यात आलं. ट्रम्पला वाचवण्यासाठी फ्लिनचा बळी देण्यात आल्याची टीका काही जणांनी केली.

९ मे २०१७ या दिवशी ट्रम्पनं 'फेडरल ब्युरो ऑफ इन्व्हेस्टिगेशन्स (एफबीआय)' या गुप्तचर संस्थेच्या संचालकपदी असलेल्या जेम्स कॉमीला ट्रम्पनं पदच्युत केलं. खरं म्हणजे निवडणुकीच्या आदल्या दिवशी हिलरी क्लिंटनच्या ई-मेल प्रकरणी ट्रम्पला अत्यंत अनुकूल असलेलं विधान करून कॉमीनं ट्रम्पच्या विजयात महत्त्वाचा वाटा उचलला होता. आता याच कॉमीला ट्रम्पनं काढून टाकल्यामुळे खळबळ माजली. कॉमीला काढण्यामागचं कारण काय होतं? हिलरी क्लिंटनच्या ई-मेल प्रकरणी तिची जाहीर चौकशी होणं जवळपास अशक्य असल्याचं विधान कॉमीनं केलं असल्याचं सांगण्यात आलं. अशा प्रकारे एफबीआयच्या संचालकाला काढून टाकणं हे अत्यंत विचित्र आणि अभूतपूर्व होतं. प्रत्यक्षात मात्र ट्रम्पबरोबरच्या आपल्या सगळ्या संभाषणांचे विस्तृत अहवाल कॉमीनं तयार करून ठेवले होते. रशियन प्रकरणी सुरू असलेल्या चौकशीदरम्यान कॉमी हे अहवाल समितीच्या सदस्यांसमोर सादर करून ट्रम्पला अडचणीत आणेल, असं

भाकीत काही जणांनी केलं. उदाहरणार्थ 'तू माझ्या बाजूनं आहेस ना?' असं ट्रम्पनं कॉमीला विचारलं असल्याची बातमी पसरली. अशा प्रकारे स्वायत्त संस्थेच्या प्रमुखावर ट्रम्पनं दबाव टाकणं हा पदाचा सरळसरळ गैरवापर ठरू शकतो, असा इशारा काही जणांनी दिला.

आपल्या भाषणांमध्ये, ट्विटरवरच्या टिवटिवीमध्ये आणि इतर संभाषणांमध्ये ट्रम्पनं नेहमीप्रमाणेच बेमालूम खोटं बोलण्याची सवय कायम ठेवली. 'न्यू यॉर्क टाइम्स'मधल्या बातमीनुसार आपल्या राष्ट्रपतिपदाच्या कारकिर्दीच्या पहिल्या ९९ पैकी ९१ दिवशी ट्रम्प किमान एकदा तरी जाहीरपणे खोटं बोलला, तसंच आपल्या पहिल्या २९८ दिवसांच्या कार्यकालात तो एकंदर १६२८ वेळा खोटं बोलला असं, 'वॉशिंग्टन पोस्ट'च्या एका तपासणीत आढळून आलं. ट्रम्पचा खोटारडेपणा आणि त्याच्यामधले असंख्य दोष अमेरिकी माध्यमं सातत्यानं दाखवून देत असल्यामुळे अगदी सुरुवातीपासूनच ट्रम्प आणि अमेरिकी माध्यमं यांचे संबंध दुरावल्यासारखे होते. सीएनएन, एनबीसी, एबीसी, सीबीएस, न्यू यॉर्क टाइम्स, वॉशिंग्टन पोस्ट अशा आघाडीच्या माध्यमांमध्ये आपल्याविषयी केल्या जाणाऱ्या भाष्याला ट्रम्प 'फेक न्यूज' म्हणत राहिला. इतकंच नव्हे तर ही सगळी माध्यमं अमेरिकी जनतेचे शत्रू असल्याचंही तो सातत्यानं म्हणत राही. अगदी सुरुवातीलाच ट्रम्पच्या शपथविधीच्या वेळी उपस्थित असलेल्या लोकांची संख्या खूप कमी असल्याचं सीएनएनवर दाखवण्यात आल्यामुळे ट्रम्प भडकला. त्यानं खोटी छायाचित्रं सादर करून प्रत्यक्षात हा आकडा खूप जास्त असल्याचं सांगितलं.

आपल्या ट्विटरच्या खात्यावरून ट्रम्प बेधुंदपणे वाटेल ते संदेश पाठवत राहिला. अमेरिकी राष्ट्रपतिपदाला न शोभणाऱ्या असंख्य गोष्टी तो यात लिही. कसलाही विचार न करता आणि सातत्यानं आपल्या कथित शत्रूंचा सूड घेण्यासाठी ट्रम्प असं करतो, असं टीकाकार म्हणत. याचा फटका ट्रम्पला अनेकदा बसला. उदाहरणार्थ मुस्लीम राष्ट्रांमधून अमेरिकेमध्ये येणाऱ्या लोकांवर बंदी घालण्यासंबंधीची टिवटिव ट्रम्पनं करताच त्याच्या या निर्णयावर तातडीनं बंदी घालण्यासंबंधीचे आदेश अमेरिकेमधल्या काही राज्यांच्या न्यायालयांनी दिले. अमेरिकी आरोग्यसेवेशी संबंधित असलेल्या बराक ओबामाच्या कायद्याऐवजी नवा कायदा आणण्यासाठी ट्रम्पला ज्या पक्षाचा पाठिंबा हवा होता त्याच पक्षावर ट्रम्पनं ट्विटरवरून टीका केली. याचा त्याला जोरदार फटका बसला आणि त्याच्या विरोधात मतदान करून या पक्षानं हे विधेयक संसदेत फेटाळून लावलं. 'द सेलिब्रिटी अपप्रेंटिस' या टीव्हीवरच्या दुय्यम दर्जाच्या कार्यक्रमात ट्रम्प पूर्वी सहभागी होत असे. आता त्याच्या जागी अर्नोल्ड श्वाट्झनगर हा प्रसिद्ध अभिनेता आणि बॉडीबिल्डर हे काम करतो. अर्नोल्डच्या कामाची खिल्ली उडवून त्याच्यामुळे हा कार्यक्रम आता

एकदम टुकार झाला असल्याची अनावश्यक आणि बालिश टीका ट्रम्पनं ट्विटरवरून केली. उत्तर कोरियानं अण्वस्त्रांशी संबंधित असलेली धमकी अमेरिकेला सातत्यानं दिल्यामुळे ट्रम्पनं उत्तर कोरियाच्या राष्ट्रप्रमुखाला 'रॉकेटमॅन' असं म्हणायला सुरुवात केली. अगदी अधिकृत पातळीवर आणि संयुक्त राष्ट्रसंघाच्या बैठकांमध्येही हाच शब्द ट्रम्पच्या वतीनं वापरला गेला! २०१८ सालच्या जानेवारी महिन्यात तर 'तुझ्याकडे अण्वस्त्र डागण्याचं बटण असेल तर माझ्याकडे यासाठीचं खूप मोठं बटण आहे आणि महत्त्वाचं म्हणजे ते काम करतं' असं ट्रम्पनं ट्विट केलं. अभ्यासकांनी याचा संबंध ट्रम्पच्या बढाई मारण्याच्या, आपलं वर्चस्व सातत्यानं बोलून दाखवण्याच्या स्वभावाच्या आणि लैंगिक भावनांविषयी बोलण्याच्या स्वभावाशी जोडला.

अमेरिकेमध्ये कंपन्यांना खूप जास्त कर भरावा लागतो, असं म्हणणाऱ्या ट्रम्पनं या कराचा आकडा ३५ टक्क्यांवरून कमी करून २० टक्क्यांवर आणला. यामुळे कंपन्यांना फायदा होईल आणि नवे रोजगार उपलब्ध होतील, असा ट्रम्पचा दावा होता. प्रत्यक्षात हा दावा कसा फोल आहे, हे आकडेवारीनिशी अनेक अर्थतज्ज्ञांनी सांगितलं, तसंच अतिश्रीमंती आणि अतिगरिबी यांच्यामधली तफावत यामुळे वाढणार असल्याचा मोठा धोकाही त्यांनी दाखवून दिला. या करसवलतीचा फायदा सर्वसामान्य अमेरिकी नागरिकांना अजिबात मिळणार नसून, उलट धनदांडग्या उद्योगपतींचीच तिजोरी यामुळे आणखी खणाणेल, असं बहुतेक सगळ्या तज्ज्ञांचं स्पष्ट मत आहे.

राष्ट्रपतिपदाचा उमेदवार असताना ट्रम्पनं अमेरिकेला २०१५ सालच्या 'पॅरिस करारा'मधून बाहेर काढण्याची घोषणा केली होती. पर्यावरणाशी आणि जागतिक तापमानवाढीशी संबंधित असलेले विलक्षण धोके ट्रम्पला चक्क अमान्यच आहेत. जागतिक तापमानवाढ नावाचा प्रकार नसतो, असं त्याचं मत आहे. स्वाभाविकपणे अमेरिकेच्या अतिचंगळवादी जीवनशैलीमुळे आणि विलक्षण हव्यासापोटी हा प्रश्न अत्यंत गंभीर झाला असल्याचंही तो नाकारतो. राष्ट्रपतिपदाची सूत्रं हाती घेतल्यावर या करारातून अमेरिकेला बाहेर काढत असल्याचं ट्रम्पनं जाहीर केलं, तसंच अमेरिकी अर्थव्यवस्थेला चालना देण्यासाठी कोळश्याचा वापर ऊर्जानिर्मितीसाठी करण्याचे प्रकल्प पुन्हा वाढवण्याचं त्यानं जाहीर केलं. प्रत्यक्षात सौरऊर्जा, पवनऊर्जा अशा पर्यायांकडे सगळं जग वळत असताना ट्रम्प अमेरिकेच्या पर्यावरणाचे काटे उलट दिशेनं फिरवत होता. याखेरीज पाण्याच्या सार्वजनिक साठ्यांमध्ये ऊर्जानिर्मिती प्रकल्पांनी दूषित पाणी आणि इतर रसायनं सोडण्यावर निर्बंध घालण्यासंबंधीच्या कायद्यामध्येही ट्रम्पनं सूट दिली. यामुळे अनेक जणांनी त्याचा निषेध केला.

२०१७ सालच्या ऑगस्ट महिन्यात अमेरिकेमधल्या वर्चस्ववादी गौरवर्णीयांच्या संघटनांनी मोर्चा काढला. त्याला समतावाद्यांनी विरोध केला.

यात झालेल्या हिंसाचारात एक स्त्री ठार झाली आणि १९ लोक जखमी झाले. वर्चस्ववादी गोऱ्यांचा निषेध करण्याऐवजी ट्रम्पनं 'दोन्ही बाजूंच्या लोकांची चूक होती' असं अत्यंत वादग्रस्त विधान केलं. यावर खूप टीका झाली; पण नेहमीप्रमाणेच ट्रम्प बधला नाही. वर्चस्ववादी गौरवर्णीय ट्रम्पच्या या भूमिकेमुळे खूश झाले आणि त्यांचा आक्रस्ताळेपणा वाढला. अमेरिकेमध्ये लपून असलेला वर्णद्वेष उघड झाला.

इतर देशांच्या नेत्यांशी कसं वागायचं, याचीही ट्रम्पला अजिबात जाणीव नसते. राष्ट्रपतिपद स्वीकारल्यावर ट्रम्पनं पहिला आंतरराष्ट्रीय फोन ऑस्ट्रेलियन राष्ट्रपती माल्कम टर्नबूलला केला. २५ मिनिटं चाललेल्या या संभाषणात ट्रम्पनं अत्यंत आक्रमक आणि अशोभनीय भाषा वापरली, असं मानलं जातं. त्याआधी ट्रम्पनं थेट तैवानी नेत्यांशी संवाद साधला. चीनला हे अजिबात पसंत पडलं नाही; कारण तैवानवर आपलं नियंत्रण असल्याचं चीन मानतो. साहजिकच चीननं ट्रम्पच्या या कृत्याचा साफ निषेध केला. उत्तर कोरियाबरोबरचे ट्रम्पचे खटके तर जगाला अण्वस्त्रयुद्धाकडे नेतात की काय असं वाटण्याजोगी परिस्थिती निर्माण करत होते. २०१७ सालच्या मे महिन्यात 'जर्मन लोक खूप वाईट असतात' असं ट्रम्पनं म्हटल्यावर जर्मन चॅन्सलर अँगेला मर्कलनं 'आता अमेरिकेवर अवलंबून राहण्यात काही मतलब नाही,' असं स्पष्टपणे सांगितलं. ब्रिटिशांबरोबरही ट्रम्पचे संबंध चांगले नसल्यामुळे अनेक ब्रिटिश नेत्यांनी ट्रम्पवर कडाडून टीका केली. याचा परिणाम २०१८ सालच्या जानेवारी महिन्यातली ट्रम्पची इंग्लंडची संकल्पित भेट रद्द होण्यात झाला. खरं म्हणजे ब्रिटिशांनाच ट्रम्प नको होता; पण आपणच इंग्लंडचा दौरा रद्द केला असल्याची बतावणी ट्रम्पनं केली.

६ डिसेंबर २०१७ या दिवशी जेरुसलेम हीच इस्राईलची राजधानी असल्याचं अमेरिका मानते, असं ट्रम्पनं जाहीर केलं. पॅलेस्टाइन आणि इस्राईल यांच्यामधल्या अनेक दशकांपासूनच्या क्लिष्ट प्रश्नावरून घमासान युद्धं झालेली आहेत. सातत्यानं चिघळत गेलेला हा प्रश्न अजिबात सुटण्यासारखा नाही. इस्राईलच्या अन्यायी धोरणांना अमेरिकेनं इतकी वर्षं छुपा पाठिंबा दिला आहे आणि पॅलेस्टिनी लोकांची गळचेपी केली आहे. जेरुसलेम हे दोघांच्याही मालकीचं नसल्याचं संयुक्त राष्ट्रसंघातल्या ठरावानुसार मान्य करण्यात आलं आहे. हे सगळं ट्रम्पनं एका क्षणात बाजूला सारलं. अत्यंत अपरिपक्वतेनं केलेल्या या घोषणेमुळे जगामध्ये खळबळ माजली. ट्रम्पचा सर्वदूर निषेध करण्यात आला. ट्रम्पचा ज्यू धर्मीय जावई जॅरेड कुशनर यानं या घोषणेत महत्त्वाची भूमिका बजावल्याचं सांगण्यात आलं.

२०१७ साल संपण्याच्या सुमाराला ट्रम्पला अनुकूलता दाखवणाऱ्या अमेरिकी लोकांचं प्रमाण जेमतेम ३६ टक्क्यांवर आलं होतं. आजवरच्या

इतिहासात इतक्या कमी पातळीचा पाठिंबा कुठल्याच अमेरिकी राष्ट्रपतीला मिळालेला नाही.

२०१७ सालच्या अखेरीला मायकेल वुल्फ नावाच्या पत्रकारानं लिहिलेल्या 'फायर अँड फ्यूरी' या पुस्तकामुळे डोनाल्ड ट्रम्पच्या राष्ट्रपतिपदाच्या कारकिर्दीच्या पहिल्या वर्षाचे अक्षरश: वाभाडे निघाले. हे पुस्तक प्रचंड गाजलं. इंटरनेटवर त्याची पायरसी होऊनसुद्धा प्रकाशकाला तातडीनं १० लाख छापील प्रती उपलब्ध करून द्याव्या लागल्या. हे पुस्तक लिहिताना आपल्याला 'व्हाइट हाउस'कडून सहकार्य मिळालं असल्याचा दावा वूल्फनं केला, तसंच या पुस्तकासाठी आपण किमान २०० मुलाखती घेतल्या असल्याचं तो आपल्या प्रस्तावनेतच स्पष्ट करतो. वुल्फनं कुठलाही मुलाहिजा न ठेवता ट्रम्पविषयीच्या अनेक गोष्टी या पुस्तकात अगदी बिनधास्तपणे लिहिल्या आहेत. त्यातून ट्रम्पची प्रतिमा अपेक्षितरीत्या अत्यंत उतावळा, अपरिपक्व, अननुभवी आणि बालिश माणूस अशी उभी राहते.

या पुस्तकामध्ये ट्रम्पविषयी आणि त्याच्या राष्ट्रपतिपदाच्या कार्यकालामधल्या पहिल्या वर्षी लिहिल्या गेलेल्या सनसनाटी गोष्टींपैकी फक्त २-३ बाबींचा आढावा थोडक्यात खाली घेतला आहे.

ट्रम्पच्या मंत्रिमंडळातला अर्थमंत्री स्टीव्ह मन्चिन आणि ट्रम्पच्या 'व्हाइट हाउस'मधला माजी 'चीफ ऑफ स्टाफ' रिचर्ड प्रायबस हे दोघं ट्रम्पचा उल्लेख अगदी सहजपणे 'महामूर्ख' असा करतात. ट्रम्पचा प्रमुख आर्थिक सल्लागार गॅरी कोहन ट्रम्पचा उल्लेख 'बेअक्कलांचा सम्राट' असा करतो. ट्रम्पच्या मंत्रिमंडळात परराष्ट्रमंत्री म्हणून काम बघणारा आणि पूर्वी 'एक्झॉन मोबिल' नावाच्या बलाढ्य कंपनीचा प्रमुख असलेला रेक्स टिलरसन तर न छापण्याजोग्या शब्दांनिशी 'पढतमूर्ख' असा करतो.

हिलरी क्लिंटनचा पराभव करण्यासाठी ट्रम्प आणि त्याचे साहाय्यक यांनी रशियाची मदत घेण्याचा गैरप्रकार केलेला असल्याच्या आरोपांसंबंधीचं प्रकरण सुरू आहे. याविषयीसुद्धा हे पुस्तक भाष्य करतं. ट्रम्पनं खरोखरच प्रत्यक्ष आणि अप्रत्यक्ष अशा दोन्ही प्रकारे रशियाच्या मदतीनं हिलरीचा पराभव करण्यासाठी शक्य तितके प्रयत्न केले असावेत, असं या पुस्तकावरून वाटतं.

मुळात डोनाल्ड ट्रम्प जेव्हा राष्ट्रपतिपदासाठीच्या निवडणुकीच्या शर्यतीत उतरला तेव्हा मेलानिया ही त्याची पत्नी काळजीत पडली होती. मुळात ट्रम्पचं वागणं अत्यंत घमेंडीचं आणि बेभरवशाचं असताना हा माणूस खरोखरच राष्ट्रपती झाला, तर काय असा प्रश्न तिलाही पडला होता. त्यातच पूर्वी 'मॉडेल' म्हणून काम करत असतानाची मेलानियाची नग्नावस्थेतली छायाचित्रं ट्रम्पविषयीच्या बातम्यांमध्ये छापून आली. आपली 'फर्स्ट लेडी' कशी असेल, अशा प्रकारचे

लेख मेलानियावर लिहिण्यात आले. त्यात तिची खिल्ली उडवण्यात आली. साहजिकच ट्रम्प निवडून येऊ नये अशी तिची इच्छा असावी. जेव्हा अत्यंत अविश्वसनीयरीत्या ट्रम्प खरोखरच राष्ट्रपती झाला तेव्हा मेलानियाच्या डोळ्यांमध्ये अश्रू होते; पण ते आनंदाश्रू नव्हते! ट्रम्पला पहिल्या पत्नीपासून झालेल्या इवान्का या मुलीचे संबंध मेलानियाबरोबर चांगले नाहीत. मेलानिया ही ट्रम्पची दुसरी पत्नी म्हणजेच इवान्काची सावत्र आई आहे. या इवान्काचा नवरा जॅरेड कुशनर अत्यंत आतल्या गाठीचा मानला जातो. धर्मानं तो ज्यू असल्यामुळे त्यानं आपल्या सासऱ्याकडून म्हणजेच ट्रम्पकडून इस्राईलला अनुकूल असलेली धोरणं राबवून घेतल्याचं म्हटलं जातं. मुळात ट्रम्पनं ही निवडणूक जिंकली त्यात कुशनरचा मोठा हात होता असं म्हणतात. फेसबुक आणि ट्विटर यांच्या माध्यमांतून ट्रम्पचा प्रसार अत्यंत प्रभावीपणे करणं, गुगलवर अमेरिकी जनता काय माहिती शोधते या आधारे घोषणा तयार करणं ही कामं कुशनरच्या देखरेखीखाली झाली असं म्हणतात.

आपलं वर्चस्व सिद्ध करण्यासाठी आणि कदाचित आपल्या मनामधला अहंकार सुखावण्यासाठी ट्रम्पला आपल्या मित्रांच्या पत्नींशी शारीरिक संबंध प्रस्थापित करायची खोड होती. 'आयुष्य जगावं असं वाटण्यासाठी हे गरजेचं असतं' असं ट्रम्प या संदर्भात हसतहसत म्हणे. आता आपल्या मित्रांच्या पत्नींना आपल्या जाळ्यात कसं ओढायचं? तर यासाठी आपले मित्रच कसे वाह्यातपणा करतात आणि आपापल्या पत्नीशी कसे एकनिष्ठ नसतात हे ट्रम्प दाखवून देई. आपला नवरा आपल्याशी एकनिष्ठ नसताना आपण ट्रम्पबरोबर भानगड सुरू करण्यात काय चूक आहे, असं या महिलांना त्यामुळे वाटे. हे साध्य करण्यासाठी ट्रम्प अत्यंत चमत्कारिक प्रकार करे. आपल्या अशा एखाद्या मित्राला तो आपल्या कार्यालयात सहजच भेटायला म्हणून बोलावून घेई. तो मित्र आला की, त्याच्याशी ट्रम्प मुद्दामच लैंगिक संबंध, विवाहबाह्य गोष्टी अशा मुद्द्यांवर बोलत राही. उदाहरणार्थ 'तुला अजूनही आपल्या बायकोबरोबर शारीरिक संबंध ठेवण्यात मजा वाटते का? ... हा प्रकार किती वेळा घडतो? ... अर्थातच तुला तुझ्या बायकोखेरीज इतर कुणा महिलेशी संबंध ठेवण्यात नक्कीच जास्त मजा आलेली असणार ... मला त्याबद्दल सांग ना ... आज दुपारी तीन वाजता लॉस एंजेलिसहून काही मुली माझ्याकडे येणार आहेत ... आपण त्यांच्याबरोबर खूप मजा करू शकतो...' असं तो म्हणे. हे अत्यंत खालच्या पातळीवरचं बोलणं सुरू असताना त्या मित्राच्या नकळत ट्रम्पनं आधीच त्या मित्राच्या पत्नीला फोन लावून तो फोन स्पीकरवर ठेवलेला असे. साहजिकच ट्रम्प आणि आपला नवरा काय बोलत आहेत हे सगळं तिला ऐकायला मिळे.

'व्हाइट हाउस'मध्ये आल्यावर ट्रम्प आणि मेलानिया यांच्यामधले दुरावलेले संबंध उघड झाले. दोघं वेगळ्या खोल्यांमध्ये राहायला लागले. अर्थात आपल्या मुलाचं शिक्षण पूर्ण करण्यासाठी मेलानिया बराच काळ न्यू यॉर्कमधल्या 'ट्रम्प टॉवर'मध्येच राहत असे. ट्रम्प 'व्हाइट हाउस'मध्ये ज्या खोलीत राहायला लागला तिथे एक टीव्ही होता. ट्रम्पनं तिथं आणखी दोन टीव्ही संच बसवले. तिथल्या कुठल्याच वस्तूंना हात लावायचा नाही, अशी तंबी त्यानं साहाय्यकांना दिली. जंतूंचा संसर्ग होण्याची पराकोटीची भीती वाटत असल्यामुळे आपला शर्ट जमिनीवर पडलेला असेल, तरी तो तिथंच राहू द्यायचा, असं त्यानं सांगितलं. खास करून आपल्या टूथब्रशला तर कुणीच हात लावायचा नाही, असं फर्मान त्यानं जारी केलं. संध्याकाळी ६.३० वाजता आपला खास मित्र आणि अतिकट्टर विचारसरणीचा विखारी प्रचार करणारा स्टीव्ह बॅनन याच्याबरोबर ट्रम्प रात्रीचं जेवण घेई. समजा असं घडलं नाही, तर एक चीझबर्गर खात खात तिन्ही टीव्ही आलटून पालटून बघणं आणि आपल्या जवळच्या मित्रांना फोन करणं, अशा प्रकारे ट्रम्प झोपण्याची तयारी करे.

आपण नक्की कुणाला निवडून दिलं आहे हे आता तरी अमेरिकी नागरिकांना समजलं असेल, अशी अपेक्षा करणं चुकीचं आहे का?

लेखक परिचय

अतुल कहाते

१. एमबीए पदवीधर; माहिती तंत्रज्ञान क्षेत्रात १७हून जास्त वर्षांचा तसंच संगणकशास्त्राच्या विषयांमध्ये प्राध्यापक म्हणून अनुभव

२. संगणकाविषयी २० इंग्रजी पाठ्यपुस्तकं

३. मराठीमध्ये अनेक पुस्तकं आणि लेख

४. अनेक टीव्ही चॅनेल्सवर कार्यक्रम

५. लिखाणासाठी वेगवेगळ्या संस्थांचे पुरस्कार

पत्ता :
३०४ लुणावत क्लासिक,
आयसीएस कॉलनी, भोसलेनगर,
विद्यापीठ रस्ता, पुणे ४११ ००७.
Email : akahate@gmail.com

संदर्भसूची

पुस्तक/वेबसाईट/संदर्भ

1 The Dangerous Case of Donald Trump: 27 Psychiatrists and Mental Health Experts Assess a President

Bandy X. Lee
Thomas Dunne Books

2 The Making of Donald Trump

David Cay Johnson
Random House

3 The Case for Impeachment

Allan J Lichtman
William Collins

4 Trump Revealed: The Definitive Biography of the 45th President

Michael Kranish and Marc Fisher
Scribner

5 Everybody Lies: What the Internet Can Tell Us About Who We Really are

Seth Stephens Davidowitz
Bloomsbury Publishing

6 Fire and Fury - Inside the Trump White House

Michael Wolff
Little, Brown